实用越南语口语教程

莫子祺 编著
黎巧萍 审定

图书在版编目(CIP)数据

实用越南语口语教程/莫子祺编著 .—北京:北京大学出版社,2014.5
ISBN 978-7-301-21959-1

Ⅰ.①实… Ⅱ.①莫… Ⅲ.①越南语—口语—高等学校—教材 Ⅳ.H499.4

中国版本图书馆CIP数据核字(2013)第012037号

书　　　名:	实用越南语口语教程
著作责任者:	莫子祺　编著
责 任 编 辑:	杜若明
标 准 书 号:	ISBN 978-7-301-21959-1/H · 3233
出 版 发 行:	北京大学出版社
地　　　址:	北京市海淀区成府路205号　100871
网　　　址:	http://www.pup.cn　新浪官方微博:@北京大学出版社
电 子 信 箱:	zpup@pup.pku.edu.cn
电　　　话:	邮购部 62752015　发行部 62750672　编辑部 62767315　出版部 62754962
印 刷 者:	三河市博文印刷有限公司
经 销 者:	新华书店
	787毫米×1092毫米　16开本　14.25印张　320千字
	2014年5月第1版　2022年3月第3次印刷
定　　　价:	36.00元(含MP3盘1张)

未经许可,不得以任何方式复制或抄袭本书之部分或全部内容。
版权所有,侵权必究
举报电话: 010-62752024　电子信箱: fd@pup.pku.edu.cn

前　言

2004年，随着中国-东盟博览会永久落户南宁，中越之间的交往更加广泛而深入，在中国尤其是广西、云南又欣起了一股"越语热"，各高校学习越南语的学生也越来越多。为让广大学生在掌握越南语语音的基础上，能够更快提高越南语口语水平，以满足学习、生活、工作的需要，我们编写了《实用越南语口语教程》。主要是针对在校大学生，使他们掌握越南语语音之后快速掌握口语技能，亦可供从事中越贸易等各界人士自学。

本书的特点在于：实用、快速、全面。

实用：本书内容取材于学生出国留学期间可能遇到的种种场景，按照实际需要编排，融入了许多日常知识，每一课又按照本课主题扩充了相应词汇或知识点，以利于学生集中学习和随时查阅，是学生出国留学前学习越南语口语的实用教材。

快速：本书每一课的基本结构，先是1-3个情景对话，接着是实用的短文，之后是本课涉及的语法点，再有是扩充的与该课主题相关的词汇和知识点，最后是口语练习，每一部分都紧密联系，环环相扣；且每个对话、每篇短文、每个扩充知识点都有中越文互译，有助于学习者快速学习并基本掌握该课内容，然后利用扩充的词汇和知识点，参照本课会话或短文，根据自身实际情况来组织语言进行口语练习，从而达到在有限的时间内快速提高越南语口语的目的。

全面：本书涉及学习、工作及衣、食、住、行等方面，每一课扩充的词汇也包括了最基本的、最常用的部分，语法囊括了语言初学者所应掌握的基本语法，内容覆盖面较为全面，基本可以满足学生出国留学期间日常交流及继续学习之所需。

本书在编写过程中得到了广西民族大学相思湖学院领导的大力支持，得到北京大学出版社领导、编辑的大力支持，同时得到我相思湖学院越南语首席教授黎巧萍副教授及相关越南教师的指正、完善，在此一并表示衷心的感谢。本书参考了部分越南教科书、越南书报及中国一些相关越南语教程，在此也一并向作者表示感谢。

由于水平有限，本书难免有错漏之处，敬请各位专家、广大读者批评指正。

编者
2013年8月

MỤC LỤC
目 录

- **BÀI 1   CHÀO HỎI**
  第一课   问候 1

- **BÀI 2   LỚP CHÚNG TÔI**
  第二课   我们班 10

- **BÀI 3   QUÊ HƯƠNG —— GIA ĐÌNH**
  第三课   家乡——家庭 19

- **BÀI 4   NGÀY, THÁNG, NĂM**
  第四课   年、月、日 29

- **BÀI 5   CON GÌ? CÁI GÌ? AI?**
  第五课   什么动物？什么东西？谁？ 37

- **BÀI 6   BẠN LÀ NGƯỜI NƯỚC NÀO?**
  第六课   你是哪国人？ 47

- **BÀI 7   HỎI GIỜ**
  第七课   问时间 55

- **BÀI 8   ĂN CƠM Ở NHÀ HÀNG**
  第八课   在饭馆吃饭 64

- **BÀI 9   MUA BÁN**
  第九课   买卖 75

- **BÀI 10   THỜI TIẾT —— THIÊN TAI**
  第十课   气候——天灾 86

- **BÀI 11   GIỚI THIỆU ĐẤT NƯỚC**
  第十一课 介绍祖国 97

BÀI 12　NHÀ Ở —— KHÁCH SẠN
第十二课　住房——宾馆 ··· 111

BÀI 13　HỎI ĐƯỜNG
第十三课　问路 ··· 120

BÀI 14　BƯU CHÍNH —— VIỄN THÔNG
第十四课　邮电——通信 ··· 129

BÀI 15　ĐỔI TIỀN —— MỞ TÀI KHOẢN
第十五课　换钱——开账户 ······································· 140

BÀI 16　ĐI BỆNH VIỆN KHÁM BỆNH
第十六课　去医院看病 ··· 150

BÀI 17　GIAO THÔNG —— ĐI LẠI
第十七课　交通——往来 ··· 163

BÀI 18　QUA HẢI QUAN
第十八课　过海关 ··· 172

BÀI 19　ĐẦU TƯ —— HỢP TÁC —— ĐÀM PHÁN
第十九课　投资——合作——谈判 ································· 180

BÀI 20　THAM QUAN —— DU LỊCH —— GIẢI TRÍ
第二十课　参观——旅游——消遣 ································· 191

BÀI 21　THỂ THAO VÀ NHỮNG TRẬN ĐẤU
第二十一课　体育和比赛 ··· 201

BÀI 22　DỊCH VỤ
第二十二课　服务 ··· 211

主要参考书 ··· 222

BÀI 1 CHÀO HỎI
第一课 问候

I. Hội thoại 会话

Tình huống 1　Chào hỏi giữa thầy trò
情景1　师生之间的问候

A: Chào em, tên em là gì?　你好，你叫什么名字？

B: Dạ, thưa cô, em tên là Lê Hùng ạ.　老师，我叫黎雄。

A: Năm nay em bao nhiêu tuổi rồi?　今年你多大了？

B: Dạ, thưa cô, năm nay em 21 tuổi rồi ạ.　我今年21岁了。

A: Em học tiếng gì vậy?　你学哪国语言呀？

B: Em học tiếng Việt và tiếng Anh.　我学越语和英语。

A: Em thấy tiếng Việt có khó không?　你觉得越南语难吗？

B: Em thấy phát âm hơi khó, ngữ pháp không khó lắm ạ.
　　我觉得发音有点难，语法不太难。

A: Em thấy tiếng Việt khó hơn hay tiếng Anh khó hơn?
　　你觉得越语难还是英语更难？

B: Dạ, em thấy tiếng Anh khó hơn tiếng Việt nhiều.　我觉得英语比越语难多了。

Tình huống 2　Chào hỏi giữa bạn bè
情景2　朋友之间的问候

A: Chào Cường, cậu khỏe không?　阿强，你好。身体好吗？

B: Chào Văn, cảm ơn, tớ vẫn khỏe. Còn cậu?　阿文你好。谢谢，我还好。你呢？

A: Mấy hôm nay tớ hơi mệt, chắc là bị cảm rồi.
　　这几天我有点不舒服，大概是感冒了吧。

B: Dạo này trời lúc nắng lúc mưa, rất dễ bị cảm đấy. Cậu phải chú ý giữ gìn sức khỏe mới được.　这段时间时晴时雨，很容易感冒。你要注意身体才行。

A: Ừ, cảm ơn cậu, tớ sẽ chú ý.　嗯，谢谢你，我会注意的。

Tình huống 3　Dẫn bạn Trung Quốc về nhà

情景3　带中国朋友回家

　　A：Bố ơi, mẹ ơi, con về rồi. Đây là bạn Trung Quốc của con ạ, tên là Lê Phương.
　　　　爸爸，妈妈，我回来啦。这是我的中国朋友，叫黎芳。

　　B：Cháu xin chào hai bác ạ!　伯父伯母好！

　　C：Ừ, chào cháu. Mời cháu ngồi. Mời cháu uống trà.　你好。请坐。请喝茶。

　　B：Cảm ơn bác, cháu xin ạ.　谢谢伯父（伯母）。

　　C：Cháu ở Trung Quốc, ở tỉnh nào vậy?　你在中国的哪个省呢？

　　B：Dạ, cháu ở thành phố Nam Ninh, Quảng Tây ạ.　我在广西的南宁市。

　　C：Cháu học tiếng Việt bao lâu rồi?　你学越语多久了？

　　B：Dạ, cháu đã học tiếng Việt được một năm rưỡi rồi ạ.　我学越语已经一年半了。

　　C：Cháu sang Việt Nam lâu chưa?　你来越南多久了？

　　B：Dạ, cháu mới sang đây được hai tuần ạ.　我才来两个星期。

　　C：Cháu nói tiếng Việt giỏi thế.　那你说越语说得挺好的。

　　B：Cảm ơn bác, cũng tàm tạm thôi ạ.　谢谢伯父（伯母），一般而已。

II. Bài học　课文

TỰ GIỚI THIỆU

　　Em chào cô ạ!

　　Chào các bạn!

　　Em xin tự giới thiệu: Tên em là Lê Phương. Năm nay em 21 tuổi. Em là người Trung Quốc. Em là sinh viên, nay đang học ở Học viện Hồ Tương Tư trường Đại học Dân tộc Quảng Tây. Trường chúng em ở ngoại thành Nam Ninh. Em học chuyên ngành tiếng Việt Nam. Em thấy tiếng Việt không khó lắm. Em rất thích học tiếng Việt Nam. Tháng 9 sang năm em sẽ sang Việt Nam du học. Em sẽ cố gắng học giỏi tiếng Việt Nam, để mai sau có thể tìm được việc làm tốt.

　　Em xin hết ạ. Xin cảm ơn.

自我介绍

老师好，各位同学好：

　　现在我来作一下自我介绍。我叫黎芳，今年21岁。我是中国人。我是大学生，现在正在广西民族大学相思湖学院学习。我们的学校在南宁市郊。我学习越南语专业。我觉得越南语不太难。我很喜欢学习越南语。明年9月份我将要去越南留学。我要努力学好越南语，以便将来能够找到一个好工作。

我的介绍到此结束。谢谢。

TỪ MỚI 生词

chào hỏi 问候	sức khỏe 健康状况、身体状况
giữa 在……之间	chú ý 注意
tuổi 年龄、岁	tỉnh 省、省份
hơi 有点、稍微	bao lâu 多久
ngữ pháp 语法	rưỡi 半、一半
phát âm 发音	tàm tạm 一般
hơn 胜过、超过；比……更……	giới thiệu 介绍
mệt 累、不舒服	chuyên ngành 专业
chắc 大概、或许	ngoại thành 市郊
bị cảm 感冒	thích 喜欢
dạo này 最近、近来	sang 跨过、移步
trời 天、天气	du học 留学
lúc 时候、当……的时候	cố gắng 努力
nắng 热、晴朗	giỏi 好、优秀
mưa 雨、下雨	để 以便、为了
giữ gìn 保护、维护	mai sau 以后、今后

III. Ghi chú ngữ pháp 语法注释

1. Đại từ nhân xưng 人称代词：

人称	数	举例
一	单	我 tôi（用于较正式、庄重的场合），ta 我（指比较高傲）tớ, mình
	复	我们 chúng tôi, 咱们 chúng ta, 咱们 ta, chúng em, bọn anh, bọn chị, bọn anh chị, bọn em
二	单	你 cậu, mày, bạn, anh, chị, đồng chí(较尊称)
	复	你们 các cậu, các bạn, các anh, các chị, các anh chị, các đồng chí
三	单	他、她 cậu ấy, bạn ấy, anh ấy, chị ấy, đồng chí ấy, nó
	复	他们、她们 các cậu ấy, các bạn ấy, các anh ấy, các chị ấy, các anh chị ấy, các đồng chí ấy, họ, chúng nó

解释

(1) 第一人称单数tôi是中性人称代词，但一般只用于比较正式的场合，如会议、应用文体等；或者自己地位相对比较高的场合，如老师可以对全班同学自称tôi；或者读者、听者对象范围较广或不具体的场合。

　　* ta一般是指复数"咱们"，但有时也可以用于自称"我"，有高傲的意味，如：Ta là vua trong rừng, ta sợ gì? (我是森林之王，我怕啥？)；ta也可以放在其他人称代词之后，指第三人称的另外某人，如anh ta, ông ta都指"他"。

(2) cậu与tớ是用于关系比较好的、相互之间比较熟悉的同学或朋友之间的称呼；如果是关系特别好的还可以用mày和tao；关系一般的用bạn和mình；辈分相当但年纪或辈分比自己大的可尊称其为anh或chị，自称em；年纪或辈分比自己小的可称其为em，自称 anh/ chị.

　　* mày和tao还有另外的用法：①在言语冲突时用，称对方为mày以贬低别人，自称为tao表示高傲。②在长辈和晚辈之间用，长辈可以称晚辈为mày（你）和chúng mày（你们），表示亲昵；自称为tao，表示相对较高的地位。

(3) 在单数第一人称前加chúng或bọn可以变成第一人称复数，如chúng tôi我们，chúng ta咱们, chúng em、bọn em（用于晚辈复数对长辈的自称），chúng mình、bọn mình（用于平辈之间）。bọn anh、bọn chị、bọn anh chị都用于哥姐对弟妹的复数自称，bọn anh为男性，bọn chị为女性，bọn anh chị包括男女。

(4) 在单数第二人称前加các一般可以变成第二人称复数，如các cậu, các bạn, các anh, các chị, các đồng chí; 在单数第二人称后面加ấy可以变成第三人称单数，如cậu ấy, bạn ấy, anh ấy, đồng chí ấy; 在第三人称单数前面再加上các可变成第三人称复数，如các cậu ấy, các bạn ấy, các anh ấy, các chị ấy, các anh chị ấy, các đồng chí ấy.

(5) nó可以表示卑称"他/她"，如Nó ham chơi quá, tất nhiên khó mà thi đỗ được.(他太贪玩了，当然难考上了)；也可以用于长辈对晚辈的昵称，如: Thằng Hùng nó lại chạy đi đâu rồi?（小雄他又跑哪儿去了？）

(6) 补充说明：越语人称代词当中，有的原本是真正人称代词，如tôi, tao, mày, cậu, tớ；而有的人称代词是从家族称谓转化而来的，如家族称谓中的anh哥哥、chị 姐姐、em弟或妹, 都可以借用来指第二人称单数"你"；有的则从社会称谓中转化而来，如đồng chí（同志），可借指"你"。

2. Cách xưng hô trong giao tiếp xã hội 社会交际中的称呼方法：

对于一个在校大学生来说，平时交际的称呼应注意：

(1) 对很老的老人，如七八十岁以上的称cụ（老爷爷、老奶奶），自称cháu。

(2) 对约70岁左右的老人称cụ 或 ông/bà（爷爷、奶奶），自称cháu。

(3) 对五六十岁左右的称bác（伯父bác trai、伯母bác gái），自称cháu。

(4) 对四五十左右的称chú (叔叔)、cô（阿姨），自称cháu。

(5) 比自己大直至三十多岁的都可以称anh/chị，自称em。

(6) 跟自己年龄相仿的：如果是朋友或同学，互相熟悉，可以称对方为cậu，自称tớ；如果是关系非常好的，可以称对方为mày，自称tao；对方身份、年龄不太确定时，首次见面可以尊称其为anh/chị，自称 em；或用一般的语气称其bạn，自称mình；对方年龄比自己小的或所读年级比自己低的，可以称其为em，自称 anh/ chị。

(7) 对0-10岁左右的婴幼儿可以称：cháu或 bé, 自称chú (叔叔)、cô（阿姨）。

3. 在与他人交际时，需要注意的几点：
(1) 与长辈说话时，常常先用dạ应诺，而且句尾常以 ạ 结束，表示礼貌。
(2) 与长辈说话或回答长辈的问题时，要尽量用完整的全句，表示礼貌。
(3) 吃饭时，一定要首先请长辈吃，表示礼貌。比如：Cháu mời ông/ bà/ bác ăn cơm ạ. Mời bố mẹ ăn ạ. Em mời anh/ chị ăn ạ；如果是同辈之间可以说：Mời cả nhà nhé./ Mời mọi người ăn nhé. (请大家吃。) Mời nhé.(请；请吃。)
(4) 送或递东西给长辈时，要用双手呈上；反过来，如是长辈给东西，也要用双手接，并且说：Cháu xin ạ / Em xin ạ. 表示礼貌。

4. Xin, mời, xin mời 的用法。
(1) Xin 常常有请"求"之意，如：
   -Em xin tự giới thiệu. 请允许我作自我介绍。（有请求别人允许自己作自我介绍之意）
   -Em nghe không rõ, xin cô nói lại một lần nữa. 我听不清楚，请老师再说一遍。(有请求老师再说之意)
(2) Mời 常是邀请别人，对于人家来说是好的，如：
   -Mời cháu ngồi. Mời cháu uống trà. 请坐。请喝茶。
   -Anh muốn mời em đi xem phim. 我想请你去看电影。
(3) Xin与mời 也可以连用成为xin mời，是一种很客气的"请"，如：
   -Xin mời ngồi, xin mời các ông xơi nước. 请坐，各位请用水。
   -Bây giờ xin mời đồng chí giám đốc nói chuyện. 现在请经理同志说话。
   -Bây giờ xin mời ca sĩ Mỹ Tâm trình bày cho chúng ta bài hát "Tình lỡ cách xa". Xin mời! 现在请歌星美心给我们唱《逝去的情殇》这首歌。有请！

5. 越南语中常用的基本句型。

(1) 句型①：（简单句）主语+ là +名词

　　+肯定形式　如：Tôi là sinh viên. 我是大学生。

　　+否定形式：主语+ không phải là+名词. 如：
　　　　　　　Tôi không phải là sinh viên. 我不是大学生。

　　+一般疑问形式：主语+ có phải +là+名词+không? 如：
　　　　　　　　　Anh có phải là sinh viên không? 你是大学生吗？

　　-肯定回答：Vâng (Phải), tôi là sinh viên. 是的，我是大学生。

　　-否定回答：Không, tôi không phải là sinh viên. 不，我不是大学生。

(2) 句型②：一般肯定句、否定句、疑问句

　　1) 一般肯定句：主语+动词+（补语）如：
　　　　　　　　　Thầy giáo giảng bài. 老师讲课。

　　2) 强调肯定句：主语+có+ 动词+（补语）如：
　　　　　　　　　Thầy giáo có giảng bài. 老师讲课。

　　3) 一般否定句：主语+ không +动词+（补语）如：
　　　　　　　　　Thầy giáo không giảng bài. 老师不讲课。

　　4) 一般疑问句：主语+ có+动词+（补语）+không? 如：
　　　　　　　　　Thầy giáo có giảng bài không? 老师（要）讲课吗？

　　-肯定回答：Có, thầy giáo (có) giảng bài. 是的，老师（要）讲课。

　　-否定回答：Không, thầy giáo không giảng bài. 不，老师不讲课。

(3) 句型③：形容词作谓语句式

　　+肯定形式：主语+形容词+（补语）如：
　　　　　　　-Phong cảnh đẹp. 风景美。
　　　　　　　-Thư viện đông người. 图书馆人多。

　　+否定形式：主语+ không+形容词+（补语）如：
　　　　　　　-Phong cảnh không đẹp. 风景不美。
　　　　　　　-Thư viện không đông người. 图书馆人不多。

　　+疑问形式：主语+ có+形容词+（补语）+ không? 如：
　　　　　　　-Thư viện có đông người không? 图书馆人多吗？

　　-肯定回答：Vâng, thư viện đông người. 是的，图书馆人多。

　　-否定回答：Không, thư viện không đông người. 不，图书馆人不多。

(4) 句型④：句型"đã•... chưa"与"có ... không"

+句型"đã•... chưa"表示问行动或状态变化是否已经发生或已经完成。如：
-Em đã ăn cơm chưa? 你已经吃饭了吗？
-肯定回答：Rồi, em đã ăn cơm rồi. 是的，我已经吃饭了。
-否定回答：Chưa, em chưa ăn cơm. 没有，我还没有吃饭。

+句型"có ... không"表示行动或状态变化是否要发生。如：
-Em có đi không? 你要去吗？
-肯定回答：Có, em có đi ạ. 是的，我要去。
-否定回答：Không, em không đi. 不，我不去。

(5) 句型⑤: ...có phải là...không? Có phải ... không? 和 ...có phải không? 的区别。

1）có phải là...không? 如：
Bạn có phải là sinh viên không? 你是学生吗？

2）Có phải ... không? 如：
Có phải bạn là sinh viên không? (是否你是学生？) 你是学生吗？

3）có phải không? 如：
Bạn là sinh viên có phải không? 你是学生对吗？

(6) 句型⑥：连动句式：主语+动词1+（补语1）+动词2+（补语2）如：
-Hôm qua tôi đi   công viên chơi. 昨天我去公园玩。
    主语 动词1   补语1   动语2

-Anh ấy đi   thư viện xem   sách. 他去图书馆看书。
    主语 动词1 补语1 动词2 补语2

(7) 句型⑦：处所状语作主语句：处所状语+动词có +补语
处所状语可以是"ở+名词"，也可以是指示代词 đây, đấy。句子前可以加ở.
如：
-Ở Bắc Kinh có nhiều công viên đẹp.（在）北京有许多美丽的公园。
-Trong vườn có nhiều hoa.（在）园子里有许多花。
-Đây có mấy quyển sách? 这里有几本书？

(8) 句型⑧：主语+动词+补语1+补语2（汉语叫"双宾语"）如：
-Chị Hoa tặng cho tôi một chiếc bút máy. 阿华送给我一支钢笔。
    主语   动词 补语1   补语2

-Bác sĩ kê một đơn thuốc cho tôi. 医生开了一个药方给我。
　　主语 动词　　补语1　　　　补语2

(9) 句型⑨：兼语句式：主语+动词1+兼语+动词2+补语
兼语即既兼做前面动词1的补语（宾语），又兼做后面动词2的主语。如：
1) 简单兼语式：Thầy giáo bảo chúng tôi ngồi xuống. 老师叫我们坐下。
　　　　　　　Chúng tôi bầu anh Quang làm lớp trưởng. 我们选阿光做班长。
2) 两层兼语套用：Thầy giáo bảo chị Mai dẫn chúng tôi đọc bài.
　　　　　　　老师叫阿梅带领我们读书。
3) 兼语与连动句式套用：Thầy giáo cho phép chúng tôi về nhà ôn bài.
　　　　　　　老师允许我们回家复习功课。

(10) 句型⑩：主谓词组作句子成分。
1) 作补语 如：Tôi sợ anh Quang bị viêm phổi. 我怕阿光得肺炎。
2) 作定语 如：Khi cây lớn, tôi chỉ lấy gốc thôi.
　　　　　当植物长大时，我只要根部。
3) 作谓语 如：Nước ta khí hậu ôn hòa. 我们国家气候温和。

IV. Kiến thức mở rộng　扩充知识

Cách xưng hô trong gia đình. 家庭中的称谓。

cụ 对老人的称呼	cụ già 老人	
ông 爷爷	bà 奶奶	
ông nội 爷爷、祖父	bà nội 奶奶、祖母	
ông ngoại 外公	bà ngoại 外婆	
bác 伯父、伯母	bác trai 伯父	bác gái 伯母
bố 父亲、爸爸	mẹ 母亲、妈妈	
chú 叔叔	cô 阿姨	
thím 婶婶	dì 阿姨、姨妈	bác 姨妈
cô 姑姑	chú dượng 姑丈	
chú dượng 继父	dì / mẹ kế 继母	
cậu 舅舅	mợ 舅妈	
vợ 妻子、老婆	chồng 丈夫、老公	
con 孩子	con cái 子女（总称）	
con trai 男孩、男生	con gái 女孩、女生	

第一课　问候

anh 哥哥	chị 姐姐	em 弟、妹
anh trai 哥哥 anh cả 大哥	anh hai 二哥（在南部指大哥）	
chị gái 姐姐	chị cả 大姐	chị hai 二姐
em trai 弟弟	em gái 妹妹	anh chị em
anh em 兄弟	chị em 姐妹	兄弟姐妹
anh họ 堂哥、表哥	chị họ 堂姐、表姐	em họ 堂弟、堂妹
em trai họ 堂弟、表弟	em gái họ 堂妹、表妹	表弟、表妹
con dâu 媳妇	con rể 女婿	
cô dâu 新娘	chú rể 新郎	
phù dâu 伴娘	phù rể 伴郎	
chị dâu 嫂子	em dâu 弟媳	
anh rể 姐夫	em rể 妹夫	
cháu 孩子、孙子	cháu nội 侄子	cháu ngoại 外甥
cháu trai 孙男	cháu gái 孙女	

V. Bài tập　练习

1. 请根据会话内容进行对话练习，注意越南语人称代词的用法。
2. 请根据自己的实际情况，自行准备内容，并向大家作自我介绍。

BÀI 2   LỚP CHÚNG TÔI
第二课　我们班

I. Hội thoại　会话

Tình huống 1   Ở góc tiếng Việt
情景1   在越语角

A: Chào em. Em học ở trường nào nhỉ?　你好。你在哪个学校学习呢?

B: Em học ở trường Đại học Dân tộc Quảng Tây ạ.　我在广西民族大学学习。

A: Trường ấy thế nào hả em?　那是个什么样的学校呢?

B: Trường em rất rộng và đẹp, có rất nhiều cây cối. Dạo trong vườn trường cứ như dạo mát ở trong rừng xanh ấy.　我们学校很大很漂亮,有很多树木。在校园里散步就好像漫步于树林里一样。

A: Thế à? Nghe nói trường ấy còn có một cái hồ rất đẹp gọi là hồ Tương Tư phải không?　这样呀! 听说那个学校还有一个很美丽的湖叫做"相思湖"对吗?

B: Vâng, đúng đấy. Về hồ Tương Tư còn có một câu chuyện lãng mạn kể rằng: Trên hồ Tương Tư có một cái cầu gọi là cầu Tương Tư, bên cạnh cầu Tương Tư có một cái đình gọi là đình Tương Tư, dưới đình Tương Tư có một đôi uyên ương, đôi uyên ương ấy đang kể chuyện hồ Tương Tư…
对啊。关于相思湖还有一个很浪漫的故事,是这样的:相思湖上有一座桥叫相思桥,在相思桥的旁边有一个亭子叫相思亭,在相思亭下有一对相思人,相思人正在讲述着相思湖的故事……

A: Ôi, lãng mạn thế! Chắc trường em có nhiều bạn xinh gái và đẹp trai lắm nhỉ?
哇,这么浪漫! 大概你们学校有很多美女和帅哥吧?

B: Vâng, nhất là những bạn xinh gái, nhiều lắm.　对啊,尤其是美女,很多呢。
Bao giờ anh rảnh rỗi thì đến trường em chơi. Em sẽ giới thiệu cho anh một bạn gái thật xinh.　什么时候你有空到我们学校来玩,我给你介绍一个漂亮的女生。

A: Ừ, cảm ơn em nhé. Em cũng rất xinh mà.　好啊,谢谢你。你也很漂亮嘛。

B: Ôi, anh lại trêu em rồi.　哎呀,你又逗我了。

Tình huống 2　Buổi học đầu tiên của năm học mới
情景2　新学年的第一次课

　　A：Sao cậu đến sớm thế?　你怎么来这么早啊?

　　B：Tớ đến có sớm đâu? Sắp lên lớp rồi đấy.　哪里早？快要上课了。

　　A：Cậu có biết lớp trưởng của lớp mình là ai không?　你知道我们班的班长是谁吗?

　　B：Có chứ. Lớp trưởng là chị Hoa, đang ngồi ở kia kìa.
　　　知道。我们的班长是华姐，正坐在那边。

　　A：Ồ, chị ấy xinh nhỉ? Thế ai dạy chúng ta môn tiếng Việt nhỉ?
　　　哦，她好漂亮呀。那谁教我们越语课呢?

　　B：Cô giáo tiếng Việt của chúng ta là cô Bình.　我们的越语老师是萍老师。

　　A：Cô ấy là một người như thế nào?　她是个怎么样的人呀?

　　B：Nghe nói cô ấy kiến thức sâu rộng, kinh nghiệm dồi dào, lại có tinh thần trách nhiệm rất cao đấy.　听说她知识渊博，经验丰富，并且有很高的责任心呢。

　　A：Thế à? Thế thì hay quá.　这样呀，那就太好了！

Tình huống 3　Trong giờ học
情景3　在课堂上

　　A：Chào em. Em tên là gì?　你好。你叫什么名字?

　　B：Dạ, thưa thầy, em tên là Trần Phượng ạ.　老师，我叫陈凤。

　　A：Em học lớp nào?　你是哪个班的?

　　B：Dạ, thưa thầy, em học ở lớp Kinh tế và Thương mại Quốc tế 6 ạ.
　　　我是国际经济与贸易（6）班的。

　　A：Lớp em có bao nhiêu người?　你们班有多少人?

　　B：Dạ, thưa thầy, lớp em có 35 người, gồm 11 bạn nam và 24 bạn nữ ạ.
　　　我们班有35个人，有11个男生，24个女生。

　　A：Ồ, bạn nữ đông hơn hai lần bạn nam ấy nhỉ? Thế chủ nhiệm lớp của lớp em là thầy/cô nào?　哦，女生是男生的两倍多呢。那你们的班主任是谁?

　　B：Dạ, chủ nhiệm lớp của chúng em là cô Mai ạ.　我们的班主任是梅老师。

　　A：Các em học tổng cộng mấy môn học?　你们总共学几门功课啊?

　　B：Tất cả có 8 môn ạ, có tiếng Việt, tiếng Anh, Triết học, Thương mại quốc tế v.v.
　　　总共有8门，有越南语、英语、哲学、国际贸易等等。

　　A：Thế một tuần các em học bao nhiêu tiết?　那你们一周要上多少节课?

　　B：Chúng em một tuần phải học 31 tiết cơ. Buổi sáng và buổi chiều đều lên lớp, buổi tối tự học.　我们一周要上31节课呢。早上和下午上课，晚上自学。

A: Ừ, cũng vất vả nhỉ. Nhưng các em vẫn phải chịu khó học tập, để mai sau góp phần xây dựng tổ quốc.

哦，也挺辛苦的。但你们还是得刻苦学习，以后为建设祖国做贡献。

B: Vâng, cảm ơn sự khích lệ của thầy, chúng em sẽ cố gắng ạ.

嗯，谢谢老师的鼓励，我们会努力的。

II. Bài học   课文

LỚP CHÚNG TÔI

Lớp chúng tôi là lớp A chuyên ngành tiếng Việt khóa 2009. Lớp chúng tôi có 25 sinh viên, 8 nam sinh và 17 nữ sinh. Chúng tôi ở các nơi đến đây, cùng ăn cùng ở cùng học tập. Chúng tôi chăm sóc nhau, giúp đỡ nhau, thương yêu nhau như anh em một nhà.

Chúng tôi học nhiều môn học. Mỗi tuần chúng tôi lên lớp 32 tiết, buổi sáng và buổi chiều lên lớp, buổi tối tự học hoặc đi thư viện xem sách, có khi còn đi tham dự góc tiếng Việt tập nói tiếng Việt để nâng cao khẩu ngữ, có khi cũng đi chơi.

Chị Hoa là lớp trưởng. Chị ấy là người Quế Lâm, chị ấy trông rất xinh. Chị ấy vui tính, chăm học và gần gũi mọi người. Chúng tôi rất yêu mến chị ấy.

Cô giáo tiếng Việt của chúng tôi là cô Bình. Cô ấy kiến thức sâu rộng, kinh nghiệm dồi dào và có tinh thần trách nhiệm cao. Chúng tôi rất quý cô ấy. Chúng tôi đều cố gắng học giỏi tiếng Việt, để mai sau góp phần vào việc xây dựng tổ quốc.

Đó là lớp chúng tôi, một tập thể hết sức đoàn kết và đầm ấm. Chúng tôi yêu mến tập thể đầm ấm của chúng tôi.

我们班

我们班是2009届越南语（1）班。我们班有25个同学，8个男生和17个女生。我们从各地聚集到这里，同吃同住同学习。我们互相照顾，互相帮助，像亲兄弟姐妹一样相亲相爱。

我们学很多门功课。每周我们上32节课。上午和下午上课，晚上自学或到图书馆看书，有时去参加越语角练说越语以提高口语，有时也去玩。

阿华是我们班的班长。她是桂林人，很漂亮。她性格开朗，勤奋学习并且平易近人。我们都很喜欢她。

我们的越语老师是萍老师。她知识渊博,经验丰富并且有着很强的责任心。我们都很喜欢她。我们都努力学好越南语,以便今后为建设祖国作贡献。

这就是我们班,一个非常团结而温暖的集体。我们都热爱这个温暖的集体。

TỪ MỚI 生词

góc 角、角落	khoa 系、系部
dân tộc 民族	kinh tế 经济
hả 语气词（表示疑问）	thương mại quốc tế 国际贸易
cây cối 树木	gồm 包括
đi dạo 游逛、散步	đông 人多、众多
vườn trường 校园	tổng cộng 总共
Rừng xanh 绿树林、绿林	môn học 课程、学科
hồ Tương Tư 相思湖	tất cả 全部、所有
về 关于	triết học 哲学
câu chuyện 故事	tuần 周、星期
lãng mạn 浪漫	tiết 节
kể 讲述	tự học 自学、自习
uyên ương 鸳鸯	vất vả 辛苦
cầu 桥、桥梁	vẫn 仍然
đình 亭、亭子	chịu khó 刻苦
xinh, đẹp 漂亮、美丽	góp phần 为……做出贡献
xinh gái 美女、靓女	xây dựng 建设、建立
đẹp trai 帅哥	tổ quốc 祖国
nhất là 尤其是	khích lệ 鼓励、激励
thật 真的、的确	khóa 届
mà 而	chăm sóc 照顾
trêu 逗、逗乐	giúp đỡ 帮助
đầu tiên 首先、最先	thương yêu 相亲相爱
năm học 学年	tham dự 参加
sớm （时间）早	nâng cao 提高
lớp trưởng 班长	khẩu ngữ 口语
chủ nhiệm 主任	vui tính 开朗
kiến thức 知识	chăm học 勤学、勤奋

sâu rộng 渊博	gần gũi 亲近、平易近人
kinh nghiệm 经验	yêu mến 爱戴
dồi dào 丰富、充足	quý 珍贵、珍惜
lại 却、又	tập thể 集体
tinh thần 精神	hết sức 十分、非常、极其
trách nhiệm 责任	đoàn kết 团结
hay 好、精彩、优秀	đầm ấm 温暖

III. Ghi chú ngữ pháp 语法注释

1. rất 和 lắm 等程度副词的用法。

(1) rất 和 lắm 是常用的程度副词，二者都表示"很"的意思，其区别在于：

　　+rất 放在形容词前，如：

　　　rất xinh（很漂亮），Nó học rất giỏi. 他学得很好。

　　+lắm 放在形容词后，如：

　　　đẹp lắm（很美），Nó nói tiếng Việt giỏi lắm. 他说越语很好。

　　+lắm 还可以直接作形容词用，也表示"多"的意思，如：

　　　Nó lắm tiền quá. 他有的是钱/他大把的钱。

　　　Mày thật là lắm chuyện. 你真（是）多嘴！

　　此外，还有其他的程度副词，用法如下：

(2) quá 太："形容词+quá" 表示"非常……，太……"，如：

　　Hay quá 太好了。 Đẹp quá 好漂亮啊。

　　+"quá +形容词" 表示"极其……"，简直让人不敢相信，如：

　　-Nó chạy quá nhanh! 他跑得太快了。（快得让人几乎不敢相信。）

　　-Người xưa làm được công trình thế này, quá giỏi!

　　　古人能够做这样的工程，真是太厉害了。

(3) khá 相当："khá+形容词" 表"相当……"，如：

　　Nó chạy khá nhanh. 他跑得相当快。

　　+单独用时表示"不错"或"一般"，如：

　　　Bạn Mai đọc khá. 阿梅读得不错。

　　-Nó học khá thôi. 他学得一般而已。

(4) cực kỳ 极其："cực kỳ+形容词"，也可以"形容词+ cực kỳ"，都表示"极其……"，如：

　　-Nó chạy cực kỳ nhanh= Nó chạy nhanh cực kỳ 他跑得极其快/他跑得快极了。

(5) vô cùng 无比：用法与cực kỳ一样，既可以放在形容词前，也可以放在形容词后，都表示"无比……"，如：

Ông ta vô cùng xúc động=Ông ta xúc động vô cùng. 他无比的激动。

(6) càng 更加：

+ "càng+形容词"表示"更加……"，形容词后面还可以加上hơn，也表示程度更高，如：

càng đẹp hơn 更漂亮 càng cao hơn 更高

+càng还可以重复连着用，组成"càng+形容词+càng+形容词"，表示"越……越……"，如：

-Cô bé này càng lớn lên càng thông minh rồi. 这小姑娘越大越聪明了（越长越聪明）。

+而"càng+ngày+càng+形容词"或者"ngày càng+形容词"，表示"日益……"，"越来越……"，如：

-Cô bé này càng ngày càng thông minh. =Cô bé này ngày càng thông minh. 这小姑娘越来越聪明了。

(7) hơi 稍："hơi+形容词"表示"稍微……、有点……"，如：

-Tôi thấy hơi mệt. 我觉得有点累。

-Phòng này hơi rộng đấy. 这个房间挺大的。

(8) nhất 最："形容词+nhất"表示最高级，如：

-Anh ấy cao nhất. 他最高。

-Chị ấy học giỏi nhất trong lớp. 她在班上学得最好。

2. xinh 和 đẹp 的区别用法。

(1) xinh 用于指人的漂亮，尤其是年轻女性的漂亮，如：

Chị ấy rất xinh. 她很漂亮。

(2) đẹp 既可以用于指人的漂亮，如：Anh ấy rất đẹp trai. 他长得很帅；也可以用于指物的漂亮，好看，如：

Hoa này đẹp quá. 这花真漂亮。Ngôi nhà này đẹp thế! 这栋房子这么漂亮!

(3) 习惯用法：cô xinh gái 美女，chàng đẹp trai 帅哥。

(4) xinh和đẹp也可以连用成xinh đẹp，也用于形容女性的漂亮，如：

-Ở trường chúng tôi có rất nhiều bạn gái xinh đẹp. 在我们学校有很多美女。

3. Khó chịu 与 chịu khó 的区别。

(1) khó chịu 指身体上感觉难受，如：

Em thấy khó chịu trong họng. 我觉得喉咙难受。

与khó chịu相反的是dễ chịu，意思是"舒服"、"舒适"，如：

-Mùa thu trời khô ráo, mát mẻ, rất dễ chịu. 秋天天气干爽，凉快，很舒服。

(2) chịu khó 从字面上解释是指"受得了苦"，即"刻苦"，如：

-Chúng ta phải chịu khó học tập. 我们要刻苦学习。

-Nó làm việc rất chịu khó. 他工作很能吃苦耐劳。

4. Góp phần 的用法。

góp phần 是"为……作贡献"的意思，用法有4种：

(1) góp phần + 动补成分，如：

góp phần xây dựng tổ quốc 为建设祖国作贡献。

(2) góp phần + vào/cho + việc + 动补成分，如：

góp phần vào/cho việc xây dựng tổ quốc 为建设祖国作贡献。

(3) góp phần + cho + 名词，如：

góp phần cho tổ quốc 为祖国作贡献。

(4) góp phần + trong + việc + 动补成分，指"在……方面作了贡献"，如：

-Con người cũng góp phần không nhỏ trong việc làm đẹp thêm bộ mặt của thiên nhiên.

人类也为把大自然装扮得更美丽作出了不小的贡献。（引自第十一课）

5. 关于定语及表示从属关系的关联词 của 的用法。

(1) 定语是名词的附加成分，用来修饰、限制名词。在越语中，除了表示数量的定语放在名词前面，如：<u>Một</u> sinh viên, <u>hai</u> người, 其他定语都放在名词后面，这是越南语与汉语在语法上的最大区别，如：cô gái <u>xinh đẹp</u> 漂亮的姑娘, cán bộ <u>nhà nước</u> 国家干部, lưu học sinh <u>Việt Nam</u> 越南留学生。

(2) của 常常与它后面的名词或代词组合在一起做定语，它把定语和中心词两个成分连接起来，表示从属关系，相当于汉语表示领属关系的"的"，但在越语中，中心词放在 của 的前面，定语放在 của 的后面。如：sách của tôi 我的书, lớp học của chúng tôi 我们的教室, phương pháp học tập của chúng tôi 我们的学习方法。

+当中心词是指亲属、组织机构、身体的一部分时，của 常常省去不用，如：
bố mẹ tôi 我的父母, gia đình tôi 我的家庭, lớp chúng tôi 我们班, nước chúng ta 咱们的国家, tay chị ấy 她的手。

IV. Kiến thức mở rộng 扩充知识

1. Chế độ giáo dục Việt Nam 越南的教育制度：

(1) Giáo dục mầm non 幼儿教育：

    Nhà trẻ, 2-3tuổi   托儿所，2-3岁

    Mẫu giáo, 3-6tuổi   幼儿园，3-6岁

(2) Giáo dục phổ thông (12 năm) 普通教育（12年）：

    Cấp I: Giáo dục tiểu học: lớp 1, lớp 2, lớp 3, lớp 4, lớp 5

        小学教育   一、二、三、四、五年级

    Cấp II: trung học cơ sở: lớp 6, lớp 7, lớp 8, lớp 9

        初级中学（初中）：初一，初二，初三，初四

    Cấp III: trung học phổ thông: lớp 10, lớp 11, lớp 12

        高级中学（高中）：高一，高二，高三

(3) Giáo dục trung cấp dạy nghề 中等职业教育：

    +Trường trung cấp dạy nghề 职业中学：

    -Loại 3-4 năm (nhập học phải có bằng tốt nghiệp cấp II) 3-4年（持初中毕业证入学）；

    -Loại 1-2 năm (nhập học phải có bằng tốt nhiệp cấp III). 1-2年（持高中毕业证入学）

    +Trường đào tạo kỹ thuật 技术培训学校：

    -Có loại thời gian ngắn hơn 1 năm và loại dài 1-3 năm.

    有一年以下的短期培训，也有1-3年的长期培训

(4) Giáo dục ở bậc cao đẳng đại học 高等教育：

    -Cao đẳng: 3 năm. 大专，3年

    -Đại học chính quy: 4 năm. 大学本科，4年（获学士学位）

    5-6 năm. 大学本科，5-6年（如医科类）（获学士学位）

    -Đại học tại chức: 1-3 năm. 在职大学，函授班，1-3年

(5) Giáo dục sau đại học 研究生教育：

    +Học viên cao học 3 năm. (nhận bằng thạc sĩ) 硕士研究生，学制3年（获硕士学位）

    +Nghiên cứu sinh (nhận bằng tiến sĩ) 博士研究生(获博士学位)，分两种：

    -3-4 năm(có bằng thạc sĩ) 3-4年（持硕士学位证入学的）

    -5 năm (có bằng cử nhân) (cũng gọi là chuyển tiếp sinh)

    5年（持学士学位证书入学的）（也叫硕博连读）

2. Các môn học 各科目：

语文　môn ngữ văn	数学　môn Toán	音乐　môn Âm nhạc
军训课　môn Quân sự	军训　tập quân sự	哲学　môn Triết học
法律基础　Cơ sở pháp luật	体育　môn Thể thao	形体健美课　môn thể hình
外语　môn ngoại ngữ	发音课　môn Phát âm	基础课　môn Cơ sở
听力课　môn Nghe hiểu	听说课　môn Nghe nói	外台听力　môn Nghe đài
文学课　môn Văn học	口语课　Khẩu ngữ	应用文写作　Viết văn ứng dụng
阅读课　môn Đọc hiểu	略读　môn Đọc lướt	精读　môn Đọc kỹ
翻译课　môn Dịch	口译　môn Dịch nói / Phiên dịch	
笔译　môn dịch viết / Biên dịch		

V. Bài tập　练习

1. 请同桌之间互相介绍自己以前高中或初中的学校。
2. 熟练掌握本课语法点，注意相关词汇的区别用法并造句。
3. 请根据实际情况向大家介绍自己的学校、班级、班上的某位同学或任课老师。

BÀI 3   QUÊ HƯƠNG —— GIA ĐÌNH
第三课   家乡——家庭

I. Hội thoại   会话

Tình huống 1   Quê em ở đâu?
情景1 你的家乡在哪里？

A: Chào em, dạo này em có khỏe không? 你好，最近身体好吗？

B: Cảm ơn cô, em khỏe. Còn cô? 谢谢老师，我很好。您呢？

A: Ừ, cô cũng khỏe. Quê em ở đâu đấy? 哦，我也好。你家乡在哪里呢？

B: Dạ, quê em ở Quế Lâm ạ. 我家乡在桂林。

A: À, Quế Lâm à? Nghe nói đó là một thành phố du lịch đấy. Em có thể giới thiệu một chút cho cô được không?
噢，桂林呀！听说那是个旅游城市哦。你可以给我介绍一下吗？

B: Vâng, em rất vui lòng ạ. 好的，我很乐意。
Thành phố Quế Lâm là một thành phố du lịch nổi tiếng, có tiếng là "Non nước Quế Lâm nhất thiên hạ". Ở đấy, không những phong cảnh đẹp, món ăn cũng rất ngon, và con gái ở đấy cũng rất xinh đẹp cơ!
桂林市是一个有名的旅游城市，有着"桂林山水甲天下"的美誉！那里不仅风景美，东西也很好吃，而且那里的女孩也很漂亮呢。

A: Thế à? Thảo nào em xinh thế này! 这样啊？难怪你也这么漂亮！

B: Cảm ơn cô, cô quá khen rồi. 谢谢老师，老师过奖了。

A: Quế Lâm cách đây bao xa? 桂林离这里多远呢？

B: Quế Lâm cách đây khoảng 400 cây số ạ. 桂林离这里大概有400公里。

A: Thế em có hay về quê không? 那你经常回家乡吗？

B: Mỗi học kỳ em chỉ về quê 1-2 lần thôi ạ. 每个学期我只回去一两趟。

A: Em về quê bằng phương tiện gì? 你坐什么车回去？

B: Em hay đi tàu hỏa về quê ạ. 我常常是坐火车回去。

A: Thế phải mất bao lâu và mất bao nhiêu tiền? 那要花多长时间，多少钱？

B: Chỉ mất khoảng 4 tiếng, nhưng phải mất 60 tệ vé xe cơ.
只需要大概4个小时但却要花60块钱车费呢。

A: Quê em có những đặc sản gì nhỉ? 你的家乡有些什么特产呢?

B: Dạ, thưa cô, quê em có nhiều đặc sản, chẳng hạn như phở Quế Lâm, mứt hồng, rượu Tam Hoa...
哦,我的家乡有许多特产,比如说桂林米粉、柿饼、三花酒等等。

Tình huống 2   Nhà em có mấy người?
情景2 你家有几口人?

A: Chào em, nhà em ở đâu nhỉ? 你好。你家在哪里呢?

B: Dạ, thưa thầy, nhà em ở Bằng Tường ạ. 老师,我家在凭祥。

A: Nhà em có mấy người? Và có những ai? 你家有几口人? 都有哪些人呢?

B: Nhà em có 4 người, có bố, mẹ, một anh trai và em ạ.
我家有四口人,有爸爸、妈妈、一个哥哥和我。

A: Bố mẹ em làm nghề gì? 你父母做什么工作?

B: Bố em là công chức nhà nước, còn mẹ em là giáo viên phổ thông trung học ạ.
我父亲是公务员,而我妈妈是一个中学教师。

A: Anh trai em vẫn đang đi học phải không? 你哥哥还在上学对吗?

B: Dạ, không ạ. Anh trai em vừa tốt nghiệp đại học vào năm ngoái, bây giờ đang làm việc ở một cơ quan nhà nước ạ.
哦,不。我哥哥去年刚毕业,现在(正)在一家国家机关工作。

A: Ừ, cả nhà em đều giỏi, em cũng phải cố gắng để theo kịp mọi người nhé.
哦,你全家人都很不错,你也要努力学习以跟上哦。

B: Vâng ạ, cảm ơn thầy, em sẽ cố gắng ạ. 嗯,谢谢老师,我会努力的。

II. Bài học   课文

(1) GIA ĐÌNH TÔI (VIỆT NAM)

Gia đình tôi có sáu người: ông, bà, bố, mẹ, anh tôi và tôi.

Ông bà tôi đều rất già rồi. Năm nay ông tôi 75 tuổi. Trước đây, ông tôi là công nhân ở Nhà máy Xe lửa Gia Lâm (Hà Nội). Bà Tôi 70 tuổi. Trước đây, bà là y tá ở Bệnh viện Bạch Mai. Ông bà tôi đều đã về hưu cách đây 20 năm rồi.

Bố tôi là giám đốc Nhà máy ô-tô Hòa Bình. Năm nay bố tôi 48 tuổi. Bố tôi nói thạo tiếng Pháp và tiếng Trung Quốc. Bố tôi đã đi nước ngoài nhiều lần.

Mẹ tôi là Vụ trưởng vụ Quan hệ Quốc tế Bộ Thương mại. Trước đây, mẹ tôi học ở Trường Đại học Kinh tế Quốc dân Hà Nội. Mẹ tôi, anh tôi và tôi có thể nói chuyện với nhau bằng tiếng Anh.

Anh tôi tốt nghiệp Trường Đại học Ngoại giao cách đây 3 năm. Hiện nay anh tôi làm việc ở vụ Đông Nam Á, bộ Ngoại giao Việt Nam.

Tôi là sinh viên năm thứ tư của Đại học Quốc gia Hà Nội. Tôi học ở khoa Luật. Tôi muốn trở thành một luật sư.

Tôi có một bạn rất thân. Chị ấy tên là Diễm Hương. Diễm Hương là bạn cùng lớp của tôi. Chị ấy là người yêu của anh tôi. Chị ấy không những xinh và dịu dàng, mà còn rất chăm chỉ và thông minh nữa. Tôi mong chị ấy sớm trở thành một thành viên của gia đình tôi.

Gia đình tôi là một gia đình đầm ấm. Tôi yêu gia đình tôi.

（1）我的家庭（越南）

我家有六口人：爷爷、奶奶、爸爸、妈妈、哥哥和我。

我的爷爷和奶奶都很老了。今年我爷爷75岁。以前他是河内嘉林火车机械厂的工人。我奶奶70岁。以前她是白梅医院的的护士。我爷爷和奶奶都在20年前就退休了。

我父亲是和平汽车厂的经理。今年我父亲48岁。我父亲可以熟练说法语和汉语。我父亲曾多次出国。

我母亲是商业部国际关系司司长。以前，我母亲在河内国民经济大学学习。我母亲、我哥哥和我可以用英语对话。

我哥哥三年前毕业于外交大学。现在，我哥哥在越南外交部东南亚司工作。

我是河内国家大学大四学生。我在法律系学习。我希望成为一名律师。

我有一个很好的朋友，名叫艳香。艳香是我的同班同学。她是我哥哥的女朋友。她不仅漂亮温柔，而且还很聪明很勤奋。我希望她早日成为我家的一员。

我的家庭是一个温暖的家庭。我爱我的家庭。

(2) GIA ĐÌNH TÔI (TRUNG QUỐC)

Gia đình tôi ở thị xã Đông Hưng, cách đây khoảng 200 ki-lô-mét. Gia đình tôi có bốn người, có bố, mẹ, một em gái và tôi.

  Bố tôi năm nay 42 tuổi, là một công chức nhà nước, đang làm việc ở một cơ quan nhà nước. Bố tôi rất vui tính, thích chơi cầu lông và hát.

  Mẹ tôi năm nay 40 tuổi, là một người hiền lành và cần cù. Mẹ tôi là một giáo viên phổ thông trung học. Ngoài việc dạy học, mẹ tôi còn làm tất cả mọi việc trong nhà. Mẹ tôi làm việc rất vất vả, tôi rất yêu mẹ tôi, và tôi cũng cố gắng giúp đỡ mẹ tôi trong những ngày nghỉ.

  Em gái tôi năm nay 18 tuổi, đang học cấp III tại trường Phổ thông Trung học số 3. Em gái tôi rất xinh và vui tính, rất thích cười, học tập cũng tốt, mọi người đều rất thích em ấy.

  Còn tôi năm nay 20 tuổi, đang học chuyên ngành Kinh tế và Thương mại quốc tế tại Học viện Hồ Tương Tư trường Đại học Dân tộc Quảng Tây. Tôi cũng học tiếng Anh và tiếng Việt. Tôi thấy tiếng Việt không khó lắm, tôi rất thích học tiếng Việt.

  Bây giờ tôi đang xa nhà để theo học đại học. Tôi rất nhớ nhà. Tôi yêu gia đình tôi. Tôi mong được quay trở về nhà sớm để sum họp với gia đình.

（2）我的家庭（中国）

  我的家庭在东兴市，离这里大约200公里。我家有四口人，父亲、母亲、妹妹和我。

  我父亲今年42岁，是一个公务员，现在在一家国家机关工作。我父亲很开朗，喜欢打羽毛球和唱歌。

  我母亲今年40岁，是一个善良而勤劳的人。她是一个中学教师。除了教学以外，我母亲还得做所有的家务活。我母亲工作很辛苦，我很爱我的母亲。在休息日里，我也努力帮助我母亲做家务活。

  我妹妹今年18岁，正在第三中学读高中。我妹妹很漂亮很开朗，喜欢笑，学习也很好，每个人都喜欢她。

  我今年20岁，现在正在广西民族大学相思湖学院学习国际经济与贸易专业。我也学英语和越南语。我觉得越南语不太难，我很喜欢学越南语。

  现在我正离家在这里读大学。我很想家。我爱我的家庭。我希望能够尽早回到家里与家人团聚。

TỪ MỚI 生词

du lịch 旅游	vụ trưởng 司长
vui lòng 乐意	quan hệ 关系

nổi tiếng 著名、有名	quốc tế 国际
thảo nào 难怪	thương mại 商贸、商业
quá khen 过奖	trước đây 以前
hay 经常、常常	quốc dân 国民
phương tiện（交通）工具	ngoại giao 外交
tàu hỏa 火车	luật 法律
mất 花费	luật sư 律师
đặc sản 特产	trở thành 变成
chẳng hạn 举例、比如	thân 亲密
thiên hạ 天下	người yêu 恋人、（男/女）朋友
cây số 公里	dịu dàng 温柔
nghề, nghề nghiệp 职业	chăm chỉ 勤奋、勤学
phổ thông 普通	thông minh 聪明
cơ quan 机关	thành viên 成员
nhà nước 国家	công chức 公务员
theo kịp 跟上、赶上	già 老的、年纪老的
tốt nghiệp 毕业	thị xã 市镇、县级市
nhà máy 工厂	vui tính 性格开朗
công nhân 工人	hiền lành 善良、纯厚
giám đốc 经理、厂长	cần cù 勤劳
bệnh viện 医院	ngày nghỉ 休息日
trung học 中学	xa nhà 远离家
về hưu 退休	theo học 上学
thạo 熟练	quay 转、转头、转身
vé 票	trở về 返回
chuyên ngành 专业	sum họp 团聚

III. Ghi chú ngữ pháp 语法注释

1. 越南语中数词的表达法。

(1) **1-10的称数法**：小写也用阿拉伯数字1、2、3、4、5、6、7、8、9、10……，大写使用越南语写法：một, hai, ba, bốn, năm, sáu, bẩy/bảy, tám chín, mười…

(2) **11-19的称数法**：mười +基数词，如：11 mười một, 12 mười hai… 19 mười chín.

(3) **20-99的称数法**：

+整十的：个位基数+ mươi，如：20 hai mươi, 30 ba mươi… 90 chín mươi。

+有零头的：个位基数+ mươi +个位基数，如：21 hai mươi mốt, 22 hai mươi hai, 99 chín mươi chín. （在口语中，为了简单快捷，mươi也经常省掉不读，如：21 hai mốt, 22 hai hai, 99 chín chín。）

(4) **变音读法：**

　　+1的变音：1 một, 11 mười một, 21以上读mốt, 如：21 hai mươi mốt/hai mốt, 41 bốn mốt.

　　+4的变音：4 bốn，14 mười bốn，24 读hai mươi bốn或hai mươi tư，34以上读tư，如：34 ba mươi tư, 44 bốn mươi tư, 54 năm mươi tư.

　　+5的变音：5 năm, 15 mười lăm, 25以上读nhăm、lăm都可以，如：25 hai mươi nhăm/ hai lăm, 45 bốn nhăm/ bốn lăm, 55 năm mươi nhăm/ năm mươi lăm/ năm nhăm/ năm lăm.

　　+7读bảy 或bẩy 都可以。

　　+整十的时候，十也可以读作"chục"，如：Cho tôi hai chục cam. 给我（称）二十个橙子。

　　-Váy này bán mấy chục đấy? 这裙子卖几十啊？

　　-Tám chục ạ. 8万越盾。

　　-Có hàng chục người đang biểu tình ở ngoài đường đấy. 有好几十人在外面大街上游行示威呢。

(5) **0的读法：**

　　+0在电话号码中出现的都读không, 如：（0084）04-5807425 không không tám bốn, không bốn, năm tám không bẩy bốn hai năm

　　+0在十位上出现读linh或lẻ, 如：105 một trăm linh năm/ một trăm lẻ năm.

　　+0在百位上读không, 如：1024 một nghìn không trăm hai mươi tư.

　　+其他特殊情况：1100读một nghìn một trăm/ nghìn mốt, 1100000读triệu mốt, 1200000读 một triệu hai/ triệu hai, 1500读nghìn rưởi/ nghìn rưỡi, 3000500读 ba triệu lẻ năm trăm/ ba triệu năm trăm, 2040505读 hai triệu bốn mươi nghìn năm trăm lẻ năm.

(6) **合音读法：** 当二十、三十后面还有零头时，hai mươi可以合音读成hăm、ba mươi可以合音读成băm, 如：21 hăm mốt, 25 hăm nhăm, 31 băm mốt, 35 băm nhăm.

(7) **百位以上数词的读法：**

　　百读trăm, 千读nghìn, 万读vạn或mười nghìn, 十万读trăm nghìn, 百万读triệu, 千万读mười triệu, 亿读trăm triệu, 十亿读tỷ, 百亿读mười tỷ, 千亿读trăm tỷ, 万亿读nghìn tỷ.

越南语中较大的数字读法常用的单位有百trăm, 千nghìn, 百万triệu, 十亿tỷ, 具体写法和读法如下：

tỷ   triệu nghìn
24.584.396.705

从个位数起，每三个数用一个实心点隔开，第一个实心点处读nghìn，第二个实心点处读triệu，第三个实心点处读tỷ，其他数字照读，如该数读作：

hai mươi tư tỷ năm trăm tám mươi tư triệu ba trăm chín mươi sáu nghìn bẩy trăm linh năm.

305.005.064.004 读ba trăm linh năm tỷ không trăm linh năm triệu không trăm sáu mươi tư nghìn không trăm lẻ bốn.

2. 关联词bằng 的用法。

(1) 在动词作谓语的句子里，"动词+ bằng+名词"表示行动时使用什么工具，如：

-Em về quê bằng phương tiện gì? 你坐什么车回家乡？

-Anh ấy đi Bắc Kinh bằng máy bay. 他乘飞机去北京。

-Chúng tôi ăn cơm bằng đũa. 我们用筷子吃饭。

(2) "bằng +名词"做定语时放在中心的后面，指出中心词所表示的事物的质料，如：

cái bàn bằng gỗ = cái bàn gỗ 木头做的桌子=木桌子

cái giường bằng sắt = cái giường sắt 铁做的床=铁床

con hổ bằng giấy = con hổ giấy 纸做的老虎=纸老虎

或者"名词+ làm bằng +名词"表示"某东西是由某质料做成的"，如：

-Cái giường này là làm bằng sắt. 这个床是用铁做的。

(3) 在形容词作谓语的句子里，"形容词+bằng+被比较对象"表示被比较对象与比较对象具有程度相同的某种性质。如：

-Ngôi nhà này cao bằng ngôi nhà kia. 这座房子与那座房子一样高。

-Chúng tôi học tiếng Việt cũng khó bằng / như các anh học tiếng Thái. 我们学越语也像你们学泰语一样难。

-Cô Hoa hát không hay bằng cô Hồng. 华老师唱得没有红老师那么好。

3. 语气词nhỉ, đấy, cơ的用法。

(1) 语气词nhỉ 的用法：

放在带有疑问词的疑问句后，使发问的语气变得更加委婉、亲切。如：

-Em tên là gì nhỉ? 你叫什么名字了？

-Quê em có những đặc sản gì nhỉ? 你的家乡有些什么特产呢?

放在陈述句后，且多是形容词谓语句，表示询问对方的意见，并带有希望对方支持自己看法的附加意义。如：

-Hôm nay trời mát nhỉ? 今天天气凉快吧?

-Phim này hay nhỉ? 这部片好看吧?

-Bài này không khó nhỉ? 这课不太难吧?

nhỉ 还可以表示惊奇、讽刺或喜怒哀乐等语气，这要根据讲话时的气氛和讲话人的态度来确定。如：

-Ôi, anh ấy biết nói tiếng Việt thật nhỉ? 啊，他果真会说越语呀！（惊奇）

-Buổi liên hoan hôm nay vui quá nhỉ! 今天的联欢会真精彩！（喜）

-Ái chà! Tên ác ôn này to gan nhỉ! 嗬，这个恶棍还真大胆！（怒）

-Một người phục vụ nhân dân tốt như vậy mà mất sớm nhỉ!
为人民服务这么好的一个人却过早地去世了！（哀）

-Mày giỏi nhỉ, dám đánh người nhà nước!
你够厉害的嘛，敢打官家的人！（责备，讽刺）

(2) 语气词 đấy 的用法：

放在带有疑问代词的疑问句后，表示对正在进行的事情或存在的事物进行提问。如：

-Anh đi đâu đấy? 你去哪儿呀?

-Chị đang làm gì đấy? 你在干什么呀?

-Ai đấy? 谁啊?

放在肯定句后，表示强烈的肯定语气。如：

-Anh ấy nói đúng đấy! 他说得对啊!

-Chị ấy hát hay lắm đấy! 她唱得很好啊!

-Nó học giỏi đấy! 他学得好啊!

催促别人做某事，表示告诫、提醒的语气。如：

-Làm nhanh tay đi, sắp hết giờ rồi đấy! 快点做吧，时间快到了!

-Tắt máy đi, máy bay sắp cất cánh rồi đấy! 把手机关了吧，飞机快要起飞了!

(3) 语气词 cơ 的用法：

表示不同于对方的意见，如：

-Cậu Hùng nói không đúng. Quý nhất là vàng cơ.
阿雄说得不对。最贵的是黄金啊。

-Con không đi học, con muốn ở nhà với mẹ cơ.
我不上学，我要留在家里陪妈妈嘛。

表示夸耀，如：

第三课　家乡——家庭

-Ở Quế Lâm, không những phong cảnh đẹp, món ăn ngon, và cô gái ở đấy cũng rất xinh đẹp cơ!

那里不仅风景美，东西好吃，而且那里的女孩也很漂亮呢！

-Em còn nói được tiếng Pháp nữa cơ! 我还会说法语呢！

表示责备，如：

-Đã bảo ở nhà, lại cứ đòi đi cơ!

都说留在家了，你偏要来！（现在知道错了吧）

-Nó còn muốn đầu tư tiếp nữa cơ! Nếu đầu tư tiếp thì nay đã lỗ hết vốn rồi.

他还想继续投资呢！如果继续投资的话现在肯定亏完了。

表示追问，放在疑问词后。如：Anh nói gì cơ? 你说什么？Cái gì cơ? 什么？

-Em vào đây, anh nhờ em tý việc. 你进来，我有点事麻烦你一下。

-Việc gì cơ? 什么事呀？

4. 越南语中"不仅……而且……"、"除了……还……"的表达法。

(1) 越南语中表示"不仅……而且……"的有：

không những …(mà) còn… 如：

-Tôi không những nói được tiếng Việt mà còn nói được tiếng Anh.

我不仅能说越南语，还能说英语。

Không những …còn …nữa. 如：

-Nó không những biết hát bài tiếng Trung Quốc, nó còn biết hát bài tiếng Việt Nam nữa. 他不仅会唱中文歌，他还会唱越语歌。

Không chỉ …mà còn… 如：

-Không chỉ là tớ mà còn có cậu nữa đều bị phê bình.

不仅是我，还有你，都被批评了。

(2) 越南语中表示"除了……还……"常用"ngoài...còn (có)..."，"ngoài ...ra, còn ..."，如：

-Trong cuộc thi đấu lần này, ngoài những cầu thủ trong nước, còn có các tuyển thủ đến từ nhiều nước khác.

在这次比赛中，除了国内的选手，还有来自许多其他国家的选手。

-Ngoài những môn bắt buộc ra, chúng tôi còn học cả các môn tự chọn.

除了必修课以外，我们还学选修课。

27

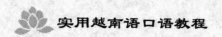

IV. Kiến thức mở rộng 扩充知识

Tên các tỉnh các thành phố lớn của Trung Quốc. 中国各省各大城市名称。

1. 四个直辖市 Bốn thành phố trực thuộc trung ương:

北京 Bắc Kinh 上海 Thượng Hải 天津 Thiên Tân 重庆 Trùng Khánh

2. 各省及省会（包括自治区） Các tỉnh và tỉnh lị (bao gồm khu tự trị):

广西 Quảng Tây	南宁 Nam Ninh	广东 Quảng Đông
广州 Quảng Châu	海南 Hải Nam	海口 Hải Khẩu
福建 Phúc Kiến	福州 Phúc Châu	浙江 Chiết Giang
杭州 Hàng Châu	江西 Giang Tây	南昌 Nam Xương
湖南 Hồ Nam	长沙 Trường Sa	湖北 Hồ Bắc
武汉 Vũ Hán	贵州 Quý Châu	贵阳 Quý Dương
云南 Vân Nam	昆明 Côn Minh	四川 Tứ Xuyên
成都 Thành Đô	陕西 Thiểm Tây	西安 Tây An
安徽 An Huy	合肥 Hợp Phì	江苏 Giang Tô
南京 Nam Kinh	山东 Sơn Đông	济南 Tế Nam
河南 Hà Nam	郑州 Trịnh Châu	山西 Sơn Tây
太原 Thái Nguyên	河北 Hà Bắc	石家庄 Thạch Gia Trang
宁夏 Ninh Hạ	银川 Ngân Xuyên	甘肃 Cam Túc
兰州 Lan Châu	青海 Thanh Hải	西宁 Tây Ninh
西藏 Tây Tạng	拉萨 La Sa	新疆 Tân Cương
乌鲁木齐 U-rum-xi	内蒙古 Nội Mông cổ	呼和浩特 Huhhot
辽宁 Liêu Ninh	沈阳 Thẩm Dương	吉林 Cát Lâm
长春 Trường Xuân	黑龙江 Hắc Long Giang	哈尔滨 Cáp Nhĩ Tân
台湾 Đài Loan	台北 Đài Bắc	

3. 两个特别行政区： 香港 Hồng Kông 澳门 Ma Cao

4. 其他一些常见城市名：

深圳 Thâm Quyến	桂林 Quế Lâm	柳州 Liễu Châu
梧州 Ngô Châu	北海 Bắc Hải	贵港 Quý Cảng
凭祥 Bằng Tường	崇左 Sùng Tả	东兴 Đông Hưng
百色 Bách Sắc	玉林 Ngọc Lâm	河池 Hà Trì
防城港 Cảng Phòng Thành		

V. Bài tập 练习

1. 请同桌之间根据本课内容练习对话，互相介绍自己的家庭。
2. 熟练掌握越语数词的用法，区别语法部分相关词汇的用法并进行口头翻译或造句。
3. 请根据自己的情况向大家介绍自己的家乡或家庭。

BÀI 4   NGÀY, THÁNG, NĂM
第四课 年、月、日

I. Hội thoại   会话

Tình huống 1   Em sinh vào ngày tháng năm nào?
情景1   你是哪年哪月哪日出生的？

A: Chào em, em sinh ngày tháng năm nào nhỉ? 你好。你是哪年哪月哪日出生的呢？

B: Thưa cô, em sinh ngày 20 tháng 11 năm 1985 ạ. Năm nay em 22 tuổi rồi ạ.
    老师，我是1985年11月20日出生的。今年我22岁了。

A: Thế em sinh đúng vào ngày Hiến chương các nhà giáo Việt Nam nhỉ.
    你出生于越南教师节哦。

B: Thế ạ? Thế người Việt Nam chúc mừng ngày nhà giáo thế nào hả cô?
    是吗？那越南人是怎么庆祝教师节的呢？

A: Trong ngày ấy, học sinh Việt Nam thường tặng quà hoặc tặng hoa cho các thầy cô giáo để tỏ lòng biết ơn tới các thầy cô đã dạy dỗ mình.
    在教师节那天，越南学生通常送礼物或送花给老师，以表达对老师的感谢之情。

B: Hôm nay là ngày bao nhiêu rồi cô nhỉ? 今天是几号？

A: Hôm nay ngày 18 rồi, còn hai ngày nữa là đến sinh nhật em rồi đấy. Em định chúc mừng sinh nhật như thế nào?
    今天是18号了，还有两天就到你生日了呢。你计划怎么庆祝你的生日啊？

B: Em sẽ mời một số bạn thân đi ăn cơm, sau đó đi hát ka-ra-ô-kê.
    我想请一些好朋友去吃饭，然后去唱卡拉OK。

A: Thế nhân đây cô chúc em sinh nhật vui vẻ nhé! 那我在此提前祝你生日快乐！

B: Dạ, cảm ơn cô ạ. 谢谢老师。

Tình huống 2   Cậu có người yêu chưa?
情景2   你有男朋友了吗？

A: Thùy Liên ơi, cậu năm nay bao nhiêu tuổi rồi? 垂莲啊，你今年多大了？

B: Tớ 21 rồi. Còn cậu, cậu cũng 21 phải không? 我21了。你呢？你也是21对吗？

A: Không, tớ 24 rồi. 不，我24了。

B: Thế à? Thế cậu trông trẻ hơn tớ. 是吗？那你看起来比我年轻。

A: Cậu có người yêu chưa? 你有男朋友了吗？

B: Rồi, tớ có rồi. Anh ấy năm nay 25 tuổi. 是的，我有男朋友了。他今年25岁。

A: Anh ấy làm nghề gì? 他做什么工作呢？

B: Anh ấy là kỹ thuật viên. Anh ấy năm ngoái vừa tốt nghiệp Đại học Xây dựng.
他是个技术员。他去年才从建设大学毕业。

A: Anh ấy đang làm việc ở đâu? 他现在在哪里工作？

B: Anh ấy đang làm việc ở Công ty Xây dựng Lê Minh. Còn cậu, cậu có người yêu chưa? 他在黎明建设公司工作。你呢，你有男朋友了吗？

A: Chưa. 没有。

B: Thế cậu thích những chàng trai như thế nào? 那你喜欢什么样的男生啊？

A: Tớ thích những chàng trai thông minh và chín chắn.
我喜欢聪明而且成熟的男生。

B: Sao cậu không chọn anh trai tớ? Anh ấy rất thông minh đấy.
那你为什么不选择我的哥哥？他很聪明呢。

A: Anh ấy năm nay bao nhiêu tuổi? 他今年多大了？

B: Anh ấy tuổi mèo, năm nay 32 tuổi. 他是属猫的（即中国的兔），今年32岁。

A: Ồ, rất tiếc, anh ấy hơi già. 哦，很可惜，他有点偏大了。

B: Không sao. Anh ấy là một người rất tốt, biết chăm sóc người khác. Sau này cậu sẽ cảm thấy hạnh phúc thôi. Anh ấy yêu cậu nhưng không dám nói.
没关系的。他是一个很和善的人，会照顾人。以后你会觉得幸福的。我哥哥喜欢你却不敢说。

II. Bài học   课文

CÁC NGÀY LỄ Ở VIỆT NAM

    Cũng như nhiều nước trên thế giới, Việt Nam chào đón năm mới dương lịch vào ngày mùng một tháng một hằng năm.

    Tết Nguyên đán, cũng gọi là Tết âm lịch, thường đến vào tháng hai dương lịch. Trong dịp Tết Nguyên đán, nhân dân Việt Nam được nghỉ ba ngày: Ngày cuối cùng của năm cũ và ngày mùng một, mùng hai tháng giêng năm mới. Tết Nguyên đán là ngày tết lớn nhất và có ý nghĩa nhất đối với người Việt Nam. Trong dịp Tết, các thành viên trong gia đình thường trở về quê hương họp mặt, chúc tết bố mẹ và hỏi thăm họ hàng cùng bà con láng giềng.

Mùng 1 tháng 5 là ngày Quốc tế Lao động. Trong dịp này, những người lao động Việt Nam được nghỉ hai ngày: Ngày 30 tháng 4 (nhân dịp giải phóng miền Nam) và ngày mùng 1 tháng 5.

Kỷ niệm Quốc khánh Việt Nam, nhân dân Việt Nam được nghỉ hai ngày: mùng 2 và mùng 3 tháng 9.

Ngoài ngày Quốc tế Phụ nữ 8/3 ra, Việt Nam còn có ngày Phụ nữ Việt Nam của riêng mình là ngày 20 tháng 10 hằng năm. Trong dịp này, phụ nữ Việt Nam đều mặc áo dài đẹp để chúc mừng, và các bạn nam thường tặng hoa hoặc tặng quà cho các bạn nữ. Có một số bạn nam còn nhân dịp này thổ lộ với người con gái mà mình yêu nữa cơ.

越南的节假日

也像世界上许多国家一样,越南于每年的1月1日迎接阳历新年。

春节,也叫阴历新年,常常是在阳历2月份。春节时,越南人民可以休息三天:旧年的最后一天(除夕)和新年的正月初一、初二。对于越南人来说,春节是一年中最大的并且最有意义的节日。在春节的时候,家里的每个成员常常返回家乡与家人团聚,给父母拜年并向邻居亲友等拜年问候。

5月1日是国际劳动节。在这个时候,越南的劳动人民可以休息两天:4月30日(南部解放纪念日)和5月1日。

庆祝越南国庆,越南人民可以休息两天:9月1日、2日。

除了3月8日国际妇女节以外,越南还有自己的越南妇女节,即每年的10月20日。在这个时候,越南妇女都穿上漂亮的奥黛以表庆祝。而男生常常给女生送花或赠送礼物。有一些男生还趁这个时候向自己喜欢的女生表达爱慕之情呢。

TỪ MỚI 生词

chúc mừng 祝贺	chín chắn 成熟
hiến chương 宪章	chọn 选择
tặng 赠送、馈赠	tiếc 遗憾、可惜
tỏ lòng 表达……之情	dám 敢
tới 到、到达	thế giới 世界

ngày nhà giáo 教师节	chào đón 迎接
dạy dỗ 教导、教育	dương lịch 阳历
sinh nhật 生日	năm mới 新年
định 打算	tết Nguyên đán 春节
nhân đây 趁着……机会、借机	ý nghĩa 意义
chăm sóc 照顾	họp mặt 聚会、会面、会晤
dạy dỗ 教导	chúc tết 拜年
biết ơn 感恩，感谢	họ hàng 亲戚
trông 看	bà con 乡亲们
vừa 刚，刚刚	láng giềng 邻居、毗邻
kỹ thuật viên 技术员	giải phóng 解放
xây dựng 建设、建筑	kỷ niệm 纪念
chàng trai 男生、小伙子	quốc khánh 国庆
áo dài 长袍、奥黛	thổ lộ 吐露、表达

III. Ghi chú ngữ pháp 语法注释

1. 年、月、日的表达法。

越南语中年、月、日的表达顺序与汉语相反，顺序为"ngày ... tháng ... năm ..."，如2008年8月8日表示为 ngày 8 tháng 8 năm 2008.

(1) 年份的读法：1979年 读 năm một nghìn chín trăm bảy mươi chín，口语中也可以直接读 năm một chín bảy chín 或79年 năm bảy chín。2008年 读 năm hai nghìn không trăm linh tám 或 năm hai nghìn lẻ/linh tám.

(2) 月份的读法：1-12月分别读：tháng một (tháng giêng 阴历正月), tháng hai, tháng ba, tháng tư, tháng năm, tháng sáu, tháng bảy, tháng tám, tháng chín, tháng mười, tháng mười một, tháng mười hai (tháng chạp 阴历腊月)

(3) 日的读法：1-10号读 (ngày) mồng/mùng một, (ngày) mồng/mùng hai... mồng/mùng mười.

11-31号读 ngày 11, ngày 12...ngày 31.

(4) 年、月、日合起来的读法：如：1949年10月1日 可读作 ngày mồng một tháng mười năm một chín bốn chín，可写为：ngày 1 tháng 10 năm 1949 或 01/10/1949 或 01-10-1949。

(5) 星期：

星期一 thứ hai, 星期二 thứ ba, 星期三 thứ tư, 星期四 thứ năm, 星期五 thứ sáu, 星期六 thứ bảy, 星期天（日）chủ nhật.

第四课 年、月、日

(6) 一年四季：

春季mùa xuân，夏季mùa hè，秋季mùa thu，冬季mùa đông，汉越音读法：xuân, hạ, thu, đông. 旱季mùa khô，雨季mùa mưa，旺季mùa đắt，淡季mùa ế。

(7) 其他：

大前年	前年	去年	今年	明年	后年	大后年
Năm kia nữa	năm kia	năm ngoái	năm nay	sang năm	năm kìa	năm kìa nữa

大前天	前天	昨天	今天	明天	后天	大后天
Hôm kia nữa	hôm kia	hôm qua	hôm nay	ngày mai	ngày kia	ngày kia nữa

上上个月	上个月	这个月	下个月	下下个月
Tháng trước nữa	Tháng trước	tháng này	tháng sau/tới	tháng sau/tới nữa

上上周	上周	这周/本周	下周	下下周
Tuần trước nữa	Tuần trước	tuần này	tuần sau/tới	tuần sau/tới nữa

2. "ngoài … ra"和"…ngoài ra…"的区别用法。

(1) "ngoài … ra"表示"除了……以外，还……"，如：

-Ngoài ngày Quốc tế Phụ nữ mồng 8/3 ra, Việt Nam còn có ngày Phụ nữ Việt Nam của riêng mình là ngày 20 tháng 10 hằng năm.

除了3月8日国际妇女节以外，越南还有自己的越南妇女节，即每年的10月20日。

-Ngoài chúng ta ra, còn có các bạn Việt Nam nữa.

除了咱们以外，还有一些越南朋友。

有时候也可以单说ngoài，不说ra，意思不变，如：

Ngoài anh ấy, không ai phản đối nữa. 除了他，没有人反对了。

(2) "…ngoài ra…"表示"……此外……"，如：

-Chúng tôi học nhiều môn bắt buộc. Ngoài ra chúng tôi còn chọn mấy môn tự chọn để học. 我们学很多门必修课。此外，我们还选几门选修课来学。

3. để 的多种用法。

(1) để 作关联词，常常在某行为后面，表示目的，如：

-Trong dịp này, phụ nữ Việt Nam đều mặc áo dài đẹp để chúc mừng.

在这个时候，越南妇女都穿上漂亮的奥黛以示庆祝。

-Chúng ta phải cố gắng học tập để mai sau tìm được việc làm tốt.

咱们要努力学习以便将来找个好工作。

有时为了表示强调目的，để也可以放在句首，这时để相当于nhằm mục đích，如：

33

Để (/nhằm mục đích) cho bố mẹ vui mừng, anh ấy càng chịu khó học tập hơn trước.

为了让父母高兴，他比以前更加刻苦学习了。

(2) để 也可以作实词，有"放置"的意思，如：

-Những sách này nên để ở đâu? 这些书应该放在哪呢？

-Cậu cứ để trên bàn đã. 你先放在桌上吧。

4. vừa, vừa mới, vừa rồi, vừa nãy, lúc nãy, vừa qua 的区别用法。

(1) vừa，vừa mới 都表示"刚刚"，指事情刚发生不久，如：

-Tôi vừa / vừa mới ăn xong. 我刚刚吃过。

-Tôi vừa / vừa mới đi chợ về. 我刚刚去市场回来。

此外，二者还可以表示较长一段时间之前刚发生，是一种相对的说法，如：

-Anh ấy năm ngoái vừa tốt nghiệp Đại học Xây dựng.

他去年刚从建设大学毕业。

-Tôi vừa mới sang Việt Nam được hai tháng. 我刚来越南两个月。

(2) vừa rồi, vừa nãy, lúc nãy 都是时间词，都表示在不久之前，如：

-Vừa rồi tôi đang nghe điện thoại. 刚才我在接电话。

-Vừa nãy /lúc nãy tôi đang xem TV. 刚才我在看电视。

(3) vừa qua 表示较长一段时间之前，常作定语，如：

-Một năm vừa qua em còn đang học tiếng Việt ở Trong nước.

过去的一年我还在国内学习越语。

-Hai tháng vừa qua anh bận gì đấy? Chẳng thấy tin anh gì cả!

前两个月你在忙什么？都没有你的一点消息！

Vừa rồi 也可以作定语，表示较短一段时间之前，如：

-Mấy hôm vừa rồi tôi đi công tác xa. 前几天我出差。

IV. Kiến thức mở rộng 扩充知识

1. Các ngày lễ tết của Việt Nam 越南的节假日

-Ngày tết truyền thống (传统节日):

Mùng một tháng giêng:	Tết Nguyên đán (Tết Âm lịch) 春节
Ngày mười lăm tháng giêng:	Rằm tháng giêng 元宵节
Mùng bốn tháng hai:	Tết Thanh Minh 清明节
Mùng mười tháng ba:	Giỗ Tổ Hùng Vương 雄王忌日
Mùng năm tháng năm:	Tết Đoan Ngọ (giết sâu bọ) 端午节
Ngày mười lăm tháng bảy:	Ngày xóa tội vong nhân 鬼节

第四课 年、月、日

Ngày mười lăm tháng tám: Tết Trung Thu 中秋节

-Ngày lễ dương lịch 阳历节假日:

01-01: Tết dương lịch 元旦

03-02: Ngày thành lập Đảng cộng sản Việt Nam 越南共产党成立日

27-02: Ngày Y tế Việt Nam / Ngày thầy thuốc Việt Nam 越南医药卫生日

08-03: Ngày Quốc tế Phụ nữ 国际妇女节

26-03: Ngày thành lập Đoàn thanh niên cộng sản HCM 胡志明青年团成立日

01-05: Ngày Quốc tế Lao động 国际劳动节

19-05: Kỷ niệm ngày sinh chủ tịch Hồ Chí Minh 胡志明生辰纪念日

01-06: Ngày Quốc tế Thiếu nhi 国际儿童节

27-07: Ngày Thương binh Liệt sĩ 越南伤兵烈士日

02-09: Ngày Quốc khánh Việt Nam 越南国庆节

20-10: Ngày Phụ nữ Việt Nam 越南妇女节

20-11: Ngày Nhà giáo Việt Nam 越南教师节

22-12: Ngày thành lập quân đội nhân dân Việt Nam 越南建军节

25-12: Ngày Nô-en (lễ giáng sinh) 圣诞节（耶稣降生日）ông già Nô-en 圣诞老人

14-02: Ngày tình yêu / ngày Va-len-tin 情人节

01-04: Ngày Cá tháng tư / Ngày nói dối 愚人节

2. 12 con giáp 12生肖:

Chuột 鼠   trâu 牛   hổ 虎   mèo 猫(thỏ 兔)   rồng 龙   rắn 蛇
Ngựa 马   dê 羊   khỉ 猴   gà 鸡   chó 狗   lợn 猪

3. Thiên can địa chi 天干地支:

天干	甲	乙	丙	丁	戊	己	庚	辛	壬	癸
	giáp	ất	Bính	Đinh	Mậu	Ký	canh	tân	Nhâm	quý
地支	子	丑	寅	卯	辰	巳	午	未	申	酉	戌	亥
	tý	Sửu	dần	Mão	Thìn	Ty	Ngọ	mùi	Thân	Dậu	Tuất	Hợi

4. Chòm sao 星座:

3.21-4.20   Chòm sao Bạch Dương   白羊座

4.21-5.21   Chòm sao Kim Ngưu   金牛座

5.22-6.21   Chòm sao Song Tử   双子座

6.22-7.22   Chòm sao Cự Giải   巨蟹座

7.23-8.23	Chòm sao Sư Tử	狮子座
8.24-9.23	Chòm sao Xử Nữ	处女座
9.24-10.23	Chòm sao Thiên Bình	天秤座
10.24-11.22	Chòm sao Thiên Hạt (Chòm sao Thần Nông / Hở Cáp)	天蝎座
11.23-12.21	Chòm sao Xạ Thủ	射手座
12.22-1.19	Chòm sao Ma Kết	摩羯座
1.21-2.19	Chòm sao Thủy Bình	水瓶座
2.20-3.20	Chòm sao Song Ngư	双鱼座

V. Bài tập 练习

1. 请根据课文内容进行对话练习。
2. 熟练掌握越语中关于年月日和各节日的表达法，区别相关词汇的用法并进行口头翻译或造句。
3. 请简单介绍越南或中国的节日。
4. 请给大家介绍你的家乡是如何过春节、中秋、端午等节日的。

BÀI 5   CON GÌ? CÁI GÌ? AI?
第五课   什么动物？什么东西？谁？

I. Hội thoại   会话

Tình huống 1   Dạo chơi trong vườn thú
情景1   逛动物园

A: Bố ơi! Con gì đây?   爸爸，这是什么动物呀？

B: Đây là con ốc.   这是田螺。

A: Ồ, nó nhanh quá. Còn con gì kia?   哦，它爬得好快。而那是什么呢？

B: Nó là con gấu.   那是狗熊。

A: Kia là con ngựa phải không bố?   那是马对吗？

B: Không, nó không phải là con ngựa. Nó là con lạc đà.   不，那不是马。那是骆驼。

A: Chị Na ơi, xem này, con rắn! Nó vừa to vừa dài!
   娜姐，你看啊，蛇！它又大又长！

C: Không, nó không phải là con rắn. Nó là con trăn cơ.
   不，那不是蛇。那是蟒蛇。

A: Bố ơi, khỉ ở đâu ạ?   爸爸，猴子在哪里呢？

B: Ở đằng kia.   在那边。

A: Ồ, con khỉ này rất dữ.   哦，这只猴子好凶哦。

B: Không, nó không phải là con khỉ. Nó là con vượn.   不，它不是猴子。它是猿。

C: Hồng ơi, sang đây mau. Khỉ đây rồi, nhiều quá!
   小红，快过来。猴子在这里，好多啊！

A: Ôi, con khỉ này rất bé nhưng rất nhanh.   这只猴子很小但很敏捷。

C: Bố ơi. Đằng kia rất đông người. Chúng ta đi xem nhé.
   爸爸，那边好多人。咱们去看看吧。

A: Ồ, con cá voi!   哦，是鲸。

C: Mày chán quá, lúc nào cũng sai. Đây không phải là con cá voi, đây là con cá sấu.
   你真是的，老是说错。这不是鲸，这是鳄鱼。

A: Chà. Răng nó nhọn quá. Nó cũng có chân.   哟，它的牙齿好锋利哦。它也有脚。

Còn đây là con cá voi rồi đúng không? 而这是鲸了对吗?

C: Mày lại sai rồi. Đây vẫn không phải là cá voi. Đây không có cá voi đâu. Đây là cá heo. Hình như sắp biểu diễn cá heo rồi đấy. Bố đi mua vé cho chúng con với, chúng con muốn xem. 你又错了。这仍不是鲸。这里没有鲸。这是海狮。好像海狮表演快开始了。爸爸去给我们买票吧，我们想看。

Tình huống 2　Ở trung tâm triển lãm
情景2　在展览馆

A: Chị Thu, đây là cái gì? 秋姐，这是什么呀?

B: Đây là đàn nhị. 这是二胡。

A: Còn cái gì đây? 这是什么呢?

B: Đây là cái đàn bầu. 这是独弦琴。

A: Kia là ti-vi phải không? 那是电视对吗?

B: Không. Đấy không phải là ti-vi. Nó là máy vi tính. 不，那不是电视。那是电脑。

A: Chị Thu ơi, nhìn kìa. Cái bàn kia rất cao và dài.
秋姐啊，看那边。那张桌子很高很大呢。

B: Ồ, kia không phải là bàn. Kia là cái đàn piano đấy. Tiếng của nó rất hay.
哦，那不是桌子。那是钢琴呢。它的声音很好听。

A: Còn cái này là cái đàn ghi-ta phải không chị? 这是吉他对吗?

B: Đúng rồi. 对了。

A: Chị Thu biết chơi đàn ghi-ta chứ gì? Chị dạy em với.
你不是会弹吉他吗? 你教教我吧。

B: Chị biết, nhưng chị chơi tồi lắm. Để lúc nào chị chơi giỏi rồi chị sẽ dạy em nhé.
我会，但我弹得不太好。等什么时候我弹得好了，我再教你吧。

A: Dạ, vâng ạ. Cảm ơn chị. 嗯，好的。谢谢姐姐。

Tình huống 3　Giới thiệu những người trong ảnh
情景3　介绍相片里的人

A: Hai cụ già này là ai đấy? 这两个老人是谁啊?

B: Đây là ông tớ và bà tớ. 这是我的爷爷和奶奶。

A: Còn đây là bố cậu phải không? 这是你的爸爸对吗?

B: Ồ, không. Đấy là bác tớ. 哦，不。那是我伯父。

A: Bác cậu trông giống bố cậu quá. Bác ấy làm nghề gì?
你伯父看起来很像你的爸爸。他是做什么的呢?

第五课　什么动物？什么东西？谁？

B: Bác ấy là luật sư. Còn đây là bố mẹ tớ. Cậu có biết ai đây không?
他是一个律师。这是我父母。你知道这是谁吗？

A: Nhà báo Phan Quang phải không? 是记者潘光对吗？

B: Không. Đây là giáo sư Phan Huy. Ông ấy là một nhà sử học nổi tiếng đấy.
不。这是潘辉教授。他是个有名的历史学家呢。

A: Ông ấy làm việc ở đâu? 他在哪里工作？

B: Ông ấy là bạn của bố tớ. Ông ấy cũng dạy học ở Trường Đại học Quốc gia. Còn đây là giáo sư Võ Quý. Ông ấy nghiên cứu về các loại chim ở Việt Nam.
他是我父亲的朋友。他也在国家大学教书。这是武贵教授。他研究越南鸟类。

A: Tớ biết giáo sư Võ Quý. Ông ấy đã từng dạy tớ đấy.
我认识武贵教授。他曾经教过我呢。

B: Cậu có biết người này không? 你认识这个人吗？

A: À, chị Kim Tiến, phát thanh viên trên ti-vi. 啊，金进姐，电视主持人。

B: Cậu đã gặp chị ấy lần nào chưa? 你见过她吗？

A: Chưa. Tớ chưa gặp chị ấy lần nào. Tớ chỉ thấy ở trên ti vi thôi. Còn ai đây?
没有。我从来没有与她见过面。只在电视上见过。那这是谁呢？

B: Đây là ông Như Thọ. Ông Thọ là Tổng giám đốc của Tổng cục Du lịch Việt Nam. Người đứng cạnh là ông Đỗ Quang Trung, là Tổng cục trưởng Tổng cục Công an.
这是如寿先生。他是越南旅游总局局长。站在旁边这个是杜光忠先生，是公安总局局长。

A: Còn ai đây? Bộ trưởng Trần Hoan phải không? 哦，这是谁呀？陈欢部长对吗？

B: Đúng rồi. Ông ấy còn là một nhạc sĩ khá nổi tiếng. Người ngồi cạnh là Bộ trưởng Bộ Thương mại.
对了。他还是一个相当有名的音乐家呢。 坐在旁边这个人是商贸部部长。

II. Bài học　课文

CÔNG VIÊN THỦ LỆ

Công viên Thủ Lệ nằm trong khu vực quận Ba Đình (Hà Nội). Nó là một trong những điểm thu hút người Hà Nội, đặc biệt là thanh thiếu niên, trong những ngày nghỉ. Đây cũng là "điểm hẹn" của du khách trong và ngoài nước.

Công viên Thủ Lệ rất rộng. trong đó không chỉ có hồ nước, cây xanh, hoa lá mà còn chứa cả vườn thú quốc gia. Hoa rất thơm. Lá rất xanh. Nước hồ rất trong. Thú rất nhiều.

Ở một góc tĩnh mịch của công viên còn có một ngôi chùa cổ với tiếng chuông âm vang và mùi hương ngạt ngào. Đây cũng là điểm tham quan khá thú vị đối với du khách.

Thủ Lệ sẽ làm cho bạn thoải mái và thanh thản khi ra về. Đã đến một lần, chắc chắn bạn sẽ muốn quay lại. Đó là Thủ Lệ của Hà Nội hôm nay.

首丽公园

首丽公园位于河内巴亭郡区域内。它是吸引河内人尤其是青年人的景点之一，尤其是在各个休息日。当然，这也是国内外游客的"相约之地"。

首丽公园很大。里面不仅有湖，有花草、树木，还有国家动物园。这里的花很香，树很绿，湖水很清澈，动物也很多。

在公园静谧的一角还有一个古寺，在这里钟声缭绕，花香浓郁。对于游客来说，这也是相当有趣的一个参观景点。

首丽公园将会使你在返回的时候感到惬意、尽兴。来过一次，你肯定还想再来。这就是河内今日的首丽公园。

TỪ MỚI 生词

dạo chơi 游玩、游逛	nhạc sĩ 音乐家
vừa ... vừa ... 又……又……，既……又……	khá 相当
đằng kia 那边	công viên Thủ Lệ 首丽公园
mau 快、迅速	khu vực 区域、地区
đông người 众多、人多	quận 郡
chán 厌倦、无聊	Thu hút 吸引
răng 牙齿	đặc biệt 特别
nhọn 锋利	thanh thiếu niên 青少年
chân 脚	chứa 包含、蕴藏
hình như 好像	trong (trong sạch) 清、清澈
biểu diễn 表演	tĩnh mịch 静谧
triển lãm 展览	ngôi 座（单位词）
với 语气词（表恳求、恳请）	chùa 庙、寺庙
tồi 差的、差劲	cổ 古老
giống 像、相像、长得像	tiếng chuông 钟声

第五课　什么动物？什么东西？谁？

nhà báo 记者	Âm vang 响彻、缭绕
giáo sư 教授	mùi hương 香味
nhà sử học 历史学家	ngạt ngào 浓郁
dạy học 教学	tham quan 参观
nghiên cứu 研究	Thú vị 有趣、趣味
từng 曾经	du khách 游客
phát thanh viên 直播员、广播员	thoải mái 舒适、舒服、惬意
tổng 总的	thanh thản 坦然
cạnh 旁边	chắc chắn 大概（表肯定的猜测）
	quay lại 返回

III. Ghi chú ngữ pháp　语法注释

1. 越南语单位词的用法。

　　表示人、事物或动作的数量单位的词叫单位词，如con（只、条……），cái（个、张），chiếc（只、张），đứa（个、家伙），thước（尺），cân（公斤），miếng（块），đàn（群），lần（次、趟），hạt（粒），buổi，cuộc…

(1) con（只、头、条）常用来表示动物，如：một con cá一条鱼，hai con bò两头牛；此外，也用来表示那些非动物的有一定灵动性的东西，如：hai con mắt两只眼睛，con tim一颗心，con thoi梭子，một con dao一把刀，một con sông一条河流，hai con đường两条路……

(2) cái, chiếc（个、张）常用来表示一个个、一件件的物体，如：một cái bàn一张桌子，hai chiếc ghế两把椅子，hai cái cốc两个杯子，một chiếc ô-tô一辆汽车，hai chiếc bút máy两支钢笔。

(3) người, đứa（个、家伙）常用来表示人的数量，người 用来指比较尊重的人，如：hai người giáo viên两位教师，năm người cán bộ五个干部；đứa一般用来指小孩或地位相对低的人，如：mấy đứa trẻ几个小孩，năm đứa học sinh五个学生。

(4) tên, thằng常用来表示坏人的数量，如：hai tên địch两个敌人，một tên/ thằng gián điệp一个特务，hai thằng kẻ cắp两个小偷。

(5) quyển, cuốn（本，卷）都是用来指书本的，但quyển用来指相对较薄的，如：một quyển sách一本书，hai quyển vở两本练习本，năm quyển tiểu thuyết五本小说；cuốn一般用来指较厚的，如：hai cuốn từ điển两本字典，một cuốn truyện dài一本长篇小说。

(6) bức(封，张), lá（片、张）都用来指薄的东西，但基本都有固定用法，一般不能互换用，如：một bức / lá thư一封信，hai bức ảnh两张相片，một bức tường一堵墙，hai bức tranh两幅画，một lá phổi一片肺。lá本来是树叶的意思，因此一般用来指很薄的东西；而bức可以用来指本身较厚的但相对薄的东西，如một bức tường一堵墙。相片还可以用tấm，如một tấm ảnh一张相片。

(7) quả（个）常常用来指圆形的东西，如：quả táo（一个）苹果，quả lê梨子，hai quả bóng两个球。

(8) 其他的：giọt nước mắt眼泪，giọt/hạt nước（一）滴水，hạt mưa雨滴，hạt gạo米粒，một nải chuối一串香蕉，hai cân vải两公斤荔枝，một cân thịt一公斤肉，hai lít dầu两升油，hai chai bia两瓶啤酒，một chén rượu一杯（指小酒杯）酒，hai cốc nước两杯（指大杯子）水，một tách trà一杯茶，một bát phở一碗粉，hai bát cơm两碗饭，hai món ăn两道菜，một đĩa rau一碟蔬菜，năm thước vải五尺布，hai mẫu đất两亩地，một miếng/mảnh/khoảng đất一块地，một trận mưa一阵雨，một cơn gió一阵风，một cây súng一把枪，hai cái/chiếc bút两支笔，một ngôi nhà一座房子，một ngọn/quả núi一座山，một lọ thuốc nước一瓶药水，hai gói thuốc bột两包药粉，một bông hoa一朵花，một bó hoa一束花，một chậu nước一盆水，một thùng nước一桶水，đàn chim（一群）鸟，hai tút/cây thuốc lá两条香烟，hai bao thuốc lá两包烟，một điếu thuốc lá一根烟。

动作单位词：Đi một chuyến去一趟，đi hai lần去两次，chém một nhát砍一刀，đá một cái踢一脚，đánh mấy cái打几下，bắn hai phát射两箭/打两枪，tiêm một phát打一针。

2. 指示代词 đây, kia, đấy, đó, kìa kìa

(1) đây 这，指离说话人和听话人都较近的人或事物，如：
   Đây là bút bi, đây không phải là bút máy. 这是圆珠笔，这不是钢笔。

(2) kia：kia, đó, đấy 都有"那"的意思，但kia 是指离说话人和听话人都远的"那边"，如：
   Kia có phải là ký túc xá không? 那是宿舍吗？

(3) đấy指离说话人远、离听话人近的人或事物，đó和đấy基本相同。如：
   Đấy / Đó không phải là ký túc xá, đấy/ đó là thư viện. 那不是宿舍，那是图书馆。

(4) kia kìa指较远的"那边"，如：
   Chị ấy đang ngồi kia kìa. 她正坐在那边。

(5) kia, đó, kìa还可以放在名词后面作定语，如：
   Đằng kia那头，那边，bên kia 那边，hôm kia 前天，hôm kìa 大前天，ngày kia 后天，ngày kìa 大后天。又如：
   -Anh kia có phải là Hoa không? 那个人是阿华吗？
   -Người đó là ai? 那个人是谁？

第五课　什么动物？什么东西？谁？

3. Xem, nhìn, trông, coi, nom, thấy 的区别用法。

(1) xem 常常指看有文字、图画等书面上的东西，如：

xem sách 看书，xem phim 看电影，xem TV 看电视。

xem 也可以用于指大略地看，如：

xem phong cảnh 看风景，xem quần áo 看衣服，xem qua。

此外，xem 还可以用于很多场合，如：

Cậu đoán xem. 你猜猜看；Cậu xem thế này có được không… 你看这样行不行……

(2) nhìn 常常指特意去看，如：

-Chị ấy nhìn qua cửa sổ, thấy một con chim đang đậu ở trên cành cây.

她往窗外看去，看见一只小鸟正站在树枝上。

-Cậu nhìn này, đây là gì. 你看看，这是什么。

(3) trông 和 coi 都有"照看、照顾"的意思，照看的对象可以是物，也可以是人，如：

trông xe 保管车，trông đồ 看管东西，trông con 照看小孩。

-Cậu trông hộ tớ con chó này mấy hôm nhé? Tớ phải về nhà một chuyến.

你帮我照看这只狗几天可以吗？我要回家一趟。

-Cháu để ở nhà ai coi? 孩子放在家谁照看？

此外，trông 和 nom 还有"看起来怎么样"的意思，如：

-Cậu trông trẻ hơn tớ. 你看起来比我年轻。

-Cậu mặc áo này trông/ nom rất đẹp mắt. 你穿这件衣服看起来很好看。

(4) nom 也有"照看"的意思，加在 trông 之后成 trông nom 也是"照看、照顾"的意思，如：

-Nhiệm vụ chính của tôi là trông nom con cho nhà chủ.

我的主要任务是给主人家照顾小孩。

(5) thấy 有"见到、感觉到"的意思，如：

Cậu thấy chưa? 你看见没有？

-Mấy hôm nay tôi thấy hơi mệt. 这几天我觉得有点累。

thấy 还可以作为助动词直接放在动词后，表示动作的结果，如：

nhìn thấy, nom thấy 看见, nghe thấy 听见, cảm thấy 感觉到, tìm thấy 找到……

4. chắc chắn 等表示猜测的表达法。

越南语中表示猜测的有：chắc, chắc chắn, chắc là, có lẽ, có thể, khả năng 等。

(1) chắc chắn 表示非常肯定的猜测，如：

-Đã đến công viên Thủ Lệ một lần rồi, chắc chắn bạn sẽ muốn quay lại.

来过首丽公园一次，你肯定还想再来。

(2) chắc, chắc là, có lẽ, có thể, khả năng 表示一般语气的猜测，如：

-Chắc nó gặp trục trặc gì đó rồi. 大概他遇到什么麻烦了吧。

-Người được giải nhất chắc là chị Hòa nhỉ? 得第一名的人大概是阿和吧。

-Có lẽ/khả năng nó không đến nữa. 大概他不来了。

-Cũng có thể nó không thích cậu nữa. 也有可能他不再喜欢你了。

(3) Có thể 除了表示猜测，还有"可以"的意思，如：

-Tôi có thể nói chuyện với anh ấy một lúc không? 我可以跟他说一会儿话吗？

IV. Kiến thức mở rộng 扩充知识

Từ ngữ bổ sung 补充词汇：

Các loại thú vật 各种动物：

con ếch 青蛙	con nòng nọc 蝌蚪	con cóc 蟾蜍
con dơi 蝙蝠	con vượn 猿	vượn người 类人猿
con voi 大象	con lạc đà 骆驼	con lạc đà hai bướu 双峰骆驼
voi rừng 野象	con gấu 熊	gấu mèo (gấu trúc) 熊猫
con khỉ 猴子	khỉ đuôi dài 长尾猴	khỉ lông vàng 金丝猴
khỉ đầu chó 狒狒	hắc tinh tinh 黑猩猩	đại tinh tinh (đười ươi) 大猩猩
con hươu 鹿	hươu cổ dài 长颈鹿	con nai 麋鹿
con dê 山羊	con cừu 绵羊	linh dương 羚羊
con ngựa 马	ngựa vằn 斑马	con hà mã 河马
con hải li 海狸	con lừa 驴	con la 骡
con chó 狗	con mèo 猫	mèo rừng 野猫
con hổ 老虎	con báo 豹	con sư tử 狮子
chồn chó 獾	con chuột 老鼠	chuột đồng 田鼠
chuột sóc 松鼠	con nhím 刺猬	con túi 袋鼠
con rái cá 水獭	chồn hôi 臭鼬	con cáo 狐狸
con chó sói 狼	con trăn 蟒蛇	con hổ mang 蝮蛇
con rắn 蛇	rắn chuông 响尾蛇	rắn hổ mang 眼镜蛇
con trâu 水牛	con bò 黄牛	trâu rừng 野牛
con tê giác 犀牛	con lợn 猪	con cá sấu 鳄鱼
rồng đổi màu 变色龙	con thạch sùng 壁虎	con thằn lằn 蜥蜴

Côn trùng 昆虫类：

con ruồi 苍蝇	con muỗi 蚊子	con bướm bướm 蝴蝶
con chuồn chuồn 蜻蜓	con châu chấu 蝗虫、蚱蜢	sâu bướm, con ngài, 飞蛾

第五课　什么动物？什么东西？谁？

con bọ rùa 瓢虫	con rết 蜈蚣	Con thiêu thân
con ve 蝉	con bọ nháy 跳蚤	con gián 蟑螂
con bọ xít 臭虫	con đom đóm 萤火虫	con kiến 蚂蚁
con bò cạp 蝎子	nha trùng 蚜虫	con cào cào 螳螂
con ong 蜜蜂	ong nghệ 黄蜂	con giun 蚯蚓
con nhện 蜘蛛	con tằm 蚕	con đỉa 水蛭

Các loại chim 鸟类：

chim họa mi 画眉	chim ưng 鹰	chim đại bàng 雕
thiên nga 天鹅	chim cuốc 杜鹃	con cú mèo 猫头鹰
con vẹt 鹦鹉	dạ canh 夜莺	đà điểu 鸵鸟
con hạc 鹤	chim hồng hạc 火烈鸟	chim chích, chim oanh 莺
chim hải âu 海鸥	chim công 孔雀	chim gõ kiến 啄木鸟
con quạ 乌鸦	chim bồ câu 鸽子	bồ câu nuôi 家鸽
chim hoàng yến 黄雀	chim bạch yến 金丝雀	chim chiền chiện 云雀
chim sẻ 麻雀	chim sẻ ngô 山雀	chim ngói 斑鸠
chim yến 燕子	chim sáo 八哥	chim cút 鹌鹑
chim cốc 鸬鹚	chim nhạn 雁	gà tây 火鸡

Các loại hải sản thủy sản 海产水产类：

hải sản tươi 海鲜	ba ba 甲鱼	cá biển 海鱼
cá voi 鲸	cá heo 海狮	cá sấu 鳄鱼
cá chim 鲳鱼	cá hoa vàng 黄鱼	cá hố 带鱼
cá lạc 海鳗	cá sác đin 沙丁鱼	cá lành canh 凤尾鱼
cá mực 鱿鱼	con mực 墨鱼	con sứa 海蜇
cua biển 海蟹	đỉa biển (hải sâm) 海参	ốc biển 海螺
rau câu (tảo tía) 紫菜	tảo biển nâu (côn bố) 海带	ốc sên 蜗牛
tôm 条虾	tôm he 对虾	tôm hùm 龙虾
tôm khô 虾皮	tôm nõn tươi 虾仁	cá nước ngọt 淡水鱼
cá chép 鲤鱼	cá diếc (cá giếc) 鲫鱼	cá hồi 鲑鱼
cá quả 黑鱼	cá quế 桂鱼	cá vền 鳊鱼
cá nóc 河豚	cá mè trắng 白鲢	cá sông 白鱼
chạch 泥鳅	lươn 黄鳝	cua sông (cua đồng) 河蟹
con hến (trai sông) 河蚌	con ngao 蛤蜊	lươn sông 河鳗
ốc đồng 田螺	ốc nước ngọt 螺蛳	tôm nước ngọt (tôm sông) 河虾
bong bóng cá 鱼肚	cá mặn 咸鱼	vây cá 鱼翅

V. Bài tập 练习

1. 请根据课文内容进行对话练习。
2. 熟练掌握越语单位词的用法，区别语法部分相关词汇的用法并进行口头翻译或造句。
3. 请给大家介绍你最喜欢的一种动物或者宠物，你跟它之间有些什么感人的故事呢？
4. 假设你们班准备组织烧烤秋游活动，问题是去哪个公园好呢？请分组讨论并陈述你们组的理由。

BÀI 6   BẠN LÀ NGƯỜI NƯỚC NÀO?
第六课   你是哪国人？

I. Hội thoại   会话

Tình huống 1   Ở câu lạc bộ
情景1   在俱乐部

A: Chào anh. 你好。

B: Chào chị. 你好。

A: Xin lỗi, anh là người nước nào? 请问，你是哪国人呢？

B: Tôi là người Singapore. Còn chị, chị từ đâu đến?
   我是新加坡人。你呢，你来自哪里？

A: Em đến từ Trung Quốc ạ. 我来自中国。

B: Xin lỗi, chị tên là gì? 请问你叫什么名字？

A: Tên em là Mai. Còn anh, anh tên là gì? 我叫阿梅。你呢？你叫什么名字？

B: Tên tôi là Minh. 我叫阿明。

A: Anh có phải là thành viên câu lạc bộ không ạ? 你是俱乐部成员吗？

B: Ừ, tôi là thành viên. Thỉnh thoảng tôi lại đến đây để giải trí. Còn chị, chị cũng là thành viên câu lạc bộ đúng không?
   是呀，我是成员。偶尔又来这里消遣娱乐。你呢？你也是俱乐部成员对吗？

A: Không ạ, em không phải là thành viên. Em chỉ làm thêm ở đây thôi. Một tuần làm 3 buổi, mỗi buổi 2 tiếng. 不，我不是成员。我只是在这里兼职而已。一周在这里工作三次，每次两个小时。

B: Thế à? Thế tiền lương bao nhiêu? 这样啊。那你的工资是多少？

A: 100 nghìn một buổi ạ. Một tháng cũng được khoảng 1 triệu rưỡi.
   10万盾一次。一个月也得大约150万盾。

B: Thế cũng được nhỉ, vừa kiếm được tiền ăn ở, vừa có thể tích lũy kinh nghiệm. Chị vẫn là sinh viên à?
   那也挺不错的哦，既可以赚到生活费，又可以积累工作经验。你还是大学生呀？

A: Vâng ạ, em là sinh viên năm thứ ba. 是的。我是大三学生。

B: Thế tôi nên gọi em nhỉ? 那我应该称你为妹了?

A: Dạ, vâng ạ. Còn anh? Anh làm gì ở Việt Nam ạ?
嗯，好的。那你呢? 你在越南做什么的呢?

B: Anh là thương gia. Anh là giám đốc văn phòng đại diện tại Việt Nam của 1 công ty Singapore. Đây là danh thiếp của anh. Ồ, xin lỗi, Anh có cuộc hẹn ở nhà bây giờ. Anh phải về đây. Tạm biệt nhé. 我是商人。我是一家新加坡公司在越南办事处的经理。这是我的名片。哦，对不起，现在我在家有约，我得回去了。再见了。

A: Tạm biệt anh. Hẹn gặp lại anh. 再见。后会有期。

Tình huống 2　Mua hoa quả
情景2　买水果

A: Cô ơi, táo bán bao nhiêu hả cô? 阿姨，请问这苹果卖多少钱呀?

B: 25 nghìn một cân cháu ạ. 一公斤25000盾。

A: Ối giời! Đắt thế cơ à? 20 nghìn được không? 这么贵呀? 20000盾可以吗?

B: Táo nhập từ Trung Quốc sang mà, không thể bớt được nhiều thế đâu. Ít nhất cũng phải 24 nghìn mới bán được. Nếu không thì chẳng có lãi gì cả.
这苹果是从中国进口的嘛，不能少那么多的。最少也要24000盾才能卖。否则就没什么利润了。

A: Thế thì 23 nghìn vậy. Táo nhỏ thế này 23 nghìn là được rồi.
那就23000盾吧。这苹果这么小，23000盾就可以了。

B: Cháu là người nước ngoài phải không? 你是外国人对吗?

A: Sao cô biết ạ? 你怎么知道?

B: Ừ, cô nghe giọng cháu hơi lạ. Cháu là người nước nào?
嗯，我听你的口音有点怪。你是哪国人?

A: Cô đoán xem. 你猜猜看。

B: Người Nhật Bản à? Hay là người Hàn Quốc? 日本人呀? 还是韩国人?

A: Không ạ, cháu là người Trung Quốc cơ. 不，我是中国人。

B: Thế à, thảo nào cháu nói tiếng Việt sõi thế, chẳng khác gì người Việt Nam!
哦，难怪你说越语说得这么流利，跟越南人几乎没有什么区别!

A: Cô quá khen rồi. Cháu học tiếng Việt đã hai năm rưỡi rồi mà.
你过奖了。我学越语已经两年半了嘛。

B: Thôi, nể cháu là người Trung Quốc, 23 nghìn bán cho cháu vậy.
算了，看在你是中国人的面子上，23000盾卖给你算了。

第六课 你是哪国人？

A: Cháu lấy nửa cân thôi ạ. 那我要一斤。

B: Nửa cân đây. Ăn ngon lần sau lại mua giúp cô nhé?
一斤，给。好吃的话下次再来。

A: Vâng ạ, cháu gửi tiền cô. Chào cô ạ. 好的，给你钱。再见。

B: Ừ, cảm ơn cháu. Chào cháu. 好，谢谢。再见。

II. Bài học   课文

CHÚNG TÔI HỌC TẬP Ở VIỆT NAM

Tôi xin tự giới thiệu: Tôi tên là Hoàng Hải Minh, là nhà sử học. Tôi là người Trung Quốc, từ Nam Ninh đến. Hiện nay tôi đang học cao học ở trường Đại học Khoa học Xã hội & Nhân văn - Đại học Quốc gia Hà Nội.

Tôi có nhiều bạn nước ngoài. Họ là nghiên cứu sinh và cùng học tập ở Trường Đại học Khoa học Xã hội & Nhân văn.

Đây là anh Kim. Anh ấy là người Hàn Quốc. Anh ấy từ Seoul đến. Ở Hàn Quốc, anh Kim là một nhà khoa học. Anh ấy đến đây vừa học tiếng Việt vừa nghiên cứu văn hóa Việt Nam.

Kia là chị Mai. Chị ấy là người Mỹ. Chị ấy từ California đến. Trước đây, chị ấy học tiếng Việt ở trường Đại học Cornel. Bây giờ chị Mai đang nghiên cứu tiếng Mường.

Còn kia là anh Danny, một nhà văn. Anh ấy từ Kuala Lumpur đến. Anh ấy là người Malaysia. Anh ấy đang nghiên cứu về văn học Việt Nam.

我们在越南学习

请允许我自我介绍：我叫黄海明。我是历史学家。我是中国人。我从南宁来。现在我正在河内国家大学所属人文与社会科学大学读研。

我有许多外国朋友。他们是博士研究生并且也在人文与社会科学大学学习。

这是阿金。他是韩国人。他从首尔来。在韩国，阿金是一个科学家。他来这里一边学习越南语一边研究越南文化。

那是阿梅。她是美国人。她来自加利福尼亚。以前她在康奈尔大学学习越语。现在她在研究芒族语言。

而那位是丹尼先生，一个文学家。他来自吉隆坡。他是马来西亚人。他现在在研究越南文学。

TỪ MỚI 生词

thành viên 成员	đắt 贵
câu lạc bộ 俱乐部	nhập (nhập khẩu) 进口
thỉnh thoảng 偶尔	bớt 减少
giải trí 娱乐、休闲	ít nhất 至少
làm thêm 兼职	nếu không 否则
tiền lương 工资、酬劳	lãi 利润
buổi 次	là 就
kiếm tiền 赚钱	sõi 流利、流畅
tiền ăn ở 生活费	đoán 猜、猜测
rèn luyện 锻炼	chẳng khác gì ... 与……没什么区别
khả năng 可能；能力	thảo nào 难怪
thương gia 商家、商人	nể 面子、脸面
văn phòng 办公室	lấy 取、拿；要、买（口语中）
đại diện 办事处	gửi tiền 寄钱；给钱、付钱（口语中）
tại 在	cao học 硕士研究生
danh thiếp 名片	nghiên cứu sinh 博士研究生
cuộc hẹn 约会	nhà khoa học 科学家
tạm biệt 暂别、再见	văn hóa 文化
mua 买	nhà văn 作家
bán 卖	văn học 文学
cân 公斤	

III. Ghi chú ngữ pháp 语法注释

1. mỗi 与 mọi 的区别用法。

(1) mỗi 指"每一"，mọi 指"每一……都……"，表示全部，如：
  -Mỗi người trả lời một câu. 每个人回答一句。
  -Mọi người đều đến rồi. 每个人都到了/大家都到了。

(2) mỗi 还可以与 một 连用，组成词组"mỗi...một..."，表示"每……一……"的意思，如：
  -Cô giáo phân phát cho chúng tôi mỗi người một tờ giấy trắng.
   老师分发给我们每人一张白纸。
  -Chúng tôi mỗi người một lí, không ai chịu ai. 我们每人一个道理，谁都不服谁。
   词组"chỉ ...mỗi+数词"可以用于强调数量少，如：

第六课　你是哪国人？

-Tôi chỉ có mỗi một cái vé thôi. 我就只有一张票而已。

-Hôm nay chỉ có mỗi năm người đến học thì tôi dạy thế nào đây?

今天就只有10个人来上课, 我怎么教呢？

(3) "mỗi+时间词+một +形容词"还可以表示"越来越……"，如：

-Cuộc hành trình mỗi lúc một nhanh thêm, ba giọt nước cũng mỗi lúc một lạnh thêm và nhỏ đi. 行程越来越快了，三滴水也变得越来越冷、越来越小了。

-Cô bé mỗi ngày một lớn lên và xinh hơn. 小姑娘一天天长大也越来越漂亮了。

2. Tốt, giỏi, sõi, thạo 的区别用法。

(1) tốt 指一般的"好"，如：

người tốt 好人，người tốt bụng 好心人, học sinh tốt 好学生, học tập tốt 学习好。

(2) giỏi 指"好"的程度比tốt高，有"优秀"之意，如：

học sinh giỏi 好学生/优秀学生, thành tích giỏi 优异的成绩。

-Nó học giỏi tiếng Anh lắm. 他英语学得很好。

(3) sõi 指说话很流利，很地道，如：

-Sao cậu nói tiếng Việt sõi thế? 你怎么说越语说得这么流利呢？

(4) Thạo 指精通某种语言，如：

Nó thạo tiếng Anh lắm. 他精通英语。

-Chúng tôi muốn tuyển một người thạo tiếng Việt và tiếng Anh.

我们需要招聘一名精通越语和英语的人。

3. 半数的表达法。

(1) 未到整数一的"半数"用nửa, 如：

nửa ngày 半天, nửa năm 半年, nửa cân 半公斤, nửa tiếng 半小时, một nửa 一半。

(2) 整数之后还有一半常用rưỡi, 如：

một tháng rưỡi 一个半月, hai năm rưỡi 两年半, ba trăm rưỡi 三百五, một tiếng rưỡi 一个半小时.

(3) rưỡi 也用于整数之后的一半，但一般只用于较大的整数如trăm（百）、nghìn（千）、vạn（万）、triệu（百万）之后，表示这些整数之后的半数，如：

hai trăm rưỡi 两百五, nghìn rưỡi 一千五, triệu rưỡi 150万（一兆五）。

-Tiền lương của tôi mỗi tháng chỉ có triệu rưỡi thôi.

我每个月的月薪只有150万盾而已。

51

4. 倍数的表达法。

越南语中，倍数常用"gấp+数词"、"数词+lần"、"gấp+数词+lần"来表示，在这些组合之前加tăng或不加tăng都是指增加部分和原有部分的总和。如：

-Số học sinh trường chúng tôi năm nay nhiều gấp 3 so với hai năm trước.

今年我们学校的学生是两年前的3倍。

-Khách đến gấp đôi so với kế hoạch dự tính.

来的客人比预算计划多了一倍。

-So với năm ngoái, số lượng gỗ và xi măng đều tăng trên 2 lần.

与去年相比，木材与水泥的产量都增加了一倍以上。

说明：

（1）越南语中有"gấp rưỡi"的说法，意思是"增加了0.5倍"或"为……的一倍半"，如：

-Sản lượng lương thực năm nay tăng gấp rưỡi so với năm ngoái.

今年粮食的产量是去年的1.5倍/比去年增长了一半。

（2）注意，越南语中"gấp bội"不等于"gấp đôi"和"gấp hai lần"，而是指成倍地增长，如：

-Sản lượng xe đạp điện tăng gấp bội so với hai năm trước.

与两年前相比，电动车的产量已经有了成倍的增长。

IV. Kiến thức mở rộng　扩充知识

Từ ngữ bổ sung 补充词汇：

1. Sáu châu bốn biển và các nước trên thế giới 世界四大洋六大洲：

Bốn đại dương 四大洋：

太平洋 Thái Bình Dương　　大西洋 Đại Tây Dương
印度洋 Ấn Độ Dương　　　北冰洋 Bắc Băng Dương

Sáu châu 六大洲：

亚洲 châu Á　　　　　　欧洲 châu Âu
大洋洲 châu Đại Dương　　非洲 châu Phi
南极洲 châu Nam Cực　　美洲 châu Mỹ (Bắc Mỹ, Nam Mỹ, 拉丁美洲 châu Mỹ La-tinh)

2. Bộ phận nhà nước và thủ đô 部分国家及其首都：

中国 Trung Quốc　　　　北京 Beijing (Bắc Kinh)
英国 Anh　　　　　　　伦敦 London (Luân Đôn)

第六课　你是哪国人？

美国 Mỹ	华盛顿 Washington (Oasinhtơn)
法国 Pháp	巴黎 Paris (Pari)
加拿大 Ca-na-đa	渥太华 Ottawa (Ôttaoa)
德国 Đức	柏林 Berlin (Béclin)
日本 Nhật Bản	东京 Tokyo (Tôkiô)
韩国 Hàn Quốc	首尔 Seoul (Xơun)
俄国 Nga	莫斯科 Moscow (Mát-xcơ-va)
意大利 I-ta-li-a	罗马 Rome (Rôma)
奥地利 Áo	维也纳 Vienna (Viên)
希腊 Hy Lạp	雅典 Athens (Aten)
朝鲜 Triều Tiên	平壤 Pyongyang (Bình Nhưỡng)
印度 Ấn Độ	新德里 New Delhi (Niu Đê-li)
埃及 Ai-cập	开罗 Cairo (Cairô)

3. 10 nước Asean 东盟十国：

印度尼西亚 In-đô-nê-xi-a	雅加达 Jakarta Giacacta
泰国 Thái Lan	曼谷 Bangkok (Băng Cốc)
马来西亚 Ma-lai-xi-a	吉隆坡 Kuala Lumpur (Cuala Lămpơ)
文莱 Bru-nei	斯里巴加湾市 Bandar Seri (Begawan)
越南 Việt Nam	河内 Hà Nội
新加坡 Singapore	新加坡 Singapore (Xin-ga-po)
菲律宾 Phi-li-pin	马尼拉市 Manila (Manila)
柬埔寨 Cam-pu-chia	金边 Phnom Penh (Phnôm Pênh)
老挝 Lào	万象 Vientiane (Viên Chăn)
缅甸 Mi-an-ma	仰光 Rangoon (Răngun)

4. Các nước khác 其他国家：

丹麦 Đan Mạch	阿曼 Ô-man	荷兰 Hà Lan
阿拉伯 A-rập	澳大利亚 Ô-strây-li-a	巴拿马 Pa-na-ma
蒙古 Mông Cổ	巴基斯坦 Pa-ki-xtan	巴西 Bra-xin
比利时 Bỉ	波兰 Pa-la	罗马尼亚 Ru-ma-ni
古巴 Cu-ba	海地 Ha-i-ti	芬兰 Phần Lan
捷克 Tiệp Khắc/ Séc	挪威 Na-uy	瑞士 Thụy sĩ
以色列 I-xra-en	葡萄牙 Bồ Đào Nha	土耳其 Thổ Nhĩ Kỳ

伊拉克 I-rắc	新西兰 Niu Di-lơn	西班牙 Tây Ban Nha
伊朗 Iran	刚果 Côngô	爱尔兰 Ai-len
哥伦比亚 Côlômbia		

V. Bài tập 练习

1. 请根据课文内容向你的同桌介绍你的一个好朋友。
2. 熟练掌握越语中关于半数、倍数的表达法，区别相关词汇的用法并进行翻译或造句。
3. 请向大家介绍自己的某位同学、好朋友或外国朋友。

BÀI 7   HỎI GIỜ
第七课   问时间

I. Hội thoại   会话

Tình huống 1   **Bây giờ là mấy giờ?**
情景1   现在几点了？

A: Chào em, tên em là gì?   你好，你叫什么名字？

A: Xin lỗi, anh có đồng hồ không?   对不起，你有表吗？

B: Dạ, có.   哦，有。

A: Bây giờ là mấy giờ rồi?   现在几点了？

B: Bây giờ là 12 giờ rưỡi.   现在是12点半。

A: Đồng hồ anh chạy có đúng không?   你的表走得准吗？

B: À, quên, đồng hồ mình chạy chậm 5 phút. Bây giờ là 1 giờ kém 25 rồi.
啊，忘了，我的表慢了5分钟。现在是1点差25分。

A: Chết! Em bị muộn 5 phút rồi. Giờ lại tắc đường thế này. Tý nữa vào lớp muộn quá, ngại lắm!
惨了，我迟到5分钟了。现在还这么堵车。待会儿进教室太迟很不好意思。

B: Không sao. Sắp đèn xanh rồi đấy. Bạn không có đồng hồ à?
没关系，快到绿灯了。你没有表呀？

A: Em có, nhưng nó chạy không đúng, nên hôm nay em bị muộn.
我有，但它走得不准，所以今天我迟到了。

B: Bạn là sinh viên năm thứ mấy?   你是大几学生？

A: Em là sinh viên năm thứ ba. Còn anh? Anh cũng là sinh viên phải không?
我是大三学生。你呢？你也是大学生对吗？

B: Ừ, mình cũng là sinh viên, sinh viên năm thứ tư rồi. Lớp mình vào học lúc 1 giờ rưỡi chiều. Mấy giờ lớp bạn kết thúc?
是的，我也是大学生，大四了。我们班下午1点半上课。你们班什么时候放学呢？

A: Khoảng 4 giờ 10. Còn lớp anh?   大约4点10分。你们班呢？

B: Độ 4 giờ 45 phút.   大约4点45分。

55

A: Chào anh nhé, em rẽ lối này. 再见了，我走这边。

B: Chào bạn. Hẹn gặp lại bạn. 再见。希望再见到你。

Tình huống 2　Thời gian biểu ở trường
情景2　在学校的作息时间

A: Chào em Hùng. Lâu lắm không gặp, em khỏe không?
小雄，好久不见，你还好吗？

B: Cảm ơn anh (họ). Em khỏe. Còn anh? 谢谢表哥。我还好。你呢？

A: Anh vẫn như cũ. Mà này, lần đầu tiên xa nhà đi học đại học, em có quen không?
我还是老样子。对了，你第一次远离家去读大学，习惯吗？

B: Lúc đầu em cũng gặp nhiều khó khăn. Nhưng dần dần cũng quen rồi.
开始我也遇到许多困难呢。但慢慢也习惯了。

A: Thời gian biểu của các em như thế nào? 你们的作息时间是怎么样呢？

B: Hàng ngày chúng em 7 giờ dậy, 8 giờ kém mười lên lớp. 12 giờ tan học đến nhà ăn ăn cơm, rồi ngủ trưa khoảng 1 tiếng. 2 giờ rưỡi lại đi học, đến 5 giờ rưỡi chiều mới kết thúc. 我们每天7点起床，8点差10分上课。12点放学就到饭堂吃饭，然后午休大约1个小时。两点半又去上课，到5点半才放学。

A: Thế buổi tối các em có lên lớp không? 那晚上你们上课吗？

B: Không ạ, buổi tối chúng em không phải đi học. Chúng em ôn bài hoặc đi chơi.
不，晚上我们不上课。我们复习功课或者去玩。

A: Một tuần các em cũng chỉ học năm ngày thôi nhỉ? 你们每周也只学5天吧？

B: Vâng ạ, một tuần chúng em chỉ học 5 ngày. 是的，我们每周只学5天。
Thứ bảy và chủ nhật chúng em nghỉ. 周六和周日我们休息。

A: Thế cuối tuần các em thường làm gì? 那周末你们常常做什么呢？

B: Chúng em thường ngủ nhiều hơn bình thường, sau đó ôn bài. Có khi cũng đi chợ mua hoa quả hoặc đi dạo phố.
我们常常睡懒觉，然后复习功课。有时候也去市场买水果或上街玩。

A: Em phải cố gắng học tập cho tốt nhé, đừng có phụ lòng mong mỏi của bố mẹ em.
你要努力学好，不要辜负了你父母的期望。

B: Dạ, vâng ạ, em sẽ cố gắng ạ. 嗯，我会努力的。

II. **Bài học** 课文

MỘT NGÀY LÀM VIỆC CỦA TÔI

Hằng ngày tôi thường dậy vào lúc 6 giờ sáng. Sáng nào cũng vậy, sau khi gấp chăn màn xong là tôi lại chạy quanh hồ Hoàn Kiếm và tập thể dục khoảng 30 phút. Sau đó tôi tắm rửa và ăn sáng. 7 giờ 30 tôi bắt đầu đi làm. Cơ quan tôi cách nhà tôi hơi xa, đi xe máy phải mất khoảng 20 phút. Tôi thường bắt đầu làm việc vào lúc 8 giờ.

Ở cơ quan, tôi rất bận. Có lúc tôi phải vừa tiếp khách vừa gọi điện thoại. Là thư ký cho giám đốc, tôi phải giải quyết nhiều việc quan trọng và khẩn cấp cho ông ấy. Buổi trưa tôi thường không về nhà. Tôi và các đồng nghiệp thường ăn cơm ở quán ăn bình dân, sau đó nghỉ trưa vào lúc 12 giờ 30. Buổi chiều, chúng tôi làm việc từ 1 giờ rưỡi.

5 giờ rưỡi chiều chúng tôi tan ca. Tôi về nhà chơi thể thao, tắm rửa và ăn tối. Buổi tối tôi thường xem tivi, nghe đài hoặc đọc báo. 11 giờ đêm thì tôi lên giường đi ngủ.

我一天的工作生活

每天早上我6点起床。叠被子、蚊帐之后,我每天早上都绕着还剑湖跑步并且锻炼30分钟。然后我回家洗漱、吃早餐。7点30分我开始出发去单位上班。我们单位离我家挺远,开摩托车要花大约20分钟。我们单位8点上班。

在单位我很忙。有时我要一边接待客人一边接电话。作为经理的秘书,我要替他解决很多重要和紧急的事情。中午我常常不回家。我和我们单位的同事常常在普通的饮食店吃午饭,然后12点半午休。下午我们1点半开始上班。

下午5点半我们下班。我回家锻炼身体,洗漱和吃晚饭。晚上我常常看电视,听广播电台或读报。晚上11点我就上床睡觉。

TỪ MỚI 生词

đồng hồ 表、钟表	cuối tuần 周末
rưỡi 半	bình thường 平常
chạy 跑	sau đó 然后
quên 忘记	chợ 集市、市场
chết 死;(钟表)停了;糟糕、惨了	dạo phố 逛街

kém 差	đừng 别、不要
chậm 慢	phụ, phụ lòng 辜负、负心
muộn 晚、迟	mong mỏi 期望
tắc đường 堵路、塞车	dậy 起床、起来
tý nữa 待会儿	gấp 折叠
ngại 尴尬、不好意思	quanh 围绕、环绕
đèn xanh 绿灯	tắm rửa 洗簌
kết thúc 结束	bận 忙、繁忙
độ 大约、大概	là 作为
rẽ 拐	thư ký 秘书
lối 道路	giải quyết 解决
thời gian biểu 时间表、作息表	quan trọng 重要
đầu tiên 最先、首次	khẩn cấp 紧急
quen 习惯、熟悉	đồng nghiệp 同事
khó khăn 困难	quán ăn 小饭馆、饮食店
dần dần 渐渐、逐渐	bình dân 平民
hàng ngày（=hằng ngày）每天	tan làm 下班
tan học 下课、放学	nghe đài 听电台
ngủ trưa 午休	đêm 夜晚、深夜
ôn bài 复习、温习功课	giường 床

III. Ghi chú ngữ pháp 语法注释

1. 时刻表示法。

(1) 越南语表示时刻"x点x分"的顺序与汉语相同，如：

6 giờ 15 phút 六点十五分，8 giờ 30 phút 八点三十分，8 giờ rưỡi 八点半。

不过，越南人在平时写时间常常写成：6h 15，8h 30。

(2) 越南语中没有"刻"的说法，仍用具体多少分钟来表示，如：

8 giờ 15 phút 八点一刻，10 giờ 45 phút 十点三刻.

(3) 汉语中"差x分x点"或"x点差x分"，越语中只有一种表示法："x giờ kém x phút"，如：

7 giờ kém 5 phút 七点差五分，8 giờ kém 15 phút 差一刻八点。

在口语中，"x giờ kém x phút"中的"phút"常常可以省略不说，可以说成 如：7 giờ kém 5, 8 giờ kém 15。

(4) 越语中表达"x点整"时，可在"x giờ"前或后加上 đúng，如：

đúng 6 giờ 六点整，12 giờ đúng 十二点整。

(5) 询问时间用mấy giờ，如：

Bây giờ là mấy giờ? Bây giờ là 9 giờ 25.

(6) 一天二十四个小时一般可以分为五个时段为：

5点—11点	上午 buổi sáng	如：6 giờ sáng
11点—13点	中午 buổi trưa	如：12 giờ trưa
13点—18点	下午 buổi chiều	如：5 giờ chiều
18点—22点	晚上 buổi tối	如：8 giờ tối
22点—凌晨5点	夜里 ban đêm	如：2 giờ đêm

(7) 补充一些相关的说法：

sáng sớm 清晨，trời tờ mờ sáng 天蒙蒙亮，khuya 深夜，thức khuya 熬夜，mất ngủ 失眠，đánh thức 叫醒。

Trước kia 以前、从前，ngày xưa 从前，ngày xửa ngày xưa 很久很久以前

-hiện nay 现在（指较长时间的"现在"），当今，bây giờ 现在（指较短时间的"现在"，有"此时此刻"之意）、此刻；ngày nay, nay 都可以指现今、当今。

về sau 以后、今后，sau này 以后, mai sau(将来), mai đây（将来），cho đến nay/ bây giờ 直到现在。

từ + 过去的时间 + trở về trước 表示"在某时之前"，如：

-Từ năm 1998 trở về trước, ông ấy đều sống ở Mỹ.

1998年以前，他都在美国生活。

từ + 现在或未来的时间 + trở đi，表示"从今/某时以后"，如：

-Từ giờ trở đi, con đã là một người lớn rồi đấy. Về sau nhiều việc con đều phải tự làm lấy.

从今以后，你就已经是个大人了哦，以后很多事情你都要自己做了。

-Từ ngày mai trở đi, chúng ta không còn là bạn nữa, không nên gặp nhau nữa.

从明天起，咱们就不再是朋友了，就不要再见面了。

说明

(1) 在越语中，表示概数的词一般都放在数词的前面，但hơn用来表示时间的概数而且时点是整数时，hơn放在时点的前面或后面都可以；但若时点中有零头时，hơn只能放在时点的前面，如：只能说 Đã hơn 9 giờ 30 rồi, 而不能说 đã 9 giờ 30 hơn rồi。

(2) gần和ngót意思和用法大体相同，但如果是说明时点的概数就只能用gần，不能用ngót，如：只能说Bây giờ gần 3 giờ rồi, 而不能说Bây giờ ngót 3 giờ rồi。

(3) Hàng 有两个作用：

一是放在 chục（十）、trăm（百）、nghìn（千）、vạn（万）、triệu（百万）、tỷ（十亿）等整数或 giờ（时）、ngày（天）、tuần （周）、tháng（月）、năm（年）、thế kỷ（世纪）等时间名词以及一些度衡量单位的前面，表示已经达到某单位以上，强调数量多或时间长，近似汉语的"成"。如：

-Có hàng chục người đang biểu tình ở ngoài phố.

有几十人正在大街上示威游行。

-Các anh ấy đi biển và đã sống hàng tháng trời trên biển.

他们出海并且已经在海上生活了好几个月了。

二是放在 ngày（天）、tuần（周）、tháng（月）、năm（年）等时间名词前，也可以写成 Hằng，表示每个时间单位都怎么样，如：

-Báo ra hàng tuần. 报纸每周出一期（周报）。

-Hằng ngày tôi 7 giờ dậy. 我每天7点钟起床。

3. 副词 cũng、đều 的区别用法。

用来修饰动词和形容词，表示程度、范围、时间等的词叫做副词。如 cũng, đều 都是表示范围的副词。

(1) cũng 表示同样，相当于汉语的"也"，如：

-Anh ấy là sinh viên, chị ấy cũng là sinh viên. 他是大学生，她也是大学生。

(2) cũng 表示总括，相当于汉语的"都"，它的前面要有疑问代词，如：

-Chúng tôi ai cũng là sinh viên. 我们谁都是大学生。

-Sáng nào tôi cũng đi tập thể dục. 每天早上（哪一个早上）我都去锻炼身体。

(3) đều 也表示总括"都"，但它前面没有疑问代词，而是必须有表示总括的主语。如：

-Tôi là sinh viên. Anh cũng là sinh viên. Chúng ta đều là sinh viên. 我是大学生。你也是大学生。咱们都是大学生。

-Mỗi người trong lớp đều thích cô Hoa. 班上的每一个人都喜欢华老师。

4. Là 的多种用法。

(1) 作为判断词是"是"的意思，如：

Tôi là sinh viên năm thứ hai. 我是大学二年级学生。

(2) 作为连词有"就"的意思，如：

+Hôm qua tôi vừa về đến nhà là trời mưa. 昨天我刚回到家天就下雨了。

-Hễ côn trùng này bay ra nhiều là trời sẽ mưa to.

一旦这种虫子飞出来很多就表示天要下雨了。

(3) Đặt ở đầu câu, có nghĩa là "作为", ví dụ:
-Là thư ký cho giám đốc, tôi phải giải quyết nhiều việc quan trọng và khẩn cấp cho ông ấy. 作为经理的秘书，我要替他解决很多重要和紧急的事情。

5. Cho的多种用法。

(1) cho作为动词有"给"的意思，如：
-Cho tôi một cốc nước. 给我一杯水。

cho作为动词还有"派"的意思，如：-Anh mấy giờ đến cửa khẩu Hữu Nghị Quan? Tôi cho xe công ty đi đón anh. 你几点到友谊关口？我派公司的车去接你。

(2) cho与名词或代词组成关联词结构，做状语，表示谓语涉及的对象，如：
-Hôm qua tôi vay cho anh ấy một số tiền. 昨天我借了一些钱给他。
-Quyển sách này rất cần cho chúng tôi. 这本书对于我们来说很必要。

(3) cho还可以放在动词/动补后面，表示目的，如：
-Các bạn xếp lại đồ đạc cho gọn phòng. 大家把东西整理一下让房间整洁一些。
-Chúng ta ngồi cạnh cửa sổ cho mát. 咱们坐窗户边凉快些。
-Anh đi tắc-xi cho nhanh đi. 你打的去快一些吧。

IV. Kiến thức mở rộng 扩充知识

Từ ngữ bổ sung 补充词汇：

1. Những đồ dùng trong nhà 家里的各种用品。

phòng khách 客厅：

khóa 锁	cái khóa 锁头	chìa khóa 钥匙
máy điều hòa 空调	tủ lạnh 冰箱	sa lông, xô-pha 沙发
bàn ghế 桌椅	bàn trà 茶几	ấm pha trà 茶壶
bộ đồ trà 茶具	khay chè 茶盘、茶托	tách uống trà 茶杯
chè 茶叶	ấm đun nước 烧水壶	má nước nóng đa chức năng 多功能饮水机
cốc nước 水杯	chén rượu 酒杯	li / ly 高脚杯
bàn ăn 餐桌	cây cảnh 盆景	ti vi, truyền hình 电视
loa 音箱	máy DVD/đầu đĩa 影碟机	gạt tàn 烟灰缸
gạch men 瓷砖	sàn gạch 地板砖	sàn gỗ 木地板
ổ cắm 插座	phích cắm 插头	pin 电池
quạt điện 电风扇	quạt bàn 桌扇	quạt trần 吊扇
quạt tường 墙扇	giấy ăn 餐巾纸	rèm cửa sổ 窗帘

Ban công 阳台：

chổi 扫帚	chổi lau nhà 拖把	cái hót rác 垃圾铲
phơi quần áo 晒衣服	cái mắc áo/ móc áo 衣架	cái giá phơi quần áo 挂衣架

phòng ngủ 卧室：

Bàn trang điểm 梳妆台	gương 镜子	cái lược 梳子
tủ 柜子	tủ áo 衣柜	giường 床
giường mềm 软卧	giường trên 上铺	giường dưới 下铺
Khăn trải giường 床单	chăn 被子	chăn bông 棉被
đệm 褥子	đệm mút 海绵褥	đệm ghế 坐垫
màn 蚊帐	chiếu 席子，草席	chiếu cói 凉席
cái gối 枕头	khăn gối 枕巾	áo gối, vỏ gối 枕套
ruột gối 枕芯		

phòng học 书房：

tủ sách 书柜	giá sách 书架	bàn viết 书桌
máy vi tính 电脑	máy tính 计算器	đèn bàn 台灯

phòng bếp 厨房：

máy hút khói 抽油烟机	nhà bếp, phòng bếp 厨房	đầu bếp 厨师
bếp 灶	bếp điện từ 电磁炉	bếp ga 煤气炉
lò vi sóng 微波炉	chảo chiên 煎锅	phích nước 热水瓶、水壶
ấm đun nước 烧水壶	chảo 炒锅	xẻng 炒菜铲
nồi, xoong 锅	nồi cơm điện 电饭锅	nồi áp suất 高压锅
thớt 案板、砧板	dao 刀	giẻ rửa bát 洗碗布
Chạn bát, tủ ly 碗橱，橱柜	bát 碗	đĩa 盘子
nĩa, dĩa 叉子	đũa 筷子	gáo 瓢
cái muôi 汤勺	thìa, muỗng 小勺子	dao ăn 餐刀
tăm 牙签	bể nước 水池	vòi nước 水龙头

phòng tắm/ nhà vệ sinh, toa-lét 卫生间：

bình nóng lạnh 热水器	bình nóng lạnh năng lượng mặt trời 太阳能热水器	
chậu nước 水槽	thùng 桶	xô 提桶
ca 口盅	bàn chải đánh răng 牙刷	kem/thuốc đánh răng 牙膏
khăn mặt 毛巾	khăn tắm 浴巾	bông tắm 沐浴球
máy giặt 洗衣机	chậu 脸盆	bột giặt 洗衣粉
xà phòng 肥皂	xà phòng thơm 香皂	sữa tắm 沐浴露
dầu gội đầu 洗发露	dầu xả 护发素	gel giữ nếp tóc 定发素

máy sấy tóc 吹风机   sữa rửa mặt 洗面奶

2. Mỹ phẩm khác và từ ngữ tương quan 其他化妆品及相关词汇：

Nước 水类：

nước tẩy trang 卸妆水   nước trang điểm 化妆水   nước hoa 香水

nước làm mềm mát da và sạch lỗ chân lông 清洁毛孔爽肤水

nước tẩy trang vùng mắt và môi 眼部及唇部卸妆水

Dung dịch 液，露类：

dung dịch làm săn da dành cho da nhạy cảm 敏感性皮肤柔肤液

dung dịch dưỡng da toàn thân 全身润肤露

Kem 霜，膏类：

kem dưỡng mắt 眼霜   chống thâm quầng mắt 祛黑眼

chống bọng mắt 祛眼袋   kem dưỡng da ban ngày 日霜

kem dưỡng da ban đêm 夜霜   kem trị mụn 祛痘膏

kem dưỡng da ngăn ngừa nếp nhăn 抗皱营养霜   kem trị nám 祛斑膏

kem dưỡng ẩm hàng ngày giảm nếp nhăn 祛皱保湿霜

kem làm sạch và săn da 弹性清洁霜

kem dưỡng da trắng 美白保湿霜

kem dưỡng da chống nắng 美白防嗮霜

Son môi 口红、唇膏类：

son dưỡng ẩm môi không màu 无色润唇膏   son dưỡng ẩm 润唇口红

Mặt nạ 面膜：

mặt nạ chống nhăn 抗皱面膜

mặt nạ dưỡng da dành cho da khô 干性皮肤营养面膜

mặt nạ thảo dược loại bỏ tế bào chết 祛死皮草药面膜

Các loại da 各种皮肤：

da nhờn 油性皮肤   da khô 干性皮肤   da thường 中性皮肤

da hỗn hợp 混合性皮肤   da nhạy cảm 敏感性皮肤

V. Bài tập 练习

1. 根据本课内容练习对话，问一下你的同桌昨天、今天做了什么？明天、后天准备做什么？上周末去了哪里？本周末将要去哪里做什么？

2. 熟练掌握越语中关于时刻的表达法，区别相关词汇的用法并进行翻译或造句。

3. 请根据自己的实际情况，自行准备内容，向大家介绍你一天或一周的学习生活。

BÀI 8 ĂN CƠM Ở NHÀ HÀNG
第八课 在饭馆吃饭

I. Hội thoại 会话

Tình huống 1 Rủ bạn đi ăn cơm
情景1 邀约朋友去吃饭

A: Ôi, Hải Đăng đấy à? Lâu lắm không gặp cậu. 噢，是海登呀。好久不见了。

B: Chào Quốc Việt. Cậu khỏe không? 国越你好。你还好吗?

A: Cảm ơn cậu, tớ vẫn bình thường. Bây giờ cậu có rảnh rỗi không? Đi ăn tối với tớ nhé? 谢谢，我还好。你现在有空吗？跟我一起去吃饭好吗？

B: Rảnh thôi. Ăn ở đâu? 有空啊。去哪里吃？

A: Đi Nhà hàng Đông Phương Hồng hay Nhà hàng Hoa Viên nhé? Hai nhà hàng này đều có món ăn Trung Quốc, ngon lắm. 去东方红餐馆或华园餐厅怎么样？这两个餐馆都有很好吃的中国菜。

B: Thôi, đừng ăn ở nhà hàng, đắt quá. Ăn ở ngoài tốt hơn, vừa ngon vừa rẻ. 哦，别，别在餐馆吃，太贵了。在外边吃好一些，又好吃又便宜。

A: Ừ, cũng được. Cậu có biết ở đâu có không? 嗯，也好。你知道在哪里有吗？

B: Chúng ta có thể tìm thấy trên đường đến hồ Tây. 咱们可以在到西湖的路上找到。

A: Ồ, xa quá. Hay là chúng ta đi Quán Ăn Ngon Hà Nội nhé? Nghe nói ở đấy có tất cả các món ăn đặc biệt của cả miền Bắc, miền Trung và miền Nam đấy. Giá tiền cũng không đắt lắm. 哦，太远了。要不咱们去河内美食城吃吧？听说在那里有北部、中部、南部的各种特色小吃，而且价格也不是很贵。

B: Quán Ăn Ngon mà cậu nói ở đâu nhỉ? 你所说的美食城在哪里呢？

A: Ở số 18, Phan Bội Châu, gần đây thôi mà. 在范佩珠街18号，离这里很近。

B: Ừ, thế thì hay quá. Ta đi ăn thử. Ta hãy đi ngay bây giờ nhé? 哦，那就太好了。咱们去品尝品尝。咱们现在马上就走吧?

A: Ok, đi. 好的，走！

64

第八课　在饭馆吃饭

Tình huống 2　Ăn cơm ở nhà hàng
情景2　在餐馆吃饭

A: Kính chào quý khách. Mời cô và các ông vào ạ. Ồ, lâu lắm không gặp ông Tân rồi nhỉ? 欢迎光临。各位请进。哦,好久不见新先生了。

B: Ừ, tôi về Đài Loan được một thời gian rồi. 嗯,我回台湾一段时间了。

A: Quý vị thích ngồi đâu ạ? Hay là ngồi cạnh cửa sổ cho mát nhé?
各位要坐哪里?要不坐窗户旁凉快些?

B: Ừ, hay quá. 嗯,太好了。

A: Mời quý vị uống trà đá trước. Và đây là khăn ướt. Đây là menu rượu, bia và nước uống, đây là thực đơn. Bây giờ quý vị gọi món chưa ạ?
请各位先喝冰茶。这是湿巾。这是酒水单,这是菜单。现在要点菜了吗?

B: Cứ từ từ đã. Cho chúng tôi nghỉ tý đã. 慢慢来。让我们先休息一下。

A: Dạ, vâng ạ. Hay là quý vị gọi món canh trước, để khỏi tý nữa đông khách phải chờ lâu. 哦,好的。要不你们先点汤水,以免一会儿客人多了要久等。

B: Ừ, đúng nhỉ. Cho chúng tôi canh ngao cà chua đi. Về món mặn, nhà hàng hôm nay có món gì đặc biệt không em? 嗯,对。给我们来个番茄蛤蜊汤吧。荤菜方面,今天你们饭店有什么特色菜吗?

A: Dạ, có ạ, nhiều lắm. Hôm nay có súp lươn, nem và thịt quay.
有啊,很多。今天有鳝鱼羹、春卷和烤肉。

B: Ừ, tôi rất thích nem. Tôi đã từng ăn ở Pháp.
哦,我很喜欢春卷。我曾经在法国吃过。

A: Ồ, xin lỗi, ông là người đâu ạ? 哦,抱歉,请问你是哪里人?

B: Tôi là người Đài Loan. Còn đây là ông Tế và cô Mỹ Linh. Họ đều là bạn của tôi và đều là người Đài Loan. Cả hai đều nói thạo tiếng Việt và rất sành ăn đấy.
我是台湾人。这是际先生和美玲小姐。他们都是我的朋友并且都是台湾人。他们俩都能熟练说越语并且都是美食家。

A: Thế à, hay quá! Rất hân hạnh được phục vụ các vị ở nhà hàng chúng em. Các vị ăn món mặn gì ạ?
这样啊,真好!很荣幸能够在这里为各位效劳。你们要吃些什么荤菜呢?

B: Xin cho chúng tôi món thịt bò nướng, cua biển, bánh tôm và nem Sài Gòn.
请给我们烤牛肉、海蟹、虾饼和西贡春卷。

A: Vâng, các ông dùng thịt bò tái hay chín ạ?
好的,你们要半生牛肉还是要熟透的呢?

65

B: Ồ, tái cho hai chúng tôi và chín cho cô Mỹ Linh. À, ở đây có bia Heineken không nhỉ? 请给我们俩半生的，给美玲小姐熟透的。哦，这里有喜力啤酒吗？

A: Dạ, có ạ. Ông lấy bia lon hay bia chai ạ? 有的。你们要罐装的还是瓶装的呢？

B: Xin cho chúng tôi 3 lon. 请给我们3罐。

A: Vâng ạ. Các ông còn dùng rau gì nữa không? 好的。你们要什么蔬菜吗？

B: Ừ, xin cho chúng tôi một suất su su luộc và một đĩa súp lơ.
哦，请给来份水煮佛手瓜和一碟椰菜花。

A: Vâng, xin các ông chờ một chút. Món ăn được mang ra ngay ạ. Bây giờ mời các vị dùng món súp lươn trước ạ.
好的，请等一会儿。菜马上就来。现在请各位先品尝鳝鱼羹。

B: Rồi, cảm ơn. 好的，谢谢。

…

B: Em ơi, cho tôi tính tiền đi. 服务员，请给我结账！

A: Dạ, thanh toán rồi ạ? Đây còn có tráng miệng ạ.
啊，要结账了呀？这还有饭后点心。

B: Hoa quả này có phải mất tiền không? 这些水果要算钱吗？

A: Dạ, không ạ. Quý vị ăn đủ 200 nghìn thì nhà hàng xin tặng ạ.
哦，不用。你们消费满20万盾我们饭店就赠送饭后水果。

B: Rồi, cảm ơn. Và tính tiền cho tôi luôn nhé? 好的，谢谢。也顺便给我买单吧。

A: Dạ, vâng ạ…Của ông hết 283 nghìn đồng ạ. 好的。您总共花了283000盾。

B: Rồi. Tiền đây, 300 nghìn. Đúng rồi, nhớ cho tôi hóa đơn nhé.
好的。给你钱，30万盾。对了，记得给我发票。

A: Dạ, vâng ạ…Đây là hóa đơn. Đây là 17 nghìn trả lại ông ạ.
好的……给您发票。这是找您的17000越盾。

B: Rồi, tôi lấy hóa đơn là được rồi. 17 nghìn xin cho em tiền phục vụ nhé.
好的。我只要发票就可以了。这17000盾给你算是小费吧。

A: Dạ, cảm ơn ông ạ. Em xin ạ. Các ông ăn có ngon miệng không ạ?
好啊，谢谢您。你们觉得饭菜好吃吗？

B: Ừ, cũng ngon. Chào nhé. 嗯，还好。再见。

A: Dạ, vâng ạ. Mời các ông lần sau lại đến nhé. Chào các ông ạ.
欢迎下次再来。再见。

II. Bài học 课文

THÓI QUEN ĂN UỐNG CỦA NGƯỜI VIỆT NAM

Bữa sáng, người Việt Nam đi làm thường ăn ở ngoài. Các món sáng của người Việt Nam rất phong phú, có các loại phở, miến, các loại cháo và các loại bánh. Phở thì có phở gà, phở bò, phở ốc, phở xào. Bún thì thường là bún chả, ăn với một bát nước chua ngọt trong đó có thịt nướng và đu đủ sống, ngoài ra còn có một đĩa rau sống, là món đặc sắc của người Việt. Miến thì có miến ngan, miến trộn, miến nước. Mỳ có mỳ nước, mỳ xào bò, mỳ xào thập cẩm. Cháo thì có cháo lòng, cháo thịt, cháo hải sản, cháo trắng... Các loại bánh ngoài bánh bao, bánh cuốn, bánh chưng rán, bánh dày, bánh cốm, bánh phu phê ra, còn có các loại bánh mỳ bao gồm bánh mỳ Thổ Nhĩ Kỳ, bánh mỳ trứng, bánh mỳ ba tê v.v. Khi ăn sáng, người ta còn thích ăn kèm quẩy.

Cũng như người Trung Hoa, bữa chính của người Việt Nam lấy cơm làm món chính. Dù thức ăn nhiều mấy, ngon mấy, cũng phải có ba bát cơm vào bụng mới được. Người Việt cũng ăn cơm kèm theo các món ăn. Có điều đáng nói là, do thời tiết nóng, nên người Việt Nam thích các món nhạt, ít dầu, món chua.

Cách nấu nướng của người Việt hơi khác với người Trung Hoa, ví dụ người Việt thích ăn các món luộc, món rán, món nguội và món sống.

Món luộc tức là các món ăn được luộc bằng nước sôi, không cho muối, dầu và các gia vị khác vào, sau đó chấm nước mắm ăn. Ví dụ rau muống luộc là một món thường gặp nhất trong bữa ăn của người Việt, ngoài ra còn có các loại rau luộc khác, dưa luộc và gà luộc, thịt luộc, ốc luộc, tôm hấp, ghẹ luộc v.v.

Món rán bao gồm cá rán, gà rán, thịt bò rán, thịt ba chỉ rán, nem rán, trứng rán, bánh chưng rán v.v. Các món có thể ăn sống cũng tương đối nhiều, có rau sống, dưa chuột sống, đu đủ sống, ngoài ra còn có một loại thịt có thể ăn sống gọi là nem chua. Máu cũng có thể ăn sống gọi là tiết canh, ví dụ tiết lợn, tiết vịt v.v. Nem chua và tiết canh đều là món đặc sắc của người Việt Nam.

Món nguội tức là các món ăn đã được nấu sẵn trước, khi ăn không phải làm nóng lại mà là ăn nguội trực tiếp, ví dụ cá rán, thịt rán, thịt luộc, chả cá, chả thịt, nem chua v.v.

Vì thời tiết quanh năm đều nóng, nên người Việt Nam cũng rất thích uống các loại đồ uống lạnh, khi uống họ thường cho đá vào, ví dụ bia lạnh, dừa đá, mía đá và các loại sinh tố có đá, thậm chí khi uống trà họ cũng cho đá vào gọi là trà đá. Ngoài ra, người Việt còn rất thích ăn kem, kem xôi và các loại chè có đá.

越南人的饮食习惯

　　早餐，要去上班的越南人常常在外面吃。越南人的早餐很丰富，有各种粉面，各种粥和各种糕点。粉有鸡肉粉、牛肉粉、螺蛳粉、炒粉。米线常常是烤肉米线，就着一碗酸酸甜甜的汤水吃，汤水里面还放有烤肉和生木瓜，另外还有一碟生菜，这是越南的一种特色吃法。粉丝有鸭肉粉丝、干捞粉丝、水煮粉丝。面有水煮面、牛肉炒面、什锦炒面。粥有鸡杂粥、瘦肉粥、海鲜粥、白粥等。各种糕点类除了面包、卷筒粉、煎肉粽、圆糍粑、糯米糕、夫妻饼外，还有各种长面包，如土耳其式长面包、煎蛋长面包、肉酱长面包等。吃早餐的时候，人们还喜欢吃点油条。

　　跟中国南方人一样，越南人的正餐是以米饭为主的。不管菜有多少、有多好吃，也要有三碗饭进肚子才行。越南人也就着各种菜肴吃饭。值得一提的是，由于天气炎热，越南人喜欢吃各种清淡的菜，喜欢油水少的和酸的食物。

　　越南人的烹饪方法与中国人的有较大的区别，比如越南人喜欢各种水煮的、煎炸的和生冷的食物。

　　白煮就是用白开水煮熟的食物，不放油盐和其他酱料，然后蘸着鱼露吃。比如水煮空心菜就是越南用餐时最常见的一道菜，此外还有许多其他水煮的蔬菜类、瓜果类和白切鸡、白切肉类、水煮田螺、白灼虾、白灼蟹等。

　　煎炸类包括煎鱼、煎鸡块、煎牛排、油炸五花肉、煎春卷、煎蛋、煎肉粽等。而各种可以生吃的东西也很多，有生菜、生黄瓜、生木瓜，此外还有一种可以生吃的肉叫做酸肉粽。血也可以生吃，叫做血冻（血红），如猪红、鸭红等。酸肉粽和血冻都是越南的特色风味。

　　冷食就是各种预先做好的食物，到吃的时候不用再加热而是直接吃冷的，比如煎鱼、油炸肉、鱼糕、肉糕、酸肉粽等。

　　由于常年天气炎热，越南还喜欢喝冷饮，喝的时候他们常常加冰块，比如冰啤、冰镇椰子汁、冰镇甘蔗汁和各种冰镇果汁，甚至喝茶的时候也加冰块叫做冰茶。此外，越南人还很喜欢吃冰激凌、冰激凌糯米饭和各种加冰的甜羹。

TỪ MỚI　生词

nhà hàng 餐馆、饭店	trả lại 退还
rủ 约、邀约	tiền bo 小费
rảnh rỗi 空闲、有空	ngon miệng 好吃，可口
món ăn 食物；菜（指一道道做好的菜）	lần sau 下次
ngon 好吃、美味	thói quen 习惯

第八课　在饭馆吃饭

rẻ 便宜
giá tiền 价钱、价格
ăn thử 尝、品尝
ngay 马上、立即
kính chào 欢迎
cho 以便、以（连词，表目的）
mát 凉快、凉的
tìm thấy 找到
quý vị 各位
quý khách 贵客、贵宾
trà đá 冰茶
khăn ướt 湿巾
menu 菜单、酒水单的总称
thực đơn 食谱、菜单
từ từ 慢慢地、缓缓地
đã 先（副词，表先做某事）
khỏi 以免、避免
món mặn 荤、肉菜
thạo 熟练
nhà sành ăn 美食家
canh 汤
nem 春卷
súp 羹
quay 烤
nướng 烧、烧烤
hân hạnh 荣幸
tái 半熟
chín 熟
lon 罐
chai 瓶
suất 份
đĩa 碟
súp lơ 花椰菜
dùng 使用；用（比较客气、礼貌的说法）
thanh toán 结账

thường 常常、经常
chua ngọt 酸甜
ngan 西洋鸭
trộn 搅拌、干捞
thập cẩm 什锦
lòng 肠子、内脏
kèm 附带的、就着
quẩy 油条
bữa chính 正餐
món chính 主食
dù 尽管、不管
điều 点、条、事情
nhạt 淡的、清淡的
nấu nướng 烹饪
luộc 白煮的
rán 炸、煎炸
nguội 生冷的、凉的
sống 生的；活的
nước sôi 开水
gia vị 调料、酱料
chấm 蘸
dưa 瓜、瓜类；腌菜类
thịt ba chỉ 五花肉
tương đối 相对
dưa chuột 黄瓜
đu đủ 木瓜
nem chua 酸肉粽
máu 血
tiết canh 血（指可以食用的动物血）
nấu 煮
sẵn 现成的
chả 肉膏；烤肉
đồ uống 饮料
mía 甘蔗
sinh tố 鲜果汁、生榨果汁

tráng miệng 饭后点心、饭后水果	thậm chí 甚至
tính tiền 结账、买单	kem 冰激淋
luôn 顺便	kem xôi 冰激淋糯米饭
hóa đơn 发票	chè 甜羹、甜品；茶叶

III. Ghi chú ngữ pháp 语法注释

1. Hay的用法。

(1) Hay有"或"、"还是"的意思，表示选择，如：

- Các ông dùng thịt bò tái hay chín ạ? 好的，你们要半生牛肉还是要熟透的呢？
- Hay là chúng ta đi Quán Ăn Ngon Hà Nội nhé? 要不咱们去河内美食城吃吧?

(2) Hay有"好"、"精彩"的意思，如：

- Thế à, hay quá! 这样啊，太好了！
- Tiết mục biểu diễn tối nay hay quá. 今晚的表演节目太精彩了。

(3) Hay有"常常"、"经常"的意思，如：

- Tôi không hay về nhà. 我不经常回家。
- Tôi hay đến đây ăn cơm. 我经常来这里吃饭。

(4) Hay还有"知道"、"喜欢"、"稀罕"等意思，如：

- Cậu cứ đến rồi sẽ hay. 你先来，到时候就知道了。
- Nó chẳng hay. 他根本就不稀罕。

2. Cả的用法。

(1) 作为形容词cả有"大"的意思，如：anh cả 大哥，chị cả 大姐，con cả 家中最大的孩子。

(2) 数词cả，表示全部，放在名词前或动词后，如：cả lớp 全班，cả nước 全国

- Cả nhà đi vắng. 全家都出去了。
- Cả hai đều nói thạo tiếng Việt và rất sành ăn đấy.
  他们两个都能熟练说越语并且都是美食家。
- Tôi chỉ có hai quyển sách mà anh đòi mượn hết cả thì tôi lấy gì mà đọc? 我只有两本书，你都拿去了叫我读什么呢？

(3) 副词cả，表示范围，有"全"、"统统"的意思，作状语，如：

- Nhà đi vắng cả. 全家人统统都出去了。
- Vạn vật khô héo cả. 万物都枯萎了。

+ cả还可以和không, chưa 等否定副词组成không(chưa)…cả的结构，表示强烈的否定，但插在không(chưa)…cả之间的词组必须含有疑问词，如：

第八课 在饭馆吃饭

-Hôm nay không ai đến muộn cả. 今天没有人迟到。

-Sáng nay tôi chưa ăn gì cả. 今天早上我什么都没有吃。

(4) 语气词cả, 表示连某事物也包括在某范围内, 如:

-Cả lớp trưởng cũng không biết việc này. 就连班长都不知道这件事。

- Trời rét thế này, tôi mặc cả áo bông vẫn không thấy ấm lắm.

天这么冷, 我连棉衣都穿上了仍然不觉得很暖。

3. Hãy的用法。

副词hãy放在动词前, 主要有下列几种意思:

(1) 表示命令、要求、号召, 如:

-Chúng ta hãy đi ngay nhé. 咱们马上走吧。

-Cậu hãy đợi tớ một lát. 你等我一下。

-Các bạn hãy cố gắng học tập, không phục lòng mong mỏi của tổ quốc.

大家要努力学习, 不要辜负祖国的期望。

(2) 表示某动作应在某一时间之后或另一动作之后出现, 如:

-Hôm nay không kịp rồi, mai hãy làm tiếp nhé. 今天来不及了, 明天再接着做吧。

-Làm xong bài rồi hãy đi chơi. 先做完作业再去玩。

(3) 表示应先做某事, 如:

-Nhân dịp giảm giá, hãy mua về đã, sớm muộn cũng phải dùng.

趁打折, 先买回去, 迟早也要用到。

-Hãy ôn bài trước đã, ít hôm nữa sẽ thi. 先复习功课, 几天后要考试了。

4. Tuy, song, tuy nhiên的区别。

(1) Tuy是"虽然"的意思, 常与nhưng, vẫn连用组成" tuy…nhưng…", "tuy…vẫn…"的关联词组, 如:

-Tuy bố mẹ tôi phản đối, nhưng tôi vẫn quyết định làm.

虽然我父母反对, 但我仍然决定要做。

-Tuy trời mưa, chúng tôi vẫn tiếp tục cuộc thi đấu.

尽管天下雨, 我们仍然继续比赛。

(2) Song是"然而"的意思, 表示转折, 如:

-Trời mưa to. Song chúng tôi vẫn làm tiếp. 天下大雨, 然而我们仍继续做。

(3) Tuy nhiên是"虽然如此、尽管如此"、"然而"的意思, 用法与song一样, 如:

-Song/Tuy nhiên mức tiêu thụ cũng không phải là ít ở những nơi nóng bức vùng Trung Đông. 然而, 在中东一些炎热的地方茶的消费量也不少。

71

IV. Kiến thức mở rộng 扩充知识

Từ ngữ bổ sung 补充词汇：

1. Các đồ ăn thức uống thường gặp ở Việt Na 越南常见的食品名称：

Bia 啤酒：

Bia Hà Nội 河内啤酒	Bia Heniken 喜力啤酒	bia Tiger 老虎啤酒
Bia Sài Gòn 西贡啤酒	bia hơi 扎啤	Bia lon 罐啤

Đồ uống 饮料：

Coca Cola 可口可乐	Fanta 芬达	Seven up 七喜
Nước cam 橙汁	Nước chanh leo 百香果汁	nước chanh 柠檬汁
Nước dừa 椰子汁	Nước mía 甘蔗汁	nước khoáng 矿泉水

Sinh tố 生榨果汁：

Sinh tố xoài 芒果汁	sinh tố đu đủ 木瓜汁	sinh tố cam 生榨橙汁
Sinh tố dưa hấu 西瓜汁		

Chè 甜品（羹）：

Chè thập cẩm 什锦羹	Chè Huế 顺化羹	chè hoa quả 水果羹
Chè bưởi 柚子羹	Chè Sài Gòn 西贡羹	
Sữa chua nếp cẩm 黑糯米酸奶		

Cà phê 咖啡：

cà phê trung nguyên 中原咖啡	cà phê đen 纯咖啡
cà phê đặc 浓咖啡	
cà phê nóng 热咖啡	cà phê sữa 加奶咖啡
cà phê đen cho đá 加冰纯咖啡	

Chè（trà）茶：

Chè xanh 绿茶	Chè đỏ 红茶
chè hoa nhài VN 越南茉莉花茶	Chè sen VN 越南荷花茶
Chè Long Tỉnh 龙井茶	chè Phổ Nhĩ 普洱茶

Súp 羹：

Súp lươn 鳝鱼羹	Súp ngô gà 玉米鸡肉羹	súp cua 螃蟹羹
Súp hải sản 海产羹		

Salát 沙拉：

Salát dưa chuột 黄瓜沙拉	salát thập cẩm 什锦沙拉	Salát Nga 俄式沙拉

Rau 蔬菜：

Rau bí xào 炒南瓜苗	Ngọn su su xào 炒瓜苗	Cải thảo xào tỏi 蒜茸炒白菜
Cải xanh xào tỏi 蒜茸炒青菜	Mồng tơi xào tỏi 蒜茸炒木耳菜	

rau muống luộc 水煮空心菜

Canh 汤：

Canh thịt cải xanh 青菜瘦肉汤　　　　canh ngao cà chua 番茄蛤蜊汤

canh cua mồng tơi 汕菜螃蟹汤

Phở 粉，**mỳ** 面：

phở gà 鸡肉粉　　　　phở bò 牛肉粉　　　　phở chay 素粉

phở xào 炒粉　　　　mỳ xào thập cẩm 什锦炒面　　　　mỳ xào bò 牛肉炒面

Bún 圆粉，**Miến** 粉丝：

bún chả 熏肉米线　　　　bún cua 螃蟹米线　　　　bún bò 牛肉米线

bún ngan 鸭肉米线　　　　miến ngan 鸭肉粉丝

Bánh mỳ 长面包：

bánh mỳ trứng 煎蛋长面包　　　　bánh mỳ ba tê 肉酱长面包

bánh mỳ Thổ Nhĩ Kỳ 土耳其式长面包

Sữa 奶类：

sữa bò 牛奶　　　　sữa chua 酸奶　　　　sữa tươi 鲜奶

sữa trâu 水牛奶　　　　sữa đậu nành 豆奶　　　　trà sữa trân châu 珍珠奶茶

Hải sản 海产：

ốc luộc 水煮田螺　　　　tôm luộc 白灼虾　　　　ghẹ luộc 白灼花蟹

cua 螃蟹　　　　ba ba 甲鱼、鳖　　　　mực xào chua ngọt 酸甜鱿鱼

Món ăn đặc sắc Việt Nam 越南特色小吃：

Trứng vịt lộn 毛鸭蛋　　　　bánh chưng 越南粽子　　　　bánh chưng rán 煎粽

Bánh dày 糍粑　　　　bánh cốm 糯米糕　　　　bánh tôm 虾饼

Bánh xu xê (phu thê) 夫妻饼

Cơm 饭：

cơm trắng 白米饭　　　　cơm rang thập cẩm 什锦炒饭

cơm xào Singapore 新加坡炒饭　　　　cơm văn phòng 办公餐、工作餐

cơm tự chọn 自助餐　　　　cơm niêu 瓦煲饭

cơm nếp（煮）糯米饭　　　　xôi（蒸）糯米饭

cơm lam 竹筒饭

Món ăn 菜：

thịt bò 牛肉　　　　thịt lợn 猪肉　　　　thịt gà 鸡肉

thịt cá 鱼肉　　　　thịt vịt 鸭肉　　　　thịt ngan 鸭肉（指西洋鸭）

thịt ngỗng 鹅肉　　　　thịt quay 烤肉　　　　vịt quay 烤鸭、烧鸭

thịt bò rán 煎牛排　　　　sườn 排骨　　　　xương 骨头、鱼刺

Sườn chua ngọt 酸甜排骨　　　　măng 笋　　　　măng chua 酸笋

dưa (rau) muối 酸菜、酸嘢　　Xúc xích 火腿肠　　giăm bông 灌肠
lạp xưởng 腊肠、香肠

2. Từ ngữ tương quan khác 其他相关词汇：

Các mùi vị 各种味道：

chua 酸　　　　　　　ngọt 甜　　　　　　　đắng 苦
cay 辣　　　　　　　mặn 咸　　　　　　　nhạt 淡
thối (hôi) 臭　　　　　thơm 香　　　　　　　Ngon 好吃、美味

Gia vị, đồ chấm và rau ghép 各种调料、蘸酱和配菜：

mì chính 味精　　　　　dầu/ mỡ 油　　　　　　muối 盐巴
xì dầu 酱油　　　　　　rượu trắng　　　　　　giấm 醋
giấm tỏi 蒜醋　　　　　bột ngọt 鸡精　　　　　ớt 辣椒
tỏi 蒜　　　　　　　　hành 葱　　　　　　　rau tía tô 紫苏
nước mắm 鱼露　　　　mắm tôm 虾酱　　　　　gừng 姜
nghệ 姜黄　　　　　　rau thơm/ Rau mùi 香菜　tương ớt 辣椒酱
bơ/format 奶油　　　　mù tạt 芥末

Cách nấu nướng 烹饪方法：

nấu 煮　　　　　　　luộc 水煮、白灼　　　　chiên 煎
rán 炸　　　　　　　nướng 烧烤　　　　　　quay 烤
hấp 蒸　　　　　　　xào 炒　　　　　　　　om 焖

Nhiên liệu 燃料：

củi 木柴　　　　　　　gas 煤气　　　　　　　dầu mỏ 石油
dầu nhờn 润滑油　　　dầu thải 废弃机油　　　dầu hỏa 煤油
than 煤　　　　　　　than cục 煤球　　　　　than đá 煤炭、煤渣
than củi 木炭　　　　　than hoa 木炭　　　　　xăng 汽油

V. Bài tập　练习

1. 请根据本课内容，围绕"你最喜欢吃什么菜？你的拿手菜是什么？怎么做？你喜欢去哪里吃饭？"等话题练习对话。
2. 熟练掌握越语中与饮食相关的各种词汇，区别语法部分相关词汇的用法并进行翻译或造句。
3. 请根据自己的情况向大家介绍你家乡的特色风味或你自己的饮食爱好。
4. 中秋节快到了，由于学校不放假，你们班准备分成五个小组在校园草坪上集体庆祝，边吃东西边娱乐，但每组的费用只有100元。分组讨论一下你们组将要买些什么吃的呢？将表演些什么节目呢？看看哪个组准备得最好。

BÀI 9   MUA BÁN
第九课   买卖

I. Hội thoại   会话

Tình huống 1   Mua hoa quả
情景1   买水果

A: Cô ơi, bưởi này cô bán bao nhiêu tiền một quả ạ?
阿姨，请问柚子多少钱一个啊？

B: Quả to bán 9 nghìn, còn quả bé 8 nghìn, cháu lấy quả nào?
这个大的卖9000盾，这些小的卖8000盾，你要哪个？

A: Quả bé này bé hơn nhiều so với quả to mà cũng bán 8 nghìn ạ? Sao đắt thế?
这个小的比大的小得多嘛，也卖8000盾呀？怎么这么贵？

B: Quả bé này là bưởi đào, ngọt lắm, cho nên cũng phải 8 nghìn đấy.
这些小的是红芯的，很甜的，所以也要8000盾呢。

A: Thế à? Thế cháu mua quả bưởi đào này để ăn thử xem sao.
是吗？那我买红芯吃看看怎么样。
Còn nải chuối này bán bao nhiêu ạ?   那这串香蕉卖多少钱呢？

B: Chuối Sài Gòn, ngon lắm. Nải này bán 10 nghìn.
这是西贡蕉，很好吃的。这串卖10000盾。

A: Có thể bớt được không ạ? 8 nghìn được không cô?   可以少点吗？8000盾可以吗？

B: Ừ, được rồi, bán hết để được về sớm. Tất cả 16 nghìn.
嗯，也行，卖完好早点回去。总共16000盾。

A: Cháu mua nhiều, 15 nghìn cô nhé?   我买的多嘛，15000盾好吗？

B: Sao cháu khéo mặc cả thế? Ừ, được rồi.
你怎么这么会砍价呀？算了，卖给你吧。

A: Vâng, cháu gửi tiền cô ạ.   给您钱。

Tình huống 2 Mua quần áo
情景2 买衣服

A: Chị cần gì ạ? 你要买什么呢?

B: Chị có quần bò bán không ạ? 你这有牛仔裤卖吗?

A: Có chứ, mời chị đi lối này. Bên này nhiều lắm. 有啊，请走这边。这边很多。

B: Chị lấy cái quần màu xanh kia cho em xem nhé? 你帮我拿那条蓝色的给我看看。

A: Vâng, được ạ. Chị lấy cỡ nào ạ? 好的，你要哪个型号的?

B: Cỡ nhỏ. Ở đây có phòng thử không ạ? 小号的。这里有试衣间吗?

A: Có ạ. Chị đi theo người đội mũ đỏ kia. 有啊，你跟着那个戴红色帽子的人去。

B: Thế nào? Em mặc có vừa không? 怎么样? 我穿得合适吗?

A: Được chứ, quần này trông vừa với chị lắm. 可以啊，这裤子看起来很合适你啊。

B: Nhưng hình như hơi chật. 但好像有点窄。

A: Thế thì lấy cỡ M vậy. 那就要中号的吧。

B: Vâng…Ồ, cỡ này mặc thì dễ chịu hơn rồi. 好的……嗯，中号穿起来好像舒服一些了。

A: Vâng, chị mặc quần này trông đẹp lắm đấy. 是呀，你穿这裤子很漂亮呢。

B: Giá bao nhiêu hả chị? 价格多少呢?

A: Quần này bán 200 nghìn ạ. 这条裤子卖20万盾。

B: Chị nói thách thế? Có bớt được không? 怎么叫价这么高呀！可以少一点吗?

A: Mình có nói thách đâu? Vì kiểu này là kiểu mới, tháng này mới nhập từ Hàn Quốc về, cho nên bán đắt một chút đấy. Chị trả bao nhiêu? 我哪里叫什么价了? 因为这是新款，这个月才从韩国进口的，所以卖得稍微贵一些。你给多少?

B: 150 nghìn được không? 15万盾可以吗?

A: Không, không bớt được nhiều thế đâu. Tiền nào của ấy mà. Ít nhất cũng phải 180 nghìn mới được. 不，不能少这么多的。一分钱一分货嘛，至少要18万盾才行。

B: 160 nhé. Chị có bán thì em mua. Không bán thì thôi vậy.
16万盾好吗? 你要卖我就要。不卖就算了。

A: Thôi được, bán cho chị vậy. Lãi ít cũng phải bán để lấy vốn quay vòng. Mình gói lại cho chị nhé? 好了好了，卖给你吧。薄利多销周转资金。我帮你包起来吧。

B: Vâng, tiền đây ạ. 好的，给你钱。

A: 200 nghìn, trả lại chị 40 nghìn. 20万盾，找你4万。

B: Chị bán chạy nhé. 你好卖哦。

A: Chị đi nhé. Lần sau lại đến nhé, em bán rẻ cho. 你走好。下次再来啊，我便宜卖给你。

B: Vâng, cảm ơn chị. Chào chị. 好的，谢谢。再见。

II. Bài học 课文

CHỢ VIỆT NAM

Nếu bạn đến Việt Nam mà bạn không đi thăm các chợ thì khó có thể thấy hết sự phong phú của sản vật, mức sống của người dân Việt Nam và phong tục tập quán của dân tộc Việt.

Ở Việt Nam có một loại chợ đặc biệt. Đó là chợ *đuổi*. Chợ *đuổi* là tên của một loại chợ không hợp pháp do người Hà Nội đặt cho. Người ta rủ nhau xuống đường, ngang nhiên họp chợ trên lòng đường. Nếu bị cảnh sát đuổi thì đâu có thể họp tiếp. Người ta lại chạy đến nơi khác. Sau một thời gian ngắn rồi lại trở về chỗ cũ, lại họp chợ như thường.

Ngoài chợ *đuổi* còn có chợ *hẻm*, chợ *xóm*, chợ *đầu ngõ*, chợ *bến*, chợ *bờ*…

Về thời gian: có chợ *sớm*, chợ *chiều*, chợ *trưa*, chợ *tối*, chợ *đêm*, chợ *khuya*, chợ *ngày rằm*, chợ 30 *tết*, chợ *phiên*…

Đặc biệt có loại chợ chỉ chuyên bán một thứ gia cầm, gia súc như: chợ *cá*, chợ *chó*, chợ *trâu bò*, chợ *gà*, chợ *vịt*…

Cũng có thể dựa vào đa số sản phẩm mà đặt tên chợ như: chợ *gạo*, chợ *đường*, chợ *trái cây*, chợ *trời* – bán đồ cũ, chợ *vải*…

Dầu sao cũng không thể kể hết được các loại chợ, nhất là trong thời kỳ "mở cửa", "kinh tế thị trường" này. Óc sáng tạo phong phú và nhu cầu thúc đẩy kinh tế, đương nhiên, sẽ nảy sinh ra rất nhiều loại chợ mới lạ.

Ở Sài Gòn trước đây có chợ âm phủ. Ở Hà Nội cũng có chợ *hàng mã*, đáp ứng được mọi nhu cầu đa dạng của người mua, đặc biệt có nhiều loại hàng mã tinh xảo được làm khéo léo như một tác phẩm nghệ thuật.

Chợ trời có bán đủ các thứ hàng hóa. Đến đó ta có thể mua được đủ thứ đồ cũ với giá rẻ.

Chợ *phóng sinh* là loại chợ mang đầy màu sắc tôn giáo và tín ngưỡng của người Việt. Chợ này chủ yếu phục vụ ngày rằm, mồng một, nhất là rằm tháng bảy và 23 tết âm lịch hàng năm. Vào những ngày này, người ta thả các loại động vật ra để "xóa tội vong nhân". Mua xong, người thì thả ngay tại chỗ, người thì mang về nhà, sau khi làm lễ, cầu xin để giải oan…mới thả.

Ngoài chức năng mua bán, chợ miền núi còn là nơi diễn ra những sinh hoạt văn hóa dân gian của nhân dân. Nam nữ thanh niên hát đối đáp, hát giao duyên để bày tỏ tình cảm yêu đương. Đây là nét văn hóa còn lưu lại từ xa xưa.

Hà Nội có những chợ lớn tiêu biểu như: chợ *Đồng Xuân,* chợ *Hôm,* chợ *Mơ,* chợ *Bưởi,* chợ *Long Biên.* Ở Huế có chợ *Đông Ba.* Thành phố Hồ Chí Minh có chợ *Bến Thành,* chợ *Lớn.*

(Theo tài liệu "*Văn nghệ thành phố Hồ Chí Minh*" số 162 tháng 10-1994)

越南的集市

如果你到了越南却不去参观各个集市，那你就难以真正了解到越南丰富的物产、越南人民的生活水平和越南民族的风俗习惯。

在越南有一种特别的集市，那就是追赶集市。追赶集市是河内人给一种不合法的集市起的名字。人们相约来到大路上，公然在大路上集合成市。如果被警察追赶，哪里还能继续成市？于是人们又跑到其他地方。等一段时间之后，人们又返回原处，又像往常一样集合成市。

除了追赶集市，还有胡同集市、村落集市、巷口集市、码头集市、岸边集市等。

按时间分就有早市、下午集市、中午集市、晚上集市、夜市、深夜集市、半月集市、年三十集市、圩日集市等。

还有一种集市只卖一种家禽家畜，如：鱼市、狗市、牛市、鸡市、鸭市等。

也可以根据多数商品来给集市命名，如：米市、糖市、水果市场、露天市场——专卖旧货的、布市等。

不管怎么样也难以数完各种集市，尤其是在现在这种革新开放、市场经济时期。人们的创新性和经济需求当然也会促使许多新奇的集市的形成。

在以前的西贡有阴府集市，在河内也有冥品集市，满足了购买者的多种需求，特别是有许多做工精巧的冥品精致得就像一件件艺术作品一样。

露天市场物品齐全有各种东西卖。到那里，我们可以廉价买到各种各样的旧货。

放生集市是越南人带有浓厚宗教信仰色彩的市场。这个集市主要出现在农历初一、十五，尤其是每年的农历七月十五和腊月二十三。在这些日子里，人们放生各种动物以"给亡人洗罪"。买好动物之后，有的人当场放生，有的人则是先带回家，在拜佛、祈祷解冤之后才放生。

除了买卖职能，山区里的集市还是表现人们民间文化生活的地方。青年男女互相对歌传情以表达自己的爱慕之情。这是从久远时代流传下来的文化习俗。

河内较出名的大集市有：同春市场、天市、梅市、柚子市场、龙边市场

第九课　买卖

等，在顺化有东坡市场，在胡志明市则有边城市场、堤岸集市。

（摘自《胡志明市文艺》杂志1994年10月第162期）

TỪ MỚI　生词

quả 果，个（量词）	trái cây 水果
bé 小、个小的、年纪小的	đồ cũ 旧货、二手货
so với 与……相比	dầu sao (=dù sao) 无论如何、不管怎么样
sao 怎么样	thời kỳ 时期
nải 串（量词）	mở cửa 开门；改革开放
mặc cả 讨价还价、砍价	thị trường 市场
khéo 巧妙、灵活	óc sáng tạo 创造性、创新能力
cỡ 码、号、尺寸	nhu cầu 需求
phòng thử 试衣间	thúc giục 促进、推动
vừa 合适、适中；刚刚	đương nhiên 当然
hình như 好像	nảy sinh 产生
chật 窄	mới lạ 新奇
dễ chịu 舒服、舒适	âm phủ 阴府、阴间地府
nói thách 叫高价、叫价很贵	hàng mã 冥品
kiểu 款式、样式	đáp ứng 满足（需求、要求等）
tiền nào của ấy 一分钱一分货	đa dạng 多样
gói 包	tinh xảo 精巧、精致
lấy vốn quay vòng 周转资金	khéo léo 巧妙
bán rẻ 便宜卖	tác phẩm nghệ thuật 艺术作品
bán chạy 好卖、畅销	hàng hoá 货物
sản vật 物产	thứ 种、种类
mức sống 生活水平	giá rẻ 廉价
phong tục tập quán 风俗习惯	phóng sinh 放生
đuổi 追、追赶	mang đầy màu sắc ... 充满……的色彩
hợp pháp 合法	tôn giáo 宗教
ngang nhiên 公然	tín ngưỡng 信仰
lòng đường 路中央、大路上	thả 放、放开
cảnh sát 警察	xoá tội 洗罪、清洗罪孽
hẻm 胡同、缝	vong nhân 亡人
xóm 村庄、村落	làm lễ 祭祀、做礼拜
ngõ 小巷、胡同	cầu xin 求神、祭拜

bến 港口、码头、车站
bờ 岸、边
khuya 深夜
trời 天、露天
ngày rằm 农历十五
phiên 番、次
chuyên, chuyên môn 专门
gia cầm, gia súc 家禽家畜
dựa vào 根据
đa số 多数、大多数
sản phẩm 产品、商品
gạo 大米
đường 糖；路

giải oan 解除冤气
chức năng 职能、功能
diễn ra 上演
sinh hoạt 生活
dân gian 民间
hát đối đáp 对唱
giao duyên 结缘
bày tỏ 表达
yêu thương 怜爱
nét 情况、印迹
lưu lại 流传下来、遗留下来
xa xưa 很久以前
tiêu biểu 有代表性的

III. Ghi chú ngữ pháp 语法注释

1. Thử 的用法。

(1) thử 作动词，有"试、尝试"的意思，如：phòng thử 试衣间。

-Để tôi thử xem. 让我试试看。

(2) thử 放在动词后作助动词，表示试着做某事，如：ăn thử 试吃、尝一下，mặc thử 试穿，đeo thử 试戴。

2. Vào 的用法。

(1) vào 作动词，有"进入""开始"的意思，如：

-Chúng ta vào lớp nhé. 咱们开始上课了。

-Anh vào đây, em có tí việc muốn nói với anh. 你进来，我有点事想跟你说。

(2) vào 放在动词后作助动词，表示动作的方向，如：

-Thầy giáo đi vào lớp học. 老师走进教室。

-Khi luộc, người Việt Nam không cho dầu, muối và các gia vị khác vào.
白煮的时候，越南人不放（进去）油、盐和其他调料。

(3) vào 还可以放在时间词前，组成时间状语放在谓语后，表示强调于某时间做某事，如：

-Chúng tôi họp vào 3 giờ chiều mai. 我们于明天下午3点开会。

-Tôi đến Hà Nội vào năm 2005. 我于2005年来到河内。

-Lớp chúng tôi chỉ học vào buổi sáng. 我们班只是早上上课。

此类句子如果把时间词提出来放在句首，则vào可以省掉不用，这时只注重叙述事件，如：

-3 giờ chiều mai chúng tôi họp. 明天下午3点我们开会。

-Năm 2005, tôi đến Hà Nội. 2005年我来到河内。

3. 关联词 thì 的用法。

(1) 放在条件（或假设）分句和结果分句的中间，表示条件（假设）结果关系，常常译作"就"，如：

-160 nghìn, chị có bán thì em mua. Không bán thì thôi vậy.
　16万盾，你要卖我就买。不卖就算了。

-Không có anh giúp đỡ thì chúng tôi không thể hoàn thành nhiệm vụ kịp thời được.
　没有你的帮助，我们就不可能按时完成任务。

(2) 放在表示两个前后相续的行为的分句间，表示时间紧接关系，说明后一个过程是紧接着前一个过程发生的，或是在前一个过程进行中发生的，如：

-May quá, tôi vừa về đến nhà thì trời mưa to. 太幸运了，我刚到家天就下大雨了。

-Tôi vẫn đang nằm mơ thì anh ấy đến. 我还在睡梦中他就到了。

(3) 放在各个分句的主语和谓语之间，表示对比关系。如：

-Mua xong, người thì thả ngay tại chỗ, người thì mang về nhà, sau khi làm lễ Phật, cầu xin để giải oan…mới thả. 买好动物之后，有的人当场放生，有的人则是先带回家，在拜佛、祈祷解冤之后才放生。

-Kết quả vừa ra, người thì khóc, người thì cười.
　结果一出来，有的人哭，有的人笑。

-Người thì mặc áo da, người thì mặc áo bông. 有的人穿皮衣，有的人穿棉衣。

(4) thì把两个重复的词连起来，表示让步关系，有"无所谓、不在乎、虽然"之意，如：

-Cái máy di động này đẹp thì đẹp thật nhưng không bền lắm.
　这个手机漂亮是漂亮了，但不太耐用。

-Chết thì chết, tao không sợ. 死就死，我不怕。

(5) 放在主语和谓语之间，起强调作用，如：

-Tao thì không bao giờ sợ nó. 我就从来不怕他。

-Những người còn lại thì được phân phối như sau:……剩下的人就分配如下：……

(6) 放在状语（经常是时间状语或处所状语）和句子之间，表示语气上的停顿，如：

-Trước kia thì ông ấy là bạn thân với tôi. 以前，他是我的好朋友。

-Theo ý kiến của tôi thì chúng ta không nên động chạm đến chúng nó ngay.
按照我的意见的话，咱们不应该太快惊动到他们。

4. 几种关联结构的用法。

(1) "dù/dầu…cũng/ vẫn…" 是 "不管……也/还……"、"无论……都……" 的意思，如：

-Dù thức ăn nhiều mấy, ngon mấy, cũng phải có ba bát cơm vào bụng mới được.
不管菜有多少、有多好吃，也要有三碗饭进肚子才行。

-Dầu sao cũng không thể kể hết được các loại chợ.
不管怎么样也难以数完各种集市。

-Dù trời mưa to, chúng tôi vẫn làm tiếp. 尽管天下大雨，我们还是继续做。

类似的还有 "bất cứ…cũng…"（不管/尽管……还……"），如：

-Bất cứ gặp khó khăn gì, chúng ta cũng không thể bỏ dở.
不管遇到什么困难，我们都不能半途而废。

-Bất cứ khó khăn đến đâu, chúng ta cũng phải kiên trì. 不管有多难，我们都要坚持。

(2) "nếu …thì…" 相当于汉语的 "如果……就……"，但要注意，thì 必须放在前后两个分句之间，而不像汉语一样放在后面分句的主谓语之间，如：

-Nếu trời mưa to quá, thì kế hoạch phải thay đổi. 如果雨太大，计划就得改变。

-Nếu không có tao thì mày làm sao có được như hôm nay.
要是没有我，你哪里会有今天？

(3) "vì…nên /cho nên…" 相当于汉语的 "因为……所以……"，如：

-Vì trời mưa liên tiếp và đường ngập quá, cho nên trường chúng tôi tạm nghỉ học mấy hôm. 由于连续下雨，道路被淹严重，所以我们学校暂停上课几天。

-Vì trời mưa to nên kế hoạch thay đổi. 由于天降大雨，所以计划改变了。

类似的还有tại sao（为什么）， vì/tại vì/bởi vì（因为）， "sở dĩ …là vì/là nhờ…"（之所以……是因为/是依靠……），用法与汉语基本一致。如：

-Sở dĩ em không đi học là vì em bị ốm nặng. 之所以我没去上学是因为我得了重病。

-Chúng em có được như hôm nay phần lớn là nhờ sự tận tâm dạy dỗ của các thầy các cô. 我们之所以能够有今天，很大程度上是依靠各位老师的悉心教导。

5. 从某地进/出口某种商品到某国的几种表达法。

(1) 表示进口用 "nhập từ …về/sang"，表示 "从……进口回来/过来"，如：

-Đây là kiểu mới, tháng này mới nhập từ Hàn Quốc về, cho nên bán đắt một chút.
这是新款，这个月才从韩国进口回来的，所以卖得稍微贵一些。

-Lô hàng này là nhập từ Trung Quốc sang. 这批货是从中国进口过来的。

(2) 表示出口用"xuất sang…", "xuất khẩu ra/sang…", 表示"出口到/出……", 如:

-Những hàng này sẽ được xuất sang Việt Nam. 这些货将出口到越南。

-Việt Nam sản xuất nhiều gạo ngon, không những đáp ứng được nhu cầu trong nước, mà còn xuất khẩu ra nhiều nước khác. 越南盛产大量的香米,不仅满足国内的需求,还出口到其他许多国家。

IV. Kiến thức mở rộng 扩充知识

Từ ngữ bổ sung 补充词汇:

Về các loại hoa quả: 关于各种水果的词汇

cây ăn quả 锁头果树	táo 苹果	táo tàu 枣子
mứt táo 蜜枣	bưởi 柚子	chanh 柠檬
chuối 香蕉	chuối tiêu 香蕉	chuối tây 芭蕉
lê 梨子	cam 橙子	quýt 橘子、柑橘
quất 小金橘、四季橘	dâu tây 草莓	dứa 菠萝
mận 李子	hạnh 杏子	hạnh nhân 杏仁
vải 荔枝	nhãn 龙眼	đào 桃子
đào mật 水蜜桃	hạt đào 核桃	nho 葡萄
tì bà 枇杷	anh đào 樱桃	đào dẹt/ bàn đào 蟠桃
dưa lê 香瓜	dưa hồng 甜瓜	dưa hấu 西瓜
quả sung 无花果	mã thầy 马蹄	hạt dẻ 板栗
cau 槟榔	xoài 芒果	mơ/ mai 梅子
táo mèo 山楂	quả hồng 柿子	quả lựu 石榴
dương mai 杨梅	khế 杨桃	đu đủ 木瓜
dưa vàng / dưa Tân Cương 哈密瓜		quả hải đường 海棠果
mít 菠萝蜜	mứt 蜜饯	quả trám、quả ô liu 橄榄
hồng xiêm 人参果	măng cụt 山竹	quả chuôm chuôm 毛荔枝
quả dại 野果	hạt 核	vỏ 果皮
gọt vỏ 削皮		

Các loại hoa 各种花:

Hoa hồng 玫瑰花	hoa đào 桃花	hoa sen 荷花
hoa quế 桂花	hoa nhài 茉莉花	hoa mai 梅花
mai mùa đông 腊梅	mai nghênh xuân 报春花	hoa cúc 菊花

hoa lan 兰花	hoa hải đường 海棠花	hoa hòe 槐花
hoa hồi 茴香	hoa trà 山茶花	hoa hướng dương 向日葵
hoa kim ngân 金银花	hoa mẫu đơn 牡丹花	dạ lai hương 夜来香
hoa thược dược 芍药	hoa tường vi 蔷薇	hoa thạch lựu 石榴花
tử đinh hương 紫丁香	hoa đỗ quyên 杜鹃花	hoa xương rồng 仙人掌
hoa ngọc lan 玉兰花	hoa bạch lan 白兰花	hoa đồng tiền 金钱花
hoa thủy tiên 水仙花	hoa anh túc 虞美人	hoa khiên 牵牛花、喇叭花
hoa súng 睡莲	hoa mào gà 鸡冠花	ngưu/ hoa loa kèn
hoa bồ công anh 蒲公英	hoa chuối 美人蕉	hoa bách hợp 百合花
hoa tulip 郁金香	hoa violet 紫罗兰	hoa sen tuyết 雪莲
hoa cẩm chướng 康乃馨	cây trinh nữ/cây 含羞草	hoa lưu ly 勿忘我
cây oải hương 薰衣草	xấu hổ	hoa dại 野花

Ăn mặc 穿着:

Mua đồ 买东西	mua sắm 购物	trả tiền 付钱
trả lại tiền 找钱、找零	nhãn hiệu 商标	mặc cả giá 讨价还价
giả giá, trả giá 给价、还价	giả bao nhiêu 给多少	hàng nhái 冒牌货
hàng rởm 劣质货	áo lót 内衣，内衫	khăn choàng 披肩
áo gió 风衣	Áo khoác，áo choàng 罩衫	quần dài 长裤
quần cộc/ quần đùi 短裤	quần lót 内裤	quần bò 牛仔裤
quần thun 弹力裤	váy liền áo 连衣裙	quần váy 裤裙
quần ống loe 喇叭裤	áo dài 越南国服	sườn xám, áo Thượng Hải 旗袍
áo cưới 婚礼服、婚纱	áo bó 紧身衣	áo bông 棉衣
áo gi-lê 马甲	áo jacket da 皮茄克	áo phao 羽绒服
áo phông T恤衫	áo sơ-mi 衬衫	quần áo thể thao 运动服
áo sơ-mi dài tay 长袖衬衫	áo sơ-mi cộc tay 短袖衬衫	lễ phục 礼服
áo đuôi nhạn 燕尾服	áo tây/ âu phục 西服	áo bơi 游泳衣
váy bầu 孕妇装	áo len 毛线衣	áo da 皮衣
áo dài tay 长袖衣	áo cộc tay 短袖衣	dây lưng/ thắt lưng 皮带
cà vạt 领带	quần tất 裤袜	khăn quàng 围巾
tất 袜子	bít tất tay/găng tay 手套	áo ngủ/ quần áo ngủ 睡衣
cái khuy 纽扣	khóa kéo 拉链	váy ngủ 睡裙

Giầy dép 鞋类:

giầy 鞋	giầy da 皮鞋	xăng-đan 凉鞋
dép 拖鞋	dép tông 一般拖鞋	Dép lê 人字拖

guốc 木屐	bốt 靴子	bốt da 皮靴
bốt ngắn cổ 短靴	bốt cao cổ 长统靴	giầy thể thao 运动鞋
giầy cao gót 高跟鞋	giầy đế bằng 平底鞋	giầy đế thấp 低跟鞋
giầy đế mềm 软底鞋	miếng lót giầy 鞋垫	

Các động từ biểu thị ăn mặc 表示穿戴的各种动词:

thắt 扎、系:	thắt cà vạt 系领带	thắt dây lưng 系腰带、扎皮带
mặc 穿:	mặc quần áo 穿衣服	mặc quần 穿裤子
	mặc váy 穿裙子	
đi 穿:	đi giầy 穿鞋	đi dép 穿拖鞋
	đi tất 穿袜子	
đeo 戴:	đeo bít tất tay 戴手套	đeo đồng hồ 戴手表
	đeo nhẫn 戴戒指	đeo hoa tai 戴耳环
	đeo kính 戴眼镜	đeo vòng cổ 戴项链
cởi 脱:	cởi áo ra 脱衣服	cởi quần 脱裤子
cởi/tháo/bỏ 脱:	cởi/tháo/bỏ giầy ra 脱鞋	bỏ dép ra 脱下拖鞋
	bỏ mũ xuống 摘下帽子	bỏ kính ra 摘下眼镜
quàng 围:	quàng cái khăn quàng 围上围巾	

V. Bài tập 练习

1. 请根据本课内容，围绕"逛街、市场、购物、穿着爱好"等主题进行对话练习。
2. 熟练掌握本课语法点，区别相关词汇的用法并进行翻译或造句。
3. 假设有一个班的越南留学生刚来中国留学不久，对本市各大商场还不太了解，请你给他们简单介绍一下。

BÀI 10　THỜI TIẾT —— THIÊN TAI
第十课　气候——天灾

I. Hội thoại　会话

Tình huống 1　Thời tiết quê bạn thế nào?
情景1　你家乡的天气怎么样？

A: Chào bạn. Bạn là người ở đâu?　你好。你是哪里人啊？

B: Mình là người Trung Quốc. Mình đến từ thành phố Nam Ninh tỉnh Quảng Tây.
我是中国人。我是从广西南宁市来的。

A: Thời tiết Nam Ninh thế nào?　南宁的天气怎么样？

B: Thời tiết Nam Ninh cũng hơi giống ở đây thôi, tại vì gần Hà Nội mà. Nhưng mà mình thấy mùa đông ở Nam Ninh lạnh hơn ở đây, còn mùa hè ở đây lại nóng hơn Nam Ninh.　南宁的天气也像这里的天气，因为离河内近嘛。但我觉得南宁的冬天比这里冷，而这里的夏天却比南宁热。

A: Thế à? Thế ở Nam Ninh nhiệt độ cao nhất và thấp nhất là bao nhiêu?
是嘛？那南宁最高和最低温度是多少？

B: Mùa hè ở Nam Ninh nhiệt độ cao nhất khoảng 38℃, còn mùa đông nhiệt độ thấp nhất có thể xuống đến khoảng 3℃.
南宁的夏天最高温度大约38度，冬天最低温度大约3度。

A: Thế ư? Mùa đông ở đây lạnh nhất chỉ khoảng 10℃ thôi, và thời gian lạnh cũng rất ngắn.　是吗？这里的冬天最冷只是大概10度，而且冷的时间也很短。

B: Thế à? Thảo nào những lưu học sinh Trung Quốc ở đây đều hỏi: Sao mãi chưa đến mùa đông nhỉ? Bao giờ mới đến mùa đông nhỉ?　哦，难怪每个在这里的中国留学生都问：怎么还没到冬天呢？什么时候才到冬天呢？

A: Ừ, mùa đông ở đây phần lớn đều có nắng ấm. Người ta bảo là muốn cảm nhận mùa đông ở đây thì phải đi xe máy ra ngoài đường vào buổi tối.
是的，这里的冬天大部分都还有温暖的阳光。人们都说想要感觉这里的冬天就得在晚上坐摩托车出去外面。

B: Ừ, đúng nhỉ. Thảo nào tối qua mình đi xe ôm từ Hồ Hoàn Kiếm về thấy gió rét lắm!
嗯，对呀。怪不得昨晚我坐摩的从还剑湖回来觉得好冷。

A: Nói chung Hà Nội là nơi tốt cho nghỉ đông đấy.
总的来说，河内是一个避寒的好地方呢。

Mỗi năm cứ đến thời gian này thì có nhiều người phương Tây sang đây du lịch và nghỉ đông luôn. 每年这个时候就有很多西方人来这里旅游，顺便避寒。

B: Thế à? Thế chắc TP. Hồ Chí Minh ài Gòn càng nhiều người nước ngoài nghỉ đông ở đấy nhỉ? Vì ở đấy hầu như không có mùa đông mà. 这样啊？那大概胡志明市会有更多外国人在那里避寒，对吗？因为那里几乎没有冬天嘛。

A: Đúng đấy. Bây giờ ở TP. Hồ Chí Minh vẫn còn nóng lắm, khoảng 22—25℃, người ta vẫn đi dép và mặc áo cộc tay đấy.
对啊！现在胡志明市还很热呢，大约22—25度，人们都还穿拖鞋和穿短袖衣呢。

Tình huống 2 Ngày mai thời tiết thế nào?
情景2 明天天气怎么样？

A: Cậu có biết ngày mai thời tiết thế nào không? 你知道明天天气怎么样吗？

B: Đài báo luồng không khí lạnh từ bắc xuống nam, ngày mai trời bắt đầu trở lạnh, mưa nhỏ, nhiệt độ 8—12℃.
天气预报说，冷空气南下，明天天开始转冷，有小雨，温度8—12度。

A: Thảo nào bây giờ mình đã bắt đầu thấy lạnh rồi. 难怪现在我就开始觉得冷了。

B: Thế mà gọi là lạnh rồi à? Ở quê mình Bắc Kinh, nhiệt độ 0℃ là chuyện bình thường, còn mưa tuyết và đóng băng nữa cơ.
这样就说冷了呀？在我的家乡北京，零度算是平常事了，还下雪和结冰呢。

A: Thế à? Chắc mình ở đấy thì khó mà chịu nổi.
是吗？大概我在那里的话就受不了了。

B: Thực ra miền bắc mùa đông trong nhà đều có lò sưởi, nhiệt độ trung bình là 15℃. Khi ra ngoài mới thấy lạnh thôi.
其实北方冬天屋里都有取暖设备，平均温度是15度。外出的时候才觉得冷。

A: Thế ra ngoài đều phải mặc áo bông nhỉ? 那外出的话都要穿棉衣哦？

B: Đó là điều tất nhiên rồi. Mỗi người ở đấy đều phải có áo bông hoặc áo phao đấy.
那是当然的了。那里的每个人都要有棉衣或羽绒服的。

A: Thế những mùa khác thì sao? 那其他季节怎么样？

B: Mùa xuân ở đấy cũng hơi lạnh, mùa hè thì nóng lắm, nhiệt độ cao nhất có thể lên tới 40℃. Mùa thu dễ chịu nhất, bầu trời trong xanh, khí trời khô ráo, không nóng cũng không lạnh, cho nên mình thích mùa thu nhất.

在那里的春天也挺冷的,夏天就很热,最高温度可以达到40度。秋天就舒服了,天空蔚蓝,天气干爽,不热也不冷,所以我最喜欢秋天了。

A: Ừ, tớ cũng vậy.　嗯,我也是。

II. Bài học　课文

THIÊN TAI TRÊN THẾ GIỚI

Từ xa xưa, con người và thiên nhiên đã gắn bó mật thiết với nhau. Thiên nhiên nuôi dưỡng, chở che con người. Và con người cũng góp phần không nhỏ trong việc làm đẹp thêm bộ mặt của thiên nhiên. Thiên nhiên và con người đã thực sự trở thành đôi bạn tri kỷ.

Song, bên cạnh những gì thiên nhiên đã ưu đãi, ban ơn cho con người, hằng năm nó cũng mang đến cho nhân loại không ít những tai họa, thậm chí rất thảm khốc. Những trận mưa lớn kéo dài nhiều ngày, gây ra lụt lội, đã làm cho hàng nghìn ngôi nhà bị nước cuốn trôi, hàng trăm người bị chết. Rồi những ngày dai dẳng, nạn hạn hán hoành hành đã làm cho không chỉ cây cối mà cả con người cũng lâm vào tình trạng thiếu nước. Ở nhiều nơi như Philípin, Trung Quốc, Việt Nam, Nhật Bản,... những trận bão lớn liên tiếp tràn về hàng năm phá hoại mùa màng cây cối, tàn phá nhà cửa, ruộng vườn và cướp đi sinh mạng của không ít người dân địa phương. Cùng với bão lụt, nạn động đất thường xẩy ra ở một vài nơi trên thế giới cũng mang đến cho con người những bi kịch đáng sợ. Chỉ trong vài phút, hàng nghìn ngôi nhà, hàng trăm cầu cống... có thể bị sập đổ. Và cùng với sự đổ vỡ đó là cái chết của biết bao người vô tội.

Vẫn chưa hết. Cách đây vài năm, khán giả truyền hình trên thế giới còn được chứng kiến cảnh hàng chục nghìn người phải rời bỏ quê hương mình vì sự "thức dậy" của một ngọn núi lửa đã "yên giấc" sau hàng trăm năm.

世界上的天灾

很久以前,人类与大自然就已经紧密相连了。大自然养育、庇护人类,而人类也为把大自然装扮得更加美丽做出了不小的贡献。大自然与人类已经真正成为了一对知己朋友。

然而,在大自然优待和施恩于人类的同时,它每年也给人类带来了不少的灾难,有的甚至还很残酷。连续多天的大雨造成洪灾,使得成千上万的房屋被

第十课 气候——天灾

冲毁，成百上千人死亡。连续的干旱造成旱灾横行，使得不少的树木甚至人类也陷入缺水的惨境。在许多国家如菲律宾、中国、越南、日本等，每年风暴连续袭来，破坏树木庄稼，摧毁房屋、田园，甚至还夺去不少当地人的生命。此外，世界上一些地方还常常发生地震，也给人类带来了可怕的悲剧。才几分钟，可以摧毁成千上万的房屋、桥梁。在建筑物被毁同时是许许多多无辜生命的死亡。

这还不算完，几年前，世界上的众多观众还亲眼目睹了千千万万的人不得不离开自己的家乡，就因为"沉睡"了几百年的一座火山"苏醒"了。

TỪ MỚI 生词

thời tiết 天气	tri kỷ 知己
thiên tai 天灾	bên cạnh 旁边；在……的同时
lạnh 冷	ưu đãi 优待
nóng 热	ban ơn 恩惠
mùa đông 冬天	tai họa 灾祸
nghỉ đông 寒假	thảm khốc 残酷、惨烈
mùa hè 暑假	trận 阵（量词）
nhiệt độ 温度	gây 造成、导致
thấp 低、矮	lụt lội 洪水
mãi 好久	cuốn trôi 冲走、卷走
phần lớn 大部分	dai dẳng 漫长的
nắng ấm 温热	hạn hán 干旱
cảm nhận 感觉、感受	hoành hành 横行、肆虐
xe ôm 摩的	cây cối 树木
rét 寒、寒冷	lâm vào 陷入
nói chung 总的来说	thiếu nước 缺水
hầu như 几乎	bão 风暴、海啸
dép 拖鞋	liên tiếp 连续、接连
áo cộc tay 短袖衣	tràn 漫、涨起
đài 台、电台	phá hoại 破坏
dự báo 预报	mùa màng 庄家
luồng không khí lạnh 冷气团	tàn phá 摧毁
chuyện 事情、故事	nhà cửa 房屋
mưa tuyết 下雪	ruộng vườn 田野、田园

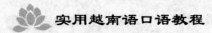

đóng băng 冰冻、结冰	cướp 抢夺；抢劫
chịu...nổi 承受得起	sinh mạng 生命
thực ra 其实、实际上	địa phương 地方、当地
lò sưởi 取暖炉	bão lụt 洪涝灾害
trung bình 平均	động đất 地震
áo bông 棉衣	bi kịch 悲剧
áo phao 羽绒服；救生衣	đáng sợ 可怕的
tất nhiên 当然	cầu cống 桥梁
khí trời 天气、空气	sập đổ 倒塌
khô ráo 干燥	đổ vỡ 崩塌
kéo dài 延长、拉长	vô tội 无罪、无辜的
gắn bó 紧密联系	khán giả 观众
mật thiết 密切	truyền hình 电视
nuôi dưỡng 养育	chứng kiến 亲眼目睹、见证
chở che (=Che chở) 保护、庇护	rời bỏ 抛弃、离开
góp phần 为……做贡献	thức dậy 苏醒
bộ mặt 面貌	núi lửa 火山
thực sự 确实、的确	yên giấc 沉睡
trở lạnh 转冷	

III. Ghi chú ngữ pháp   语法注释

1. Giống, giống như, hình như, hầu như, hầu hết, như, bằng, ví dụ như等词的区别用法。

(1) Giống 有"像"的意思，可以指某事物、某现象相似，也可以指人长得相像，如：

-Thời tiết Nam Ninh cũng giống ở đây thôi, tại vì gần Hà Nội mà.
　南宁的天气也像这里的天气，因为靠近河内嘛。

-Cháu bé này rất giống với bố nó. 这个小孩长得很像他爸爸。

-Hai anh em hơi giống nhau, hình như anh em sinh đôi hay sao ấy.
　两兄弟长得很像，就像是孪生兄弟一样。

(2) hình như有"好像"的意思，表示语气上不够肯定，有时后面可以搭配thì phải 使用，如：

-Trời hình như sắp mưa rồi đấy. 天好像要下雨了呢。

-Hình như tôi đã gặp nó ở đâu thì phải. 我好像在哪里见过他一样。

(3) hầu như 是 "几乎" 的意思，而 hầu hết 是 "几乎所有" 的意思，hầu hết 后面还常常与 tất cả 连用，表示几乎包括完所有的，如：

-Ở Sài Gòn hầu như không có mùa đông. （在）TP. Hồ Chí Minh 几乎没有冬天。

-Nghe tin đó, chị ấy hầu như không chịu được nữa.

听到那个消息，她几乎承受不了了。

-Ở hầu hết tất cả các vùng miền Trung, miền Nam, nhiệt độ trung bình hàng năm đều trên 20°C. 越南中部南部几乎所有各地区年平均温度都在20度以上。

-Ở Trung Quốc, hầu hết tất cả các vùng núi vùng xa đều đã lắp đặt cáp truyền hình rồi. 在中国，几乎所有的偏远山区都安装了有线电视。

(4) như 和 bằng 都有 "像……一样" 的意思，如：

-Cũng như người miền Nam Trung Hoa, bữa chính của người Việt Nam lấy cơm làm món chính. 也像中国南方人一样，越南人的正餐是以米饭为主的。

-Con được bằng như một nửa cậu Hùng thì bố mừng rồi.

你能够像小雄的一半，爸爸就高兴了。

此外，như 和 ví dụ như, chẳng hạn như 都可以表示列举，"如……" "比如说……"，如：

-Tôi rất thích ăn các món mặn của Trung Quốc như vịt quay, thịt bò kho, cá kho v.v. 我很喜欢中国的荤菜，如烤鸭、红烧牛肉、红烧鱼等。

-Hà Nội có nhiều điểm du lịch vui chơi, ví dụ như / chẳng hạn như Quảng trường Ba Đình, Văn miếu, Hồ Tây, Hồ Hoàn Kiếm, Phố cổ Hà Nội v.v. 河内有很多好玩的旅游景点，比如说巴亭广场、文庙、西湖、还剑湖、河内古街等。

2. 辅助单位词 cái, sự, điều, niềm, việc, cuộc, buổi 的区别用法。

(1) 辅助单位词 cái 放在形容词或动词前，可以使之名物化，泛指一种性质或一种行为。如：

-Rẻ hay đắt thì không sao, cái chính là có phù hợp với tôi hay không.

便宜还是贵倒无所谓，重要的是合不合适我。

-Phát huy những cái hay, cái đẹp, bài trừ những cái dở, cái xấu.

发扬那些好的、美的，摒弃那些坏的、丑的。

-Ông ta rất giản dị, không bao giờ cầu kỳ về cái ăn, cái mặc.

他生活很简朴，在穿着方面从不讲究。

(2) 辅助单位词 sự 通常放在动词或形容词前，可以使之名物化，表示一种事情或状态。如：

-Dưới sự nhiệt tình giúp đỡ của các bạn, tôi mới vượt qua được khó khăn này.

在你们的热情帮助下，我才渡过了这个难关。

-Sự đoàn kết chặt chẽ của các dân tộc nước ta là một sức mạnh vô địch.
我国各民族人民的紧密团结是一种无敌的力量。

-Các cháu được hưởng sự may mắn đó là nhờ sự hy sinh của biết bao đồng bào.
你们能够享有今天的幸福生活是许许多多同胞用生命换来的。

(3) điều 常常表示"……的是"，用以引出要说的内容，有时在其后面还可以加上 mà，如：

-Có điều đáng nói là, vì trời nóng, người Việt Nam thích các món nhạt, ít dầu, món chua. 值得一提的是，由于天气炎热，越南人喜欢各种清淡的菜，喜欢油水少的和酸的食物。

-Điều mà tôi muốn nhấn mạnh là, chúng ta phải đoàn kết một lòng để vượt qua mọi khó khăn. 我想强调的一点是，咱们要团结一致以克服一切困难。

-Điều đó nói thì dễ, làm thì khó. 这一点说起来容易，做起来难。

(4) niềm 一般放在表示积极感情的形容词或表示心理活动的动词前，使之名物化，如：

-Chiến thắng Điện Biên Phủ đã làm cho tất cả người dân Việt Nam trong lòng tràn đầy niềm tin tưởng và niềm hy vọng.
奠边府战役的胜利使得越南人民心中充满了信心和希望。

-Nghe tin đó, ông ta không nén nổi niềm vui và sự xúc động trong lòng.
听到那个消息，他抑制不住内心的高兴和激动。

-Dưới sự khuyến khích của thầy giáo, cậu Hùng đã lấy lại niềm tin.
在老师的鼓励下，小雄心中又充满了信心。

(5) việc 本身是名词，意思是"工作"、"事情"，如làm việc, việc quan trọng。但它还可以作辅助单位词用，放在动词或词组前，表示一种长期的行为或工作。如：

-Chúng tôi thật vui được góp phần vào việc phát triển nông nghiệp của Tổ quốc.
我们很高兴能够为祖国的农业发展事业作贡献。

-Bố mẹ tôi rất quan tâm việc học tập của tôi. 我的父母很关心我的学习。

-Tôi rất quen thuộc với việc ăn uống ở quê tôi. 我很熟悉我家乡的饮食。

(6) cuộc 通常放在动词前，使之名物化，表示一种有组织、有计划、有一定过程的行为。如：một cuộc chiến tranh 一场战争，cuộc hội nghị（一次）会议，cuộc đàm phán（一次）谈判，cuộc thi đấu bóng đá（一场）足球比赛。

-Cuộc tranh luận mỗi lúc càng thêm gay go, mỗi người một lí, không ai chịu ai.
争论越来越激烈了，各抒己见，谁也不服谁。

(7) buổi 可放在时间词前，表示一段时间，如：buổi sáng 早上，buổi chiều 下午，buổi tối 晚上；也可以放在动词前，使之名物化，表示一段时间，时间可长可短，如：buổi liên hoan=一次联欢，buổi họp=cuộc hội nghị（两种说法都可以）。

-Hôm nay tôi có hai buổi học 今天我有两次课。

-Vì kế hoạch có thay đổi, buổi họp hôm nay lùi lại đến tuần sau.

由于计划有变，今天的会议推迟到下周。

3. luôn, luôn thể, nhân tiện, nhân dịp 等表示"顺便"、"趁机"的词的区别用法。

(1) luôn 放在谓语动词或动补后，有"顺便"的意思，如：

-Mỗi năm cứ đến thời gian này thì có nhiều người phương Tây sang đây du lịch và nghỉ đông luôn. 每年这个时候都有很多西方人来这里旅游，顺便避寒。

-Lát nữa cậu đi thư viện, cậu mang quyển sách này đi trả luôn cho tớ nhé.

待会儿你去图书馆，你顺便帮我把这本书拿去还吧。

(2) luôn thể 用法与 luôn 一样，但除了放在谓语动词或动补后，它还可以放在后面分句的谓语动词之前。如：

-Cậu chiều mai đến nhé, luôn thể ăn cơm ở nhà tớ.

你明天下午来吧，顺便在我家吃饭。

-Em ngay mai lên trường đi, để làm cả hai việc luôn thể.

你明天来学校吧，顺便把两件事情一起办了。

luôn 和 luôn luôn 还有表示"经常、常常"的意思，不同的是 luôn 放在谓语动词或动补后，而 luôn luôn 放在谓语动词之前。如：

-Buổi tối tôi luôn luôn đi thư viện ôn bài.=Buổi tối tôi thường đi lớp học ôn bài luôn. 晚上我常常去教室复习功课。

-Về sau cậu cứ đến nhà tớ chơi luôn nhé. 以后你就常常来我家玩吧。

此外，luôn 还可以表示"立即、马上"的意思，如：

-Anh đến luôn bây giờ nhé, em chờ anh ở đây.

你现在马上过来吧，我在这里等你。

-Nếu em không tin thì cứ gọi điện hỏi luôn. 不信的话你可以马上打电话去问一下。

(3) nhân tiện 指借某方便的机会顺便做某事，常常指个人的较灵活的机会，如：

-Nhân tiện đi công tác, tôi cũng đi chơi một chuyến Hàng Châu rồi.

借出差之机，我顺便去玩了一趟杭州。

-Cậu đi phố, nhân tiện mua hộ tớ một cuốn "Từ điển Hán – Việt" nhé.

你上街，顺便帮我买一本《汉越词典》吧。

(4) nhân dịp 指"借/趁……之机"，如：

-Ngày Lao động Quốc tế, nhân dân Việt Nam được nghỉ 2 ngày: Ngày 30 tháng 4 (nhân dịp giải phóng miền Nam) và ngày mùng 1 tháng 5. 国际劳动节，越南人民可以休息两天：4月30日（借南部解放日之机）和5月1日。

-Nhân dịp Tết Nguyên đán, mọi người đi thăm họ hàng bạn bè và chúc tết nhau.

借春节之机，每个人都去探访亲戚朋友并互相拜年。

4. chịu的用法。

(1) chịu有"承受"的意思，指"受得了"用"chịu nổi, chịu được"，"受不了"用"không chịu nổi, không chịu được"，如：

-Chắc mình ở đấy thì khó mà chịu nổi / không chịu nổi.

大概我在那里的话就受不了了。

-Ở đây điều kiện vất vả quá, em có chịu được không?

在这里条件太艰苦了，你受得了吗？

(2) 表示"服、服气"的意思，如：

-Chúng nó mỗi người một lí, không ai chịu ai.

他们每个人一个道理，谁都不服谁。

-Thế nào? Chịu thua chưa? 怎么样？服输没有？

(3) 表示"肯、接受"的意思，如：

-Tiền lương thấp thế này, nó không chịu đâu. 工资这么低，他不肯的。

-Với điều kiện thế này thì công ty chúng tôi không chịu được.

以这样的条件我们公司是没办法接受的。

(4) 还可以表示"无可奈何，没办法了"的意思，如：

-Các ông vẫn nói thế thì chúng tôi chịu. 你们还是这么说我们也没办法了。

-Nói mãi nó không nghe tôi cũng chịu. 说了好久他都不听我也没办法了。

IV. Kiến thức mở rộng 扩充知识

1. Dự báo thời tiết của cả nước Việt Nam 越南全国的天气预报

Thời tiết phía đông Bắc Bộ 北部东面的天气：

Nhiều mây, không mưa, sáng sớm có sương mù và sương mù nhẹ rải rác, trưa chiều giảm mây trời nắng. Gió nhẹ. 多云，无雨，早晨有霜雾但雾薄，分散；中午雾散，天晴。轻微风。

Nhiệt độ cao nhất từ 23 - 26 độ. 最高温度23至26度。

Nhiệt độ thấp nhất từ 14 - 17 độ, vùng núi có nơi 9 - 11 độ. 最低温度14-17度，山区有的地方9-11度。

Thời tiết các tỉnh từ Thanh Hóa đến Huế 从清化到顺化各省的天气：

Nhiều mây, không mưa, sáng sớm có sương mù và sương mù nhẹ rải rác, trưa chiều giảm mây trời nắng. Gió nhẹ. 多云，无雨，早晨有霜雾但雾薄，分散，中午雾散，天晴。

nhẹ微风。

Nhiệt độ cao nhất từ 24 - 27 độ 最高温度24至27度.

Nhiệt độ thấp nhất từ 16 - 19 độ 最低温度16-19度.

Thời tiết các tỉnh Nam Bộ 南部各省的天气：

Mây thay đổi, ngày nắng, đêm không mưa. Gió đông bắc cấp 2 - 3. 云多变，炎热，夜里无雨。东北风2-3级。

Nhiệt độ cao nhất từ 29 - 32 độ 最高温度29-32度。

Nhiệt độ thấp nhất từ 21 - 24 độ 最低温度21-24度。

2. Cảnh báo bão số 1 ngày 5-5-2009: Cường độ rất mạnh và hướng đi bất thường 2009年5月5日"1号"风暴警报：强度猛烈而且走向异常

Theo Trung tâm Dự báo khí tượng thủy văn trung ương Việt Nam, lúc 21g30 ngày 5-5, vị trí tâm bão số 1 ở vào khoảng 12,7độ vĩ bắc, 111,8 độ kinh đông, cách bờ biển các tỉnh Phú Yên – Khánh Hòa khoảng 270km về phía đông. Sức gió mạnh nhất vùng gần tâm bão mạnh cấp 10, cấp 11 (89-117km/giờ), giật cấp 12, cấp 13 và còn tiếp tục mạnh thêm. Dự báo trong 24 giờ tới, bão số 1 di chuyển theo hướng bắc, sau đó là giữa bắc đông bắc và đông bắc, mỗi giờ đi được khoảng 10km và ảnh hưởng trực tiếp đến vùng biển các tỉnh từ Quảng Ngãi đến Khánh Hòa. Đồng thời công điện khẩn: thống báo cho các chủ tàu thuyền không đi vào khu vực nguy hiểm.

2009年5月5日"1号"风暴警报：强度猛烈而且走向异常

据越南中央水文气象预报中心预报，5月5日21时，"1号"热带风暴于约北纬12.7度、东经111.8度的位置，距富安—庆和各省东海岸线约270公里。该风暴最强风力达10—11级（89—117公里/小时），闪电12—13级且还会继续增强。预测在未来24小时内，"1号"风暴团将向北移动，然后向东北偏北和东北之间，每小时风速达10公里并且将直接影响到广义到庆和各省海岸线。借此发布紧急电告：船只不要进入危险海域。

3. Từ ngữ bổ sung 补充词汇：

nắng 晴，晴天、出太阳	râm 阴
mát 凉快	mưa 雨
mưa rào 阵雨	mưa phùn 毛毛细雨
mưa bóng mây 太阳雨、过云雨	mưa tuyết 下雪
mưa đá 下冰雹	tạnh 雨停、天晴
tạnh mưa 雨停	đóng băng 冰冻、结冰

nóng 热	nóng nực 炎热、炽热
oi bức 闷热	khô ráo 干燥
hanh 干燥	ẩm ướt 潮湿
sương mù 霜雾	gió lạnh 冷空气、寒潮
gió bắc 北风、东北风	gió nồm 南风
gió mùa 季风	gió bão 台风
sấm nổ 雷、打雷	chớp, tia chớp 闪电
chớp giật 闪电（动）	sét 雷击
sét đánh 雷击（动）	giông bão 风暴、暴风雨

V. Bài tập 练习

1. 请根据现实情况，围绕"今天、明天天气怎么样？最近天气怎么样？越南的、中国的天气怎样？"等话题练习对话。
2. 熟练掌握越语中关于天气、气候的表达，区别语法部分相关语法点的用法并进行口头翻译或造句。
3. 请你根据现实情况向大家介绍你家乡或某个城市的天气情况。
4. 请你给大家讲述一下你印象最深刻的一次自然灾害。

BÀI 11 GIỚI THIỆU ĐẤT NƯỚC
第十一课 介绍祖国

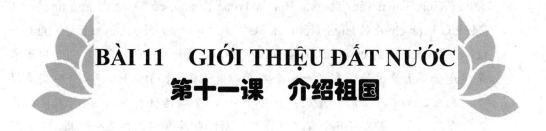

I. Hội thoại 会话

Tình huống **Chuyện trò với bạn Việt Nam**
情景会话   与越南朋友聊天

A: Chào bạn. Bạn là người nước nào? 你好。你是哪国人呢?

B: Mình là người Trung Quốc. 我是中国人。

A: Bạn sang đây học tiếng Việt được bao lâu rồi? 你过来这边学习越南语多久了?

B: Mình sang đây mới được hai tháng thôi. 我才过来两个月。

A: Thế à? Sao bạn nói tiếng Việt sõi thế nhỉ? Giống hệt người Việt Nam rồi.
是吗? 那你说越语怎么这么流利呀? 完全像越南人了。

B: Đâu có? Bạn quá khen rồi. Mình còn nhiều thứ không biết. Sau này còn phải nhờ bạn giúp đỡ nhiều mới được. 哪里, 你过奖了。我还有许多方面都不懂呢。以后还得请你多帮助才是。

A: Ừ, bạn gặp khó khăn gì thì cứ nói, mình sẽ sẵn lòng giúp đỡ. Quê bạn ở thành phố nào, tỉnh nào vậy? 嗯, 你有什么困难就尽管说, 我随时乐意帮助。你的家乡在哪个省哪个城市呢?

B: Quê mình ở thành phố Thiệu Hưng tỉnh Chiết Giang Trung Quốc.
我的家乡在中国的浙江省绍兴市。

A: Tỉnh Chiết Giang à? Tỉnh Chiết Giang ở đâu nhỉ? 浙江省呀? 浙江省在哪儿呢?

B: Tỉnh Chiết Giang ở miền Đông Nam Trung Quốc, và thành phố Thiệu Hưng chính là quê hương của nhà văn lớn Lỗ Tấn đấy.
浙江省在中国的东南部, 绍兴市是大文学家鲁迅的家乡呢。

A: À, mình hiểu rồi. Vì Trung Quốc rộng quá, cho nên cũng khó mà nhớ được hết nhiều thành phố như thế.
哦, 那我明白了。因为中国太大了, 所以也难以记得这么多的城市。

B: Ừ, đúng vậy. Trung Quốc vốn đã là một trong những nước lớn nhất trên thế giới. Diện tích cả nước là 9 triệu 600 nghìn km2, có 4 thành phố trực thuộc Trung ương là Bắc Kinh, Thiên Tân, Thượng Hải và Trùng Khánh; có 23 tỉnh 5 khu tư trị và 2 Đặc khu hành chính là Hồng Kông và Ma Cao. Mỗi tỉnh lại có nhiều thành phố nổi tiếng. Cho nên ngay cả mình cũng không nhớ hết được đâu. 嗯，对啊。中国本来就是世界上最大的国家之一。全国面积是960万平方公里，有4个中央直辖市：北京、天津、上海和重庆；有23个省、5个自治区和2个特别行政区：香港和澳门。每个省又有多个有名的城市，所以就连我都没办法全记得。

A: Thế Trung Quốc có bao nhiêu dân tộc nhỉ? 那中国有多少个民族呢？

B: Trung Quốc có 56 dân tộc, trong đó dân số đông nhất là dân tộc Hán, chiếm khoảng 92% tổng dân số cả nước. Còn lại những dân tộc thiểu số chỉ chiếm không đến 10%. Trung Quốc có hai con sông lớn là sông Trường Giang và sông Hoàng Hà. Còn Việt Nam thì sao hả cậu?

中国有56个民族，其中人口最多的是汉族，约占全国人口的92%。而剩下的少数民族只占不到10%。中国有两条大河是长江和黄河。那越南怎么样呢？

A: Việt Nam tuy nhỏ, nhưng cũng có nhiều điểm rất giống với Trung Quốc đấy. Việt Nam chia thành 3 miền lớn là miền Bắc, miền Trung và miền Nam. Việt Nam có 5 thành phố trực thuộc Trung ương là Hà Nội, Hải Phòng, Đà Nẵng, thành phố Hồ Chí Minh và Cần Thơ. Việt Nam có 54 dân tộc. Dân tộc Kinh (cũng gọi là dân tộc Việt) đông dân nhất, chiếm hơn 80% dân số cả nước Việt Nam. Việt Nam cũng có hai con sông lớn là sông Hồng và sông Mê Công, sông Mê Công còn gọi là sông Cửu Long. Hai con sông này đã bồi đắp nên hai đồng bằng lớn mầu mỡ là đồng bằng sông Hồng và đồng bằng sông Cửu Long. Hằng năm hai đồng bằng này sản xuất nhiều thứ gạo ngon với số lượng lớn, không những đáp ứng nhu cầu của nhân dân trong nước mà còn xuất khẩu ra nước ngoài nữa.

越南虽小，但与中国也有很多相似之处呢。越南分成为北部、中部和南部3大部分。越南有5个直辖市：河内、海防、岘港、胡志明市和芹苴。越南有55个民族。京族（也叫越族）人口最多，占了全国人口的80%以上。越南也有两条大河为红河和湄公河。湄公河也叫九龙江。这两条河已经淤积成了两个肥沃的大平原为红河平原和九龙江平原。每年，这两个平原生产了大量的优质大米，不仅满足了国内人民的需求，还出口到国外。

第十一课　介绍祖国

II. Bài học 课文

(1) VIỆT NAM – VÀI NÉT KHÁI QUÁT

Việt Nam! Hai tiếng vang lên biết bao khích lệ và tự hào. Đó là một miền đất được thiên nhiên ưu đãi nhưng cũng nhiều thiên tai khắc nghiệt. Đó là một dân tộc đã chịu nhiều đau thương nhưng cũng chiến đấu kiên cường để giành quyền được sống trong độc lập, tự do và hạnh phúc.

1. *Về thời tiết và khí hậu.* Là một đất nước nằm trong vùng nhiệt đới, phía Bắc Việt Nam có bốn mùa rõ rệt: mùa xuân với mưa phùn, ẩm ướt, cây cối tốt tươi; Mùa hè khí hậu nóng bức, lắm mưa nhiều bão; Mùa thu thường được coi là mùa đẹp nhất trong năm, khí hậu ôn hòa, trời trong xanh, gió nhẹ. Mùa đông thường có gió đông-bắc nên trời lạnh, rét. Còn miền Nam thì chỉ có hai mùa: mùa mưa và mùa khô.

2. *Về tài nguyên.* Việt Nam có bờ biển dài 3250 km. Dọc bờ biển từ Trà Cổ tới Hà Tiên có nhiều cảnh quan thiên nhiên đẹp tuyệt vời: Vịnh Hạ Long, bãi biển Nha Trang, Vũng Tàu…vừa là những danh thắng vừa là nơi nghỉ mát nổi tiếng.

Biển có nhiều hải sản quý như tôm, cá, cua…Biển còn cung cấp nhiều khoáng sản như dầu khí, mỏ quặng…Đồng thời, biển Việt Nam nằm ở vị trí giao thông thuận lợi, có đường biển nối liền châu Á, châu Âu…

Rừng núi Việt Nam chiếm 2/3 lãnh thổ. Núi chạy từ Bắc xuống Nam Trung bộ với bao nhiêu hang động đẹp như Hương Tích, Phong Nha…Rừng còn cho nhiều lâm sản quý giá như các loại gỗ, các loại thú và nhiều sản vật khác.

3. *Về dân tộc và ngôn ngữ.* Trên đất nước Việt Nam hiện có 55 dân tộc, đa số là người Việt (còn gọi là dân tộc Kinh). Dân số cả nước hơn 80 triệu người. Tiếng Việt có 3 phương ngôn lớn: tiếng miền Bắc, tiếng miền Trung và tiếng miền Nam. Tuy phát âm có khác nhau, một số từ ở các otia phương có khác nhau nhưng không gây cản trở trong giao tiếp. Người miền Bắc nói, người miền Trung và miền Nam vẫn hiểu được và ngược lại.

4. *Về tổ chức hành chính.* Đơn vị hành chính của Việt Nam là nhà nước, trong nhà nước có các tỉnh và thành phố trực thuộc, dưới tỉnh và thành phố trực thuộc là huyện (ở nông thôn) và quận (ở thành phố), dưới huyện, quận là xã và phường là đơn vị hành chính cơ sở. Các thành phố trực thuộc là Hà Nội, Hải Phòng, Đà Nẵng, thành phố Hồ Chí Minh và Cần Thơ. Hà Nội là thủ đô của Việt Nam.

（1）越南的概况

越南！多么让人激动和自豪的两个字！这是一个得到大自然厚爱但也有很多残酷天灾的国度。这是一个承受了许多悲痛但仍坚强战斗以争取独立、自由、幸福生活的民族。

1. 天气和气候方面。作为一个位于热带地区的国家，越南的北部有明显的四季：细雨连绵、天气潮湿、树木苍翠的春季，炎热、多雨、多风暴的夏季，秋季被认为是一年中最美的季节，气候温和，天空晴朗，微风拂面；冬季常常刮东北风，所以天气寒冷。而南部就只有两个季节：雨季和旱季。

2. 资源方面。越南有着长达3250公里的海岸线。沿着海岸线，从北部的茶古到南部的河仙，沿岸有许多绝美的天然景观，如：下龙湾、芽庄海滩、头顿海滩等，这些地方既是旅游圣地，又是著名的避暑之地。

海洋有着许多珍贵的海产，如虾、鱼、蟹等。海洋还提供了许多海底矿产如天然气、矿藏等。同时，越南的海洋位于交通便利的重要位置，因此越南有着通往欧洲、亚洲等地的海路。

越南的山林占越南领土的三分之二。山脉连绵从北延续至中南部，其中有许多美丽的山洞如香迹洞、风雅洞等。森林还出产了许多珍贵的林产品，如各种木材、各种珍禽野兽和许多其他产品。

3. 民族和语言方面。现在在越南有55个民族，大多数是越族人（也叫京族人）。全国人口有八千多万。全国通用语是越南语。越语有三大方言：北部方言、中部方言和南部方言。虽然各方言的发音有差别，部分词语有差别，但并没有给日常交际造成障碍。北部人说话，中部和南部人仍然可以听懂；反过来也一样。

4. 关于行政组织。越南的行政单位是国家，国家下有直辖市和各省，直辖市和省下是郡（在城市）和县（在农村的），郡、县下是最基础的行政单位是坊和乡。直辖市包括河内、海防、岘港、胡志明市和芹苴。

(2) CON RỒNG CHÁU TIÊN

Ngày xưa ở đất Lạc Việt, Bây giờ là Bắc bộ nước ta, có một vị thần tên là Lạc Long Quân. Thân mình rồng, thường ở dưới nước, thỉnh thoảng lên sống ở trên cạn. Thần rất khỏe và có nhiều phép lạ. Thần giúp dân diệt trừ những loài yêu quái, dạy dân cách trồng trọt chăn nuôi và cách ăn ở. Xong việc, thần về thủy cung, khi có việc lại hiện lên.

Bấy giờ ở vùng núi cao phương Bắc, có nàng Âu Cơ vô cùng xinh đẹp, nghe nói ở đất Lạc Việt có nhiều hoa thơm cỏ lạ bèn tìm đến thăm. Âu Cơ và Lạc Long Quân gặp nhau, yêu nhau, rồi trở thành vợ chồng, cùng nhau sống trên cạn. Ít lâu sau, Âu Cơ có mang. Đến khi sinh, có một chuyện lạ là nàng sinh ra một cái bọc trăm trứng, nở ra 100 con trai, người nào cũng hồng hào, đẹp đẽ lạ thường. Đàn con lớn nhanh như thổi, mặt mũi khôi ngô, tuấn tú và rất khỏe mạnh.

Một hôm, Lạc Long Quân, vốn quen sống ở dưới nước, thấy không thể sống mãi trên cạn nên nói với Âu cơ và các con rằng: "Ta không thể sống mãi ở đây, phải về thủy cung. Nay ta đưa 50 con xuống biển, nàng đưa 50 con lên núi, chia nhau cai quản các phương, khi có việc gì thì giúp đỡ lẫn nhau, đừng quên lời hẹn." Âu Cơ và các con nghe theo cùng chia tay lên đường.

Người con trưởng được lên làm vua, lấy hiệu là Hùng Vương, đóng đô ở đất Phong Châu, đặt tên nước là Văn Lang. Khi cha chết thì truyền ngôi cho con trưởng và đều lấy danh hiệu là Hùng Vương không thay đổi.

Cũng bởi sự tích này mà về sau, người Việt Nam ta, con cháu vua Hùng, thường nhắc đến nguồn gốc của mình là con Rồng cháu Tiên.

（2）龙子仙孙

从前，在雒越国即现在我国的北部，有一位神仙叫做雒龙君。这个神仙是龙的身形，常生活在水中，偶尔也到陆地上生活。他长得很勇猛而且会很多法术。他帮助人们斩妖除魔，还教会人们耕种、养殖和生活。教完后，他又返回水宫，有事的时候才上来。

那时候，在北方的高山地区，有一个叫瓯姬的姑娘，长得异常美丽。她听说在雒越国有许多香花异草，就过去玩。瓯姬和雒龙君相遇并相爱，然后成为了夫妻，一起生活在陆地上。不久，瓯姬怀孕了。到生产的时候，发生了一件怪事，瓯姬居然生出了一个有100个蛋囊的大蛋，孵出100个儿子，而且个个都长得异常的雄壮、英俊。他们都长得很快，就像吹风似的，个个都眉清目秀、高大英俊、雄壮魁梧。

一天，本来习惯于水中生活的雒龙君发现不可能长久生活在陆地上，便对瓯姬和孩子们说："我不能长久生活在这里，我要返回水宫生活。现在我带50个孩子下海，你带50个孩子上山，我们分开各管一方，有什么事情的时候我们再互相帮助，不要忘记了我们的约定。"瓯姬与孩子照办，于是互相分手上路了。

后来，他们的长子被推举为皇帝，号为"雄王"，定都封州，定国名为"文郎"。父王死后就传位给长子并且都称"雄王"，从不改变。

也因为这个传说，后来我们越南人，即雄王的子孙后代，常常提到我们的根源是"龙子仙孙"。

TỪ MỚI 生词

đất nước 祖国
chuyện trò 聊天、谈话
đáy biển 海底
dầu khí 石油
mỏ quặng 矿、矿井
đồng thời 同时
nằm 位于
vị trí 位置
giao thông thuận lợi 交通便利
nối liền 连接
hang động 洞穴
lâm sản 林产品
quý giá 珍贵
gỗ 木、木材、木头
thú 野兽
phương ngôn 方言
cản trở 阻拦、阻碍
giao tiếp 交际
ngược lại 相反
tổ chức 组织
hành chính 行政
đơn vị 单位
cơ sở 基础
con rồng cháu tiên 龙子仙孙
ngày xưa 从前、以前
cạn 陆地、旱地
diệt trừ 根除、消除
yêu quái 妖怪
trồng trọt 耕种
chăn nuôi 养殖
thủy cung 水宫

cung cấp 提供
giống hệt 非常像、与……没什么区别
nhờ 依靠、拜托、借光
cứ 尽管
chính là 正是
vốn 本来；资本
diện tích 面积
triệu 百万
nghìn 千
ngay cả 就连
chiếm 占
dân số 人口
dân tộc thiểu số 少数民族
sông 江、河
điểm 点
chia thành 分成
bồi đắp 淤积
đồng bằng 平原
mầu mỡ 肥沃
sản xuất 生产
số lượng 数量
xuất khẩu 出口
biết bao 多么；许许多多
khích lệ 鼓励
tự hào 自豪
khắc nghiệt 恶劣
đau thương 悲伤
chiến đấu 战斗
kiên cường 坚强、顽强
giành 争取
độc lập 独立

第十一课　介绍祖国

bấy giờ 那时、那时候	tự do 自由
bèn 便、于是	hạnh phúc 幸福
ít lâu 不久	khí hậu 气候
có mang 怀孕	vùng nhiệt đới 热带地区
chuyện lạ 怪事	rõ rệt 明显、清楚
nàng 姑娘	mưa phùn 毛毛雨、霪雨
bọc 胚胎、胎囊	ẩm ướt 湿、潮湿
nở ra 孵化、孵出	tốt tươi 茂盛
hồng hào 雄壮	nóng bức 闷热
lạ thường 异常	lắm mưa nhiều bão 风暴多
đàn 群	coi 看、视
mặt mũi khôi ngô 面目清秀、眉清目秀	
ôn hòa 温和	tuấn tú 英俊
trong xanh 蔚蓝、晴朗	khỏe mạnh 健壮
gió nhẹ 微风、轻微风	cai quản 管辖
mùa mưa 雨季	lời hẹn 诺言、约定
mùa khô 旱季	con trưởng 长子
tài nguyên 资源	vua 皇帝、帝王
bờ biển 海岸、海岸线	lấy hiệu 取号
dọc 沿着	đóng đô 定都
tuyệt vời 绝妙	truyền ngôi 传位
bãi biển 海滩	danh hiệu 名号
danh thắng 名胜	nhắc 提到
nghỉ mát 避暑	rừng núi 山林、森林
sự tích 传说	lãnh thổ 领土
nguồn gốc 来源、根源	

III. Ghi chú ngữ pháp　语法注释

1. 语气词 à, mà, hả 的用法。

(1) 语气词 à 放在句尾用来表示疑问，有两种情况：

问话者把自己的疑问提出来，并认为自己的判断是正确的，希望得到对方的证实，如：

-Anh mới về à? 你刚回来啊？

-Thế chiều nay chúng ta không lên lớp nữa à? 那今天下午咱们不上课了呀？

103

带有惊奇、反诘、威胁的口气，如：

-Thế à? Hay quá nhỉ. 这样啊？太好了。

-Mày dám hỗn với tao à? 你竟敢对我无礼啊？

à还可以跟ấy, đấy, kia结合，组成ấy à, đấy à, kia à。这些词除了仍表示疑问外，还可表示其他语气：ấy à表示重复对方提到的对象或事物；đấy à表示对眼前发生的事物发问；kia à带有惊奇的语气。如：

-Chị Hoa nhờ tớ hỏi thăm cậu đấy! 阿花让我向你问好呢。

-Chị Hoa ở trường Đại học Sư Phạm ấy à? 就是在师范大学那个阿花呀？

-Cậu đang ôn bài đấy à? 你在复习功课呀？

-Nó giỏi thế kia à? 他这么厉害呀？

另，语气词ư的用法与à相同。

(2) 语气词mà放在句尾，有三种情况：

表示事理本应如此，显而易见，如：

-Vì Trung Quốc rộng quá mà, cho nên cũng khó mà nhớ được hết nhiều thành phố như thế. 因为中国太大了嘛，所以也很难记全这么多的城市。

-Tôi biết nó không thể thắng được mà. 我就知道他不可能取胜的嘛。

表示责备的语气，如：

-Anh đã bảo em trước rồi mà. Em lại không nghe.
我早就告诉过你嘛。你却不听！

表示否定对方意见的态度，如：

-Con không muốn ăn nữa mà. Mẹ ăn nốt đi. 我不想吃了。妈妈您吃完去吧。

+在口语中，mà还可以说成mà lại, mà lị。

(3) hả放在陈述句或疑问句后，可以表示三种语气：

表示关切的语气，如：

-Con thích đồng hồ này lắm hả? 你很喜欢这个手表，是吧？

-Em đi thế này có mệt không hả? 这样走你累不累啊？

hả读重音，并且在它之前略有停顿，表示问中带有气愤、责备的语气，如：

-Ai cho phép mày làm thế hả? 谁允许你这么做的？

-Mày còn dám nói thế hả? 你还敢这么说呀？

hả还经常跟称呼合在一起用，在它之前略有停顿，如：

-Còn Việt Nam thì sao hả cậu? 那越南怎么样呢？

-Xảy ra chuyện gì rồi hả bố? 出什么事了爸爸？

2. Hết, xong, nốt的区别用法。

(1) Hết表示全包括，无剩余，如：

第十一课 介绍祖国

-Trung Quốc có nhiều tỉnh, mỗi tỉnh lại có nhiều thành phố nổi tiếng. Cho nên ngay cả mình cũng không nhớ hết được đâu.

中国有很多省份，每个省又有多个有名的城市，所以就连我都没办法记全。

-Mấy chai rượu đó bị tôi uống hết rồi. 那几瓶酒被我喝完了。

-Bao nhiêu việc nó làm được hết. 不管多少工作他都能做完。

(2) xong 是指完成一定的事情、工作、任务，如：

-Em đã làm xong bài tập chưa? 你做完作业了没有？

-Xong việc rồi, ta đi ăn cơm đi. 工作做完了，咱们去吃饭吧。

(3) nốt 是特指把剩下的完成，如：

-Anh ăn nốt mấy miếng còn lại đi. 你吃完剩下的几块吧。

-Còn tý rượu, anh uống nốt nhé. 还有一点酒，你喝完去吧。

3. Nhau, với nhau, lẫn nhau 的区别用法。

nhau, với nhau, lẫn nhau 都有"互相"的意思，其区别如下：

(1) 当行为动作的对象是人本身时，常常用 nhau, 如：thân yêu nhau 相亲相爱, giúp đỡ nhau 互相帮助, chăm sóc nhau 互相照顾, gặp nhau 见面, quen nhau 互相认识, cãi nhau 吵架, đánh nhau 打架。

-Trước kia, chúng tôi không quen biết nhau. 以前，我们互不相识。

(2) 当行为动词的对象不是人本身，而有另外的对象时，常常用 với nhau 或 lẫn nhau, 如：nói chuyện với nhau 互相说话（说的对象是话）, đi chơi với/lẫn nhau 一起去玩。

-Chúng tôi giới thiệu với nhau kinh nghiệm học tập của mình. 我们互相介绍自己的学习经验。

(3) 可以说 học tập nhau "互相学习"，也可以说 học tập với nhau /lẫn nhau "一起学习"。

(4) 当谓语动词是单音节时常常用单音节的 nhau, 如：giúp nhau, bảo nhau, 互相给对方写信、互相通信则用 viết thư cho nhau。

4. Mình, anh, chị 等人称代词的特殊用法。

mình, anh, chị 除了用来指代人称"我"、"你"以外，还可以有其他的特殊用法如下：

(1) mình 作主语时，一般是第一人称。还可以作补语或定语，它的人称、性、数将随着它所指代的人而变化，如：

-Tôi chỉ trách mình không cẩn thận thôi. 我只是怪自己不小心。

-Chúng ta không nên chỉ nghĩ đến mình thôi, mà phải nghĩ đến người khác mới được. 我们不应该只为自己考虑，而应该考虑到其他人。

-Anh ấy biết mình học kém nên học tập chịu khó hơn người khác.

他知道自己学得差，所以学习总比别人刻苦。

(2) 在越语中，有些人称代词是从家族称谓引申而来的，如anh, chị。这类代词不仅可以用于第二人称，还可以用于第一或第三人称，如：

-(Em hỏi chị) Chị đi đâu đấy?（第二人称）你去哪儿啊?

-(Chị trả lời) Chị đi làm đây.（第一人称）我去上班。

-Hôm kia trời mưa gió rét, anh Quang bị cảm. Anh biếng ăn và thấy chân tay rã rời, …Tối đến, anh lên cơn sốt.（第三人称）前天下雨又刮冷风，阿光感冒了。他厌食并且觉得手脚瘫软无力……到了晚上，他发烧了。

(3) anh, chị有时放在名词前，主要用来说明人的性别和年龄等。这时它们是单位词。如：

-Chị y tá đo nhiệt độ cho anh Quang. 护士姐姐给阿光测量体温。

-Anh cán bộ trả lời chúng tôi rất tỉ mỉ.

那个干部很详细地回答我们。（指年轻的、男性）

类似的词还有 ông, bà, chú, cô, bác 等，如：chú công nhân 工人叔叔, bác lái xe 司机大叔……

5. 关联词 "vừa…vừa…" 的用法。

(1) 关联词 "vừa…vừa…" 有 "既……又……"、"又……又……" 的意思，如：

-Những nơi này vừa là những danh thắng vừa là nơi nghỉ mát nổi tiếng.

这些地方既是名胜又是著名的避暑胜地。

-Ăn ở ngoài tốt hơn, vừa ngon vừa rẻ. 在外边吃好一些，又好吃又便宜。

(2) 关联词 "vừa…vừa…" 还有 "一边……一边……" 的意思，如：

-Ở cơ quan tôi rất bận, có khi tôi phải vừa gọi điện vừa làm việc.

在单位我很忙，有时候我得一边打电话一边工作。

-Tôi thích vừa ăn đồ vặt vừa xem TV. 我喜欢一边吃零食一边看电视。

IV. Kiến thức mở rộng 扩充知识

Tên bộ máy tổ chức trung ương, thành phố và quận huyện. 中央、市级及郡县行政机构名称。

一些常见的缩写形式：

| UB | Ủy ban | 委员会 |

第十一课　介绍祖国

UBND	Ủy ban nhân dân	人民委员会
HĐND	Hội đồng Nhân dân	人民代表大会
MTTQ	Mặt trận tổ quốc	全国政协
VP	Văn phòng	办公室
BCH	Ban chấp hành	执行委员会
TW	Trung ương	中央
TP	Thành phố	市

A-Trung ương 中央

1. Chủ tịch nước 国家主席

2. Phó chủ tịch nước 国家副主席

3. Chính phủ 政府

4. Thủ tướng chính phủ 政府总理

5. Phó thủ tướng 副总理

6. VP chính phủ 政府办公室

7. Quốc hội 国会

8. Chủ tịch (phó chủ tịch) Quốc hội 国会主席（副主席）

9. Ủy ban thường trực Quốc hội 国会常务委员会

10. Ủy ban MTTQ TW 中央全国政协委员会

11. Bộ – sở 部：

Bộ Công Thương 工商部

Bộ Giáo dục và Đào tạo 教育培训部

Bộ Giao thông Vận tải 交通运输部

Bộ Kế hoạch & Đầu tư 计划投资部

Bộ Khoa học Công nghệ & Môi trường 科学工艺和环境部

Bộ Lao động-Thương binh và Xã hội 社会劳动荣军部

Bộ Nông nghiệp & Phát triển Nông thôn 农业和农村发展部

Bộ Văn hóa, Thể thao & Du lịch 文化体育旅游部

Bộ Ngoại giao 外交部

Bộ Công an 公安部

Bộ Quốc phòng 国防部

Bộ Tài chính 财政部

Bộ Tư pháp 司法部

Bộ Xây dựng 建设部

Bộ Y tế 卫生部

Bộ trưởng 部长

Thứ trưởng 副部长

Viện Kiểm sát ND tối cao 最高人民检察院

Tòa án ND tối cao 最高人民法院

Ủy ban Thanh tra Chính phủ 国家监察委员会

12. Tổng cục 总局

Tổng cục Địa chính 地籍总局

Tổng cục Hải quan 海关总局

Tổng cục Thuế 税务总局

13. BCH TW Đảng cộng sản Việt Nam 越南共产党中央执行委员会

Bộ chính trị TW Đảng 党中央政治局

Tổng bí thư BCH TW Đảng 党中央执委会总书记

Ủy viên BCH TW Đảng 党中央执委会委员

14. BCH TW Đoàn Thanh niên Cộng sản Hồ Chính Minh 胡志明共青团中央执委会

15. BCH TW Hội Liên hợp Phụ nữ Việt Nam 越南妇女联合会中央执委会

B-TP. Hồ Chí Minh 胡志明市

1. Thành ủy TP.Hồ Chí Minh 胡志明市市委

    Thường vụ thành ủy 市委常委

    Ủy viên BCH thành ủy 市委执委会委员

2. HĐND TP 市人民代表大会

3. UBND TP 市人民委员会

4. UBND MTTQ TP 市政协委员会

5. Chủ tịch UBND TP 市人委会主席

6. Bí thư Thành ủy 市委书记

7. Chủ tịch HĐND TP 市人大主席

8. Sở Ngoại vụ 外务厅

9. Sở Kế hoạch và Đầu tư 计划与投资厅

10. Sở Tài Chính 财政厅

11. Sở Tư Pháp 司法厅

12. Sở Giáo dục và Đào tạo (sở GD&ĐT) 教育与培训厅

13. Sở Nông nghiệp và Phát triển Nông thôn (sở NN&PTNT) 农业与农村发展厅

14. Sở Lao động-Thương binh và Xã hội 社会劳动荣军厅

15. Sở Giao thông Vận tải 交通运输厅

16. Sở Văn hóa, Thể thao & Du lịch 文化体育旅游厅

17. Sở Địa chính-Nhà đất 地籍房产厅

18. Sở Xây Dựng 建设厅

第十一课　介绍祖国

19. Sở Khoa học và Công nghệ (Sở KH&CN)　科学工艺厅

20. Sở Công Thương Mại　工商厅

21. Sở Công Nghiệp　工业厅

22. Sở Thương Mại　商贸厅

23. Sở Y Tế　卫生厅

24. Sở Thể dục-Thể thao (Sở TDTT)　体育厅

25. Sở Công an　公安厅

26. Giám đốc sở　厅长

   Giám đốc sở Tài Chính　财政厅厅长

   Phó giám đốc sở GD&ĐT　教育厅副厅长

27. Văn phòng　办公室

28. chủ nhiệm　主任

   Chánh VP UBND TP　市人委办公室主任

   Phó VP UBND TP　市人委办公室副主任

   VP tiếp dân HĐND TP　市人大信访处

   Chánh Thanh tra Nhà nước TP.Hồ Chí Minh　胡志明市国家监察长

29. Tòa án ND TP　市人民法院

30. Viện Kiểm sát ND TP　市人民检察院

31. Cục Thuế TP　市税务局

32. Cục Hải quan TP　市海关局

33. Chi Cục quản lý thị trường TP　城市市场管理分支局

34. UB chỉ đạo　指导委员会

   UB bảo vệ môi trường TP　市环保委员会

   UB Quốc gia phòng, chống HIV/AIDS và phòng, chống tệ nạn ma túy, mại dâm
   国家防抗禽流感、爱滋病暨防抗毒品、卖淫指导委员会

35. Công ty Cấp nước TP　市供水公司

   Tổng công ty Điện lực TP　市电力公司

   Công ty Cổ phần Dịch vụ Bưu chính Viễn thông TP　市邮政通信服务股份公司

36. Ban　处

   Ban Tư tưởng-Văn hóa thành ủy TP　市委思想文化处

   Ban Bảo vệ bà mẹ trẻ em TP　市妇幼保健委员会

   Ban Chỉ đạo Cải cách Hành chính của UBND TP　市人委行政改革指导委员会

37. Phòng　科

   Phòng Lãnh sự sở Ngoại Vụ　外务厅领事科

   Phòng Kế hoạch-Tài chính Sở Địa chính-Nhà đất　地籍房产厅计划财政科

Phòng Kinh tế, Kế hoạch & Vật liệu Sở xây dựng 建设厅物资管理科

38. Trưởng phòng 科长

   Phó trưởng phòng 副科长

39. Ban ngành 部门

40. Đoàn thể , hội 团体，联合会

   Đoàn Thanh niên Cộng sản HCM 胡志明市共青团

   Hội Liên hiệp Phụ nữ TP 市妇女联合会

C-Quận, huyện 郡、县

1. Quận ủy quận…   XX郡委

   Huyện ủy huyện …   XX县委

2. UBND quận (huyện)…   XX郡（县）人民委员会

3. HĐND quận (huyện)…   XX郡（县）人民代表大会

4. UB MTTQ quận (huyện)…   XX郡（县）政协委员会

5. VP UBND quận (huyện)…   XX郡（县）人委会办公室

D-phường, xã 坊、乡

1. UBND phường (xã)…   XX坊（社）人民委员会

2. HĐND phường (xã)…   XX坊（社）人民代表大会

3. UB MTTQ phường (xã)…   XX坊（社）政治协商会议

4. Đồn Công an phường (xã)…   XX坊（社）公安派出所

5. Tổ dân phố…   XX街道办

V. Bài tập 练习

1. 根据本课内容，围绕"中国和越南的基本概况"话题进行对话练习。

2. 熟练掌握本课语法点，区别语法部分相关词汇的用法并进行口头翻译或造句。

3. 请根据现实情况，自行准备内容，向你的外国朋友介绍你的祖国、首都或首府。

BÀI 12 NHÀ Ở —— KHÁCH SẠN
第十二课 住房——宾馆

I. Hội thoại   会话

Tình huống 1   Em ở ký túc xá
情景1   我住宿舍

A: Chào em. Em ở đâu đấy?   你好。你住哪儿?

B: Dạ, thưa thầy, em ở phòng 302 nhà số 3 khu 5 ạ.
哦, 老师, 我住5坡3栋302宿舍。

A: Phòng em có mấy người?   你们宿舍有几个人?

B: Dạ, phòng em có 4 người ạ. Em cùng bạn Minh, bạn Hùng, bạn Phong ở chung một phòng.   我们宿舍有4个人。我跟阿明、阿雄、阿锋同住一间房。

A: Ừ, không đông lắm nhỉ?   哦, 那人也不太多。

B: Vâng ạ, cũng không đông lắm, vừa thôi ạ.   是的, 不太多, 合适。

A: Phòng em có những tiện nghi gì?   你们宿舍都有些什么设施呢?

B: Phòng em có giường, bàn ghế, tủ quần áo, điều hòa, bình nóng lạnh v.v.
我们宿舍有床、桌椅、衣柜、空调、热水器等。

A: Ừ, thế cũng đầy đủ rồi đấy.   嗯, 挺齐全的。

B: Dạ, vâng ạ.   是的。

A: Thế các em cùng ở một phòng có hòa thuận không?
那你们同住一个房间相处得好吗?

B: Dạ, vâng ạ. Chúng em bốn người đến từ bốn nơi khác nhau là Sơn Đông, Trùng Khánh, Đảo Hải Nam và Nam Ninh. Cho nên lúc đầu thói quen sinh hoạt cũng khác nhau rất nhiều, ví dụ bạn Minh đến từ Sơn Đông, suốt ngày chỉ thích ăn món mì; Bạn Hùng đến từ Trùng Khánh, khi ăn cơm đều chọn những món cay; còn bạn Phong đến từ Đảo Hải Nam, ban đêm hay ra ngoài ăn đêm và uống bia; còn em là dân gốc ở đây thì chẳng sao. Nhưng bây giờ bọn em ở lâu cũng quen dần rồi.
是的。我们四个人来自四个不同的地方：山东、重庆、海南岛和南宁。所以开始的时候, 生活习惯也很不相同, 比如来自山东的阿明整天就喜欢吃面食，来自重庆的阿雄吃饭的时候都选那些辣的，而来自海南岛的阿锋夜晚常常出去吃夜宵和喝啤酒，而我是本地人就没什么了。但现在我们住久也慢慢习惯了。

A: Thế các em càng phải khoan dung, thông cảm cho nhau mới được. 那你们更要互相包容、互相理解才行。

B: Vâng ạ. Chúng em cũng thường xuyên học tập nhau thầy ạ. Ví dụ em hay sửa âm cho các bạn khác, còn các bạn khác cũng giúp đỡ em học tiếng Anh ạ. 是的，我们常常互相学习呢。比如我常常给他们纠音，而他们也常常帮助我学英语。

A: Ừ, thế thì tốt quá. Là bạn học thì phải giúp đỡ nhau để cùng tiến bộ. 嗯，那就好了。作为同学就要互相帮助，共同进步。

Tình huống 2   Thuê phòng ở khách sạn
情景2   在宾馆租房

A: Chào ông. Tôi có thể giúp gì ông ạ? 您好。我可以为您效劳吗？

B: Tôi muốn thuê phòng. Ở đây còn phòng trống không? 我想租房。在这里还有空房吗？

A: Còn ạ. Ông cần phòng như thế nào ạ? 有。您要什么样的房间？

B: Tôi muốn thuê phòng một người, chỉ cần đủ các tiện nghi cơ bản là được rồi.
我想要一个单人间，只要有各种基本设施就可以了。

A: Vâng, phòng chúng tôi sạch, đẹp, mới và đủ tiện nghi. Nhưng tiếc là không có phòng một người ạ. Toàn là phòng hai người trở lên. Vì chúng tôi phải tiết kiệm không gian mà. 好的，我们的房间干净、漂亮、新并且设施齐全。但可惜的是没有单人间。我们的房间都是双人以上。因为我们得节约空间嘛。

B: Thôi, cũng được. Phòng hai người bao nhiêu tiền một đêm?
也行。双人间多少钱一晚？

A: Thực ra chúng tôi cũng thu tiền theo đầu người thôi. Một người là 20 đô, hai người là 40 đô. Ông ở đây mấy ngày?
其实我们也是按照人头收钱的，一个人是20美金，两个人才是40美金。您要住几天呢？

B: Còn chưa biết chừng, chắc 2, 3 ngày thôi, cũng có thể 1 tuần, phải xem tiến triển công việc thế nào đã.
还没不确定，大概两三天，也有可能1个星期，要看工作进展如何才行。

A: Vâng ạ. Ông cho tôi mượn hộ chiếu (passport) của ông để đăng ký nhé.
好的。那请给我您的护照登记一下。

B: Hộ chiếu của tôi đây. 给，我的护照。

A: Cảm ơn. Xếp cho ông phòng ở tầng giữa, phòng 303 nhé. Chìa khóa đây ạ. 谢谢。给您安排中间层303号房间怎么样？这是钥匙。

B: Có phải đặt cọc trước không? 要先交定金吗？

A: Dạ, không ạ. Khi nào ông trả phòng thì mới trả tiền, và chúng tôi sẽ trả lại hộ chiếu cho ông. Nhưng khi ra ngoài ông phải mang theo tất cả những đồ quý giá của ông nhé. 哦，不用。什么时候您退房再付钱，我们再退回您的护照。但你外出的时候要带上您所有的贵重物品。

B: Được rồi. Cảm ơn. 好的。谢谢。

II. Bài học   课文

HỆ THỐNG KHÁCH SẠN Ở HÀ NỘI

Cách đây khoảng mười lăm năm, hệ thống khách sạn ở Hà Nội vừa ít ỏi, nhỏ hẹp vừa cũ kỹ và lạc hậu nhiều so với các khách sạn du lịch ở nhiều nước trên thế giới. Khách du lịch chỉ tìm đến một vài tên quen thuộc như Khách sạn Thắng Lợi, Hòa Bình, Hoàn Kiếm, Thống Nhất, Thăng Long, Phú Gia, Dân Chủ.

Từ khi chính phủ Việt Nam thực hiện chính sách mở cửa, theo hướng kinh tế thị trường tự do và "Việt Nam muốn làm bạn với tất cả các nước trên thế giới", lượng khách tham quan du lịch, thương gia và các nhà đầu tư…đã tăng lên nhanh chóng. Để đáp ứng nhu cầu ăn ở của du khách quốc tế, hàng loạt khách sạn cũng đã được sửa sang, nâng cấp. Công ty Du lịch Hà Nội đã liên doanh với Pháp nâng cấp khách sạn Thống Nhất thành khách sạn 4 sao và đổi tên thành khách sạn Metropole. Từ ngày mang tên mới, khách sạn này lúc nào cũng đầy ắp khách du lịch bốn phương. Để được ở khách sạn Metropole, bạn phải đặt chỗ trước ít nhất một tháng.

Sau sự hoạt động nhộn nhịp của Metropole, hàng loạt khách sạn mới sang trọng đã ra đời: khách sạn Sài Gòn (được nâng cấp từ khách sạn ga Hàng Cỏ trước), khách sạn Hà Nội (tên mới của khách sạn Thăng Long) rồi Hữu Nghị, Garden, Bảo Sơn, Horison v.v. Những khách sạn 5 sao đầu tiên cũng đã xuất hiện ở Hà Nội. Trong số những khách sạn sang trọng và lớn nhất ở Hà Nội, phải kể đến Hanoi Daewoo Hotel (cạnh công viên Thủ Lệ) và Hotel Apartmentt ở Hanoi Towers (52 Lý Thường Kiệt).

Mặc dù tốc độ xây dựng khá nhanh, nhưng cho đến nay, Hà Nội vẫn chưa đủ khách sạn, đặc biệt là những khách sạn sang trọng để phục vụ khách du lịch quốc tế.

实用越南语口语教程

Bởi vậy, một loạt khách sạn mới, hiện đại sẽ tiếp tục được mọc lên trong một tương lai không xa. Ngoài ra, ở Hà Nội còn có rất nhiều nhà nghỉ, cùng với những khách sạn sang trọng phục vụ nhiều tầng lớp du khách trong và ngoài nước.

河内的连锁宾馆

大约15年前，相对于世界上许多其他国家的旅游宾馆来说，河内的宾馆稀少、狭窄又陈旧而落后。旅客只能找到找到一些熟悉的名字，如：胜利宾馆、和平宾馆、还剑宾馆、统一宾馆、升龙宾馆、富家宾馆、民族宾馆。

自从越南政府实行革新开放政策，按照自由市场经济的方向及"越南愿与世界上所有国家做朋友"的方针，到越南参观、旅游的游客及各投资家、商人等已经迅速增长。为满足国际旅客的吃、住需求，许多宾馆已经得到修整和升级。河内旅游公司已经与法国联营把统一宾馆升级为四星级宾馆并且改名为Metropole宾馆。自从改名之后，这个宾馆什么时候都是顾客盈门。如果你想要住Metropole宾馆，你必须得提前至少一个月预订。在Metropole宾馆繁荣发展的同时，一大批新的、豪华的宾馆也已经面世，如：西贡宾馆（升级自以前草街的火车站宾馆）、河内宾馆（升龙宾馆的新名字），然后到友谊宾馆、Garden宾馆、宝山宾馆、Horison宾馆等。最早的5星级宾馆也已经开始出现在河内。在河内最豪华和最大的宾馆中，需要提到的是河内大宇宾馆（在首丽公园旁边）、Apartmentt宾馆和Hanoi Towers（在李常杰街）。

尽管宾馆的建设速度相当快，但直到现在河内还是没有足够的宾馆，特别是一些服务外国旅客的豪华宾馆。因此，一大批新的、现代化的宾馆将会继续在不久的将来建设起来。此外，在河内还有很多旅馆，与那些豪华宾馆一道服务多个层次的国内外旅客。

TỪ MỚI 生词

tiện nghi 设备	cũ kỹ 陈旧
đầy đủ 齐全、充足	lạc hậu 落后
hòa thuận 和睦	quen thuộc 熟悉
suốt ngày 整天	tăng lên 增长、增加
dân gốc 本地人	nhanh chóng 迅速
khoan dung 宽容、包容	loạt 批次
thông cảm 理解	sửa sang 装修
thường xuyên 经常、常常	nâng cấp 升级

114

第十二课　住房——宾馆

thuê phòng 租房	đầy ắp 充满、盈满
trống 空的	nhộn nhịp 繁忙、忙碌
tiết kiệm 节省	sang trọng 豪华
không gian 空间	mặc dù 尽管
tiến triển 进展	tốc độ 速度
xếp, sắp xếp 安排	hiện đại 现代
chìa khóa 钥匙	mọc lên 出现、冒出
đặt cọc 定金、押金	tương lai 将来
hệ thống 系统	chính sách mở cửa 改革开放政策
khách sạn 宾馆	nhà đầu tư 投资者
ít ỏi 稀少、少得可怜	liên doanh 联营
nhỏ hẹp 狭小、狭窄	

III. Chỉ chú ngữ pháp　语法注释

1. Cùng, chung的区别用法。

　　Cùng和chung 都有"共同"的意思，其区别在于：

　（1）Cùng放在动词前，chung放在动词后，如：cùng ở một phòng = ở chung một phòng 同住一间房，cùng ở một lớp = ở chung một lớp 同在一个班。

　（2）但二者并不是什么时候都能互相替换的，常常各有分工，如：可以说cùng tiến bộ，不能说tiến bộ chung；可以说cùng học tập，不能说học tập chung；可以说chung sức nhau，而不能说cùng sức nhau。

　（3）二者也可以连在一起使用，成为cùng chung，也表示"一起、共同"做某事，如：cùng chung học tập 共同学习，cùng chung cố gắng 共同努力。

2. Trước, sau, giữa等方位名词的特殊用法。

　　Trước, sau, giữa等都是表示方位的名词，分别表示"前"、"后"、"中间"的意思。但它们也还有一些特殊的用法如下：

　（1）Trước, sau, giữa和后边的名词或名词性词组组成方位结构，表示处所或时间，如：

　　　-Trước khi đi, mình sẽ đến thăm cậu một lần nữa.

　　　　在去之前，我会再来看你一次的。

　　　-Tớ phải xếp ở sau bạn nào nhỉ? 我该排在哪位同学后面？

　　　-Sau khi tan làm, anh mời em đi ăn cơm được không?

　　　　下班之后，我请你吃饭，可以吗？

-Giữa lúc chúng tôi đang thảo luận sôi nổi, có hai người lạ bước vào.
正当我们热烈讨论的时候，有两个陌生人进来了。

(2) Trước, sau, giữa放在动词或动补后边作状语，表示时间或处所，如：

-Có phải đặt cọc trước không? 要先交定金吗?

-Anh đứng trước, mình đứng giữa, chị Hoa đứng sau.
你站前面，我站中间，阿华站后面。

-Vấn đề này hơi phức tạp, các bạn có thể tự nghiên cứu trước, chúng ta sẽ cùng thảo luận sau.
这个问题有点复杂，你们可以回去先自己研究，以后咱们再一起讨论。

-Chúng ta nên giải quyết vấn đề ăn ở trước rồi mới đến các vấn đề khác sau.
咱们应该先解决吃住的问题，然后再解决其他问题。

-Chúng tôi dãn ra thành một hàng ngang. Thầy giáo đi giữa, cầm tay tôi và bạn Mai. 我们分开排成一行。老师走在中间，握着我和阿梅的手。

(3) 放在名词后边作定语，表示时间或处所，如：

-Người trước ngã xuống, người sau tiến lên. 前面的人倒下了，后面的人又继续前进。

-Mọi người đều phải ngồi theo thứ tự trước sau. 大家要按照先后顺序坐好。

-Anh đi theo đường giữa nhé. 你顺着中间那条路走吧。

-Cậu xếp vào hàng giữa. 你排到中间那行去。

3. 序数词的用法。

(1) 在越语中，序数词的通常表示方法为：thứ/số+数字。Thứ类似汉语的"第"，表示根据一定标准排列出来的顺序。而số类似汉语的"号"，表示为了识别而排列的号码。如：Vấn đề thứ nhất第一个问题，lần thứ tư第四次，bài số mười hai第十二课，phòng số 302 三零二号房，nhà số 5 五号楼，cầu thủ số 9 九号球员。

注意："第一"必须读thứ nhất, 而不能是thứ một; "第四"是thứ tư, 而不是thứ bốn。但số 1, số 4仍读số một, số bốn。

(2) 在一些场合，序数词还可以直接用"名词+数字"表示，如：học kỳ hai第二学期，hạng nhất头等, lớp chín九年级（初四），tập 20第二十集, bài 15第十五课, chị hai二姐, anh ba三哥。

有时候也可以用借汉的数词，如：giải nhất一等奖, giải nhì二等奖；但从三等奖起又不用了，如：giải ba, giải bốn.

(3) 询问序数词时，询问十以下的数字常用thứ mấy, số mấy, 询问十以上的数字用thứ bao nhiêu, số bao nhiêu, 如：

第十二课　住房——宾馆

-Các em học đến bài thứ/số mấy rồi? 你们学到第几课了？

-Dạ, chúng em học đến bài thứ/số tám rồi ạ. 我们学到第八课。

-Em ở phòng số bao nhiêu? 你住多少号房间？

-Dạ, em ở phòng số 205 ạ. 我住205号房。

4. lại的多种用法。

(1) lại作为动词是"来、过来"的意思，如：

-(Anh của Huy-gô gọi:) Huy-gô, lại đây mau, lại đây. （雨果的哥哥叫道：）雨果，到这儿来，过来。

-Cháu ơi, lại đây, ông cho cháu mấy cái kẹo này. 孩子，这儿过来，爷爷给你几颗糖。

(2) lại作为副词，放在动词或形容词前，表示以下几种意思：

表示行为的重复，如：

-Thưa ông hổ, con đi rất sớm, nhưng giữa đường con lại gặp một ông hổ khác nữa. 尊敬的老虎先生，我来得很早，但在路上我又遇见了另外一只老虎呢。

-Hát xong một bài chưa đã, anh ta lại hát thêm một bài nữa. 唱完一首歌还不尽兴，他又多唱了一首。

表示几个动作、状态或情况累积在一起，如：

-Còn chúng tôi, cả làng chỉ một cây súng, súng lại cũ. 而我们，全村只有一支枪，枪还很旧。

-Nó đã học dốt lại còn lười nữa. 他学得不好还很懒。

表示与常理相反，如：

-Trong lớp, Lỗ Tấn là học sinh ít tuổi nhất, nhưng lại là học sinh giỏi nhất. 在班上，鲁迅是年纪最小的，但却是学得最好的学生。

-Mỗi lần được thưởng huy hiệu bằng vàng, Huy-gô lại mang đi bán để lấy tiền mua sách. 每次得金奖章，雨果又拿去卖了换钱买书。

(3) lại还可以作趋向动词，放在动词或动补词组后，表示以下几种意思：

表示动作的重复，如：

-Chỗ này chúng em còn chưa hiểu lắm, xin thầy giảng lại ạ. 这个地方我们还不太明白，请老师重讲一下。

-Xây dựng lại quê nhà. 重建家园。

表示动作的停止，如：

-Đứng lại, mày đứng lại. 站住，你站住！

-Tại sao các cậu không biết giữ chị ấy lại nhỉ? 你们怎么不知道把她留下来呀？

表示与说话人的方向或某个确定的方向移动，或者表示从某个地方回到原来

117

的地方，如：

-Cháu bé đi lại phía bà mẹ. 小孩向母亲那边走去。

-Tôi sang phòng bên cạnh, một lúc sau quay lại.

我去隔壁房间一下，一会儿再回来。

-Thời gian trôi qua rồi thì không ai lấy lại được nữa.

时间流逝了就没有谁能够再找回来了。

表示由松散状态变为紧缩状态，如：

-Anh ấy khẽ đóng cửa lại. 他轻轻地关上门。

-Tòa nhà cao 500 tầng có thể nói là một thành phố đã được thu nhỏ lại.

500层的高层大厦可以说是一个缩小了的城市。（引自第15课）

+表示向相反的方向行动，如：

-Khi nào ông trả phòng thì mới trả tiền, và chúng tôi sẽ trả lại hộ chiếu cho ông.

什么时候您退房再付钱，我们将退还您的护照。

-Cái gì trái với quyền lợi của Tổ quốc, chúng ta cương quyết chống lại.

什么与祖国的权利相违背，我们坚决反对。

-Địch tấn công, ta đập lại. 敌人进攻，我们又反击回去。

-Quý vặn lại: "Lúa gạo và thì giờ ai mà chẳng có? Chỉ có vàng là ít người có thôi. Cho nên vàng quý nhất!" 阿贵反驳道："大米和时间谁没有？只有黄金是很少人才有的。所以黄金最贵！"

IV. Kiến thức mở rộng   扩充知识

1. Quảng cáo cho thuê nhà 房子出租广告：

(1) Cho thuê phòng cao cấp khu chung cư gần chợ, gần trung tâm Q.1, dân trí cao. 7x4=28m2, đủ tiện nghi, gồm máy nóng lạnh, tivi, truyền hình cáp, Internet, bình nước nóng, bàn ghế, tủ, giường hai người, toa-lét riêng. 3tr/tháng. Miễn TG. LH: Cô Vân 0908165818.

(2) Cho thuê nhà 3T mặt đường Xuân Thuỷ, tiện làm VP hoặc kinh doanh, đủ tiện nghi, có nhà vệ sinh và bếp, 10tr/tháng. LH: 24/227 đường Xuân Thuỷ, Q. Cầu Giấy, HN. Anh Tuấn: 4-544 8683 0984772899

(3) Phòng cho nữ SV/CNV thuê ở ghép, nhà đẹp, ưu tiên người đi làm, 350N/ng/th, không nấu ăn. LH: 91/2 T.B.Trọng, sau P.2, Q.5, Tel. 9237780.

(4) Cho thuê nhà MP Kim Liên mới, MB 75 m2 x 4T, hai mặt đường NB 6m, mới xây, TK hiện đại, tiện làm Cty, showroom, nhà hàng, cafe fastfood, gần ngã tư Tôn Đức Thắng, địa điểm KD sầm uất, có tầng hầm để xe, hè rộng, giá 2600$ /th, đóng 6th/1,

第十二课　住房——宾馆

ưu tiên HĐĐH. LH: BĐS Sao Việt, 0904859916.

(5) Cho SV-CNV nam ở ghép 500.000đ /ng/th, 1 nữ ở ghép 450N /ng, bao ĐN, đủ TN, Internet, TH cáp, tất cả giờ TD, có chỗ để xe, nấu ăn, trong Làng Sinh Viên Hasinco. LH: 0909030526-Chị.Trang.

2. **Quảng cáo cần thuê nhà**　求租广告：

(1) Cần thuê văn phòng

Hàng không Việt Nam cần thuê mặt bằng để bán vé máy bay và làm các dịch vụ hàng không như sau:

-Địa điểm: các khu phố lớn, ưu tiên tại quận 1 hoặc quận 3;

-Diện tích: từ 60-100m2. Chiều rộng: tối thiểu 5 mét;

-Lưu ý: có chỗ treo biển hiệu, đậu ôtô & xe máy.

Liên hệ: 49 Trường Sơn, P.2, Quận Tân Bình, TP.HCM

Email:haihk.sro@vietnamair.com.vn

Tel: 8 446 667 (ext 7774 7675)　Fax: 8 446 710

(2) Cần thuê nhà làm CH ăn uống, bia hơi, trong các quận nội thành, yêu cầu đông dân, có chỗ để xe, 15-20 triệu. LH: Anh Chiến, 36524887, 01696476784.

(3) Cần thuê nhà riêng hoặc CC cho hộ GĐ ở, DT 50-80 m2, HĐĐH, khu Q. Ba Đình, Đống Đa, Tây Hồ, 3-4 triệu. Tel: 0917908889 từ 14h-20h.

V. Bài tập　练习

1. 请根据本课内容，围绕"你住哪里？你们宿舍怎么样？这个宾馆怎么样？"等话题练习对话。

2. 熟练掌握越语序数词的用法，区别语法部分相关词汇的用法并进行口头翻译或造句。

3. 李老板想到越南开发化妆品的市场，需要租一套房子，要求：一楼可以做铺面，二楼以上用于住人，家具齐全。请你为他拟一个求租广告以刊登在报刊上。

4. 假设留学结束了，暑假两个月你和你的朋友想继续留在越南打工，需要租房，请看看上面出租广告中哪套房合适你，为什么？

BÀI 13 HỎI ĐƯỜNG
第十三课 问路

I. Hội thoại 会话

Tình huống 1 Chúng tôi muốn đi chợ Đồng Xuân
情景1 我们想去同春市场

A: Xin lỗi chị, chị có biết chợ Đồng Xuân ở đâu không ạ?
   抱歉，请问你知道同春市场在哪里吗？

B: Xin lỗi, mình không phải là người Hà Nội. Bạn hỏi người khác nhé.
   对不起，我不是河内人。你问其他人吧。

A: Chú ơi, chú cho cháu hỏi chợ Đồng Xuân đi như thế nào ạ?
   叔叔，请问到同春市场的路怎么走啊？

C: Ừ, chợ Đồng Xuân à? Các cháu đi thẳng đường này khoảng 200 mét nữa sẽ thấy một cái ngã ba rất lớn. Các cháu rẽ phải đi thẳng qua hai ngã tư nữa là thấy rồi. Nhưng mà vẫn còn xa. Các cháu đi bộ phải mất hơn nửa tiếng đấy. Hay là hai cháu đi xe ôm cho nhanh? 哦，同春市场呀，你们再直走这条路大约200米就会看见一个很大的丁字路口。你们往右拐再走过两个十字路口就看见了。但还很远，你们走路要花半个小时以上呢。要不你们坐我的车去快一些？

A: Vâng. Nếu đi xe của chú thì bao nhiêu tiền ạ? 嗯，如果坐你的车要多少钱呢？

C: 30 nghìn đồng là được rồi. 30000盾就可以了。

A: 30 nghìn à? Đắt thế? 20 nghìn được không ạ?
   30000盾啊？这么贵！20000盾可以吗？

C: Bây giờ xăng lên giá rồi. Tiền xăng phải hết 15 nghìn rồi.
   现在油又涨价了。油钱就要花15000盾了。

A: Nhưng vẫn còn đắt quá. 25 nghìn nhé? 但还是太贵了。25000盾吧？

C: Các cháu có hai người cơ mà. Chú có lấy đắt đâu? Nếu các cháu đi hai xe phải mất 40 nghìn cơ. Mà chú chỉ còn một cái mũ bảo hiểm thôi. Đèo hai cháu đi là mạo hiểm lắm đấy. Nếu bị công an bắt chú còn bị phạt 150 nghìn cơ. 你们有两个人呢。我哪里要贵了？如果你坐两部车的话还要40000盾呢。而且我只有一个安全帽

第十三课　问路

了，带你们两个去是在冒险了。如果被公安抓到我还要被罚150000盾呢。

A: Thôi, bọn cháu đi bộ vậy.　算了，我们走路去好了。

C: Thôi được, 25 nghìn, đi. Khổ quá!　好了好了，25000盾，走。真啰嗦！

Tình huống 2　Tôi muốn đi nhà ga đón bạn
情景2　我想去火车站接朋友

A: Xin lỗi bạn, mình là người Việt Nam, mới sang đây du học. Mình muốn đến nhà ga Nam Ninh đón một bạn, nhưng không biết đường. Bạn chỉ cho mình biết đường đi thế nào được không?　劳驾，我是越南人，刚来这里留学。我想去南宁火车站接朋友，但我认不得路。你告诉我路怎么走可以吗？

B: Ừ, được. Nhưng nhà ga cách đây vẫn còn xa lắm. Bạn phải đi xe buýt hoặc đi tắc xi mới được.　哦，好的。不过火车站离这里还很远，你要坐公车或打的去才行。

A: Ừ, đi bằng xe buýt thì đi như thế nào?　哦，乘公车怎么走呢？

B: Bạn ra cổng trường và đi sang bên kia đường, rồi đi xe buýt số 804 hoặc xe buýt chuyên tuyến "Tây Hương Đường-Bách hóa đại lầu", đến bến "Ga Nam Ninh" xuống xe là đến nơi.　你走出学校大门并走到对面路，然后乘804路车或者"西乡塘——百货大楼"专线车，到"火车站"站下车就看见了。

A: Nhà ga cách đây bao xa và đi xe buýt đến đó phải mất bao lâu nhỉ?　火车站离这里多远？坐公车去要多久呢？

B: Nhà ga cách đây khoảng 10 cây số, đi xe buýt mất khoảng nửa tiếng là đến.　火车站离这里大约10公里，乘公车去大约要花半个小时。

A: Ừ, cảm ơn bạn nhé!　好的，谢谢你。

B: Nhưng bạn phải chú ý chuẩn bị tiền lẻ nhé, ở đây đi xe buýt phải tự bỏ tiền. Trên xe không có người bán vé như ở Việt Nam đâu.　但你要准备好零钱哦，在这里坐公车要自动投币。车上可不像越南一样有售票员的。

A: Thế à? Thế bao nhiêu tiền 1 lượt nhỉ?　这样啊。那多少钱一次呢？

B: Trước kia là một đồng. Nhưng bây giờ lên giá tới một đồng hai rồi.　以前是1块。但现在涨价到一块二了。

A: Ừ, cảm ơn bạn nhiều.　好的，非常感谢。

B: Không có gì. Chào bạn.　没什么。再见。

A: Chào bạn. Mong được gặp lại bạn.　再见。希望能够再见到你。

II. Bài học   课文

ĐƯỜNG ĐẾN HỒ TÂY

Có lẽ, trên thế giới, hiếm có những nước có một cái hồ cực rộng mà lại ở ngay trong lòng thủ đô của mình như hồ Tây, Hà Nội.

Đứng trước hồ, nghe sóng vỗ và nhìn chân trời xa tít, bạn sẽ có cảm giác như đứng trước biển cả mênh mông. Hồ Tây, vì vậy được coi là lá phổi của thủ đô Hà Nội.

Hồ Tây ở gần quảng trường Ba Đình và được ngăn cách với hồ Trúc Bạch bởi đường Thanh Niên râm mát, hữu tình.

Chung quanh hồ là hàng loạt danh lam thắng cảnh nổi tiếng: đền Quán Thánh, chùa Trấn Quốc, phủ Tây Hồ, Làng Hoa Ngọc Hà…Khách sạn Tây Hồ, khách sạn Thắng Lợi, khu nghỉ mát Quảng Bá, làng du lịch Nhật Bản, nhà nổi trên mặt hồ với các quán cà-phê và quán ăn đặc sản,…đều là những điểm dừng chân làm vừa lòng du khách.

Buổi tối, nếu có thời gian, xin mời quý khách đặt chân lên thuyền rồng để vừa xem ca nhạc vừa dạo mát quanh hồ.

Có nhiều con đường để du khách đến với hồ Tây. Nếu bạn là du khách quốc tế, từ sân bay quốc tế Nội Bài, đường cao tốc sẽ đưa quý khách đến thẳng "lá phổi vĩ đại" này của Hà Nội.

到西湖的路

或许，在世界上，很少有国家像越南一样，有一个很大的湖并且就在自己的首都的中心，如河内的西湖。

站在湖边，听着波浪拍打的声音，遥望着遥远的天边，你会感觉到自己好像正站在辽阔的大海边。因此，西湖被视为河内之肺。西湖在巴亭广场的附近，与竹帛湖之间隔着阴凉的、富有情趣的青年路。

在西湖的周围有许多名胜古迹，如：观圣祠、镇国寺、玉和花园等。西湖宾馆、广霸避暑区、日本旅游村、西湖边的各咖啡馆、特色餐馆等都是让游客流连忘返之地。

晚上，如果有时间，请您踏上龙船，您可以一边听音乐一边观赏西湖。

有多条路可以把您引领到西湖。如果你是外国游客，从内排国际机场，高速公路就可以把您直接带到这个河内的"肺"。

第十三课　问路

TỪ MỚI　生词

đi thẳng 直走	cực 极、极其
ngã ba 丁字路口	sóng 波浪
ngã tư 十字路口	vỗ 拍、击、拍打
rẽ 拐、转	xa tít 遥远
xăng 汽油	biển cả 大海
lên giá 涨价	mênh mông 茫茫、一望无际
mũ bảo hiểm 安全帽	phổi 肺
đeo 载、捎带	quảng trường Ba Đình 巴亭广场
mạo hiểm 冒险	ngăn cách 隔离、隔开
công an 公安	bởi 因、由
bắt 抓	chân trời 天涯、天边
phạt 罚	râm mát 阴凉
khổ 苦、苦楚	hữu tình 富有情趣的
xe buýt 公共汽车	chung quanh 周围
tắc xi 的士	nổi 突出
chuyên tuyến 专线	quán 馆、店铺、小厮
chuẩn bị 准备	dừng chân 留步、停留
tiền lẻ 零钱	vừa lòng 满意
người bán vé 售票员	thuyền rồng 龙船
lượt 次、人次	ca nhạc 歌舞
có lẽ 可能、或许	dạo mát 游玩、闲逛
hiếm có 少有、稀少	đường cao tốc 高速路
	vĩ đại 伟大

III. Ghi chú ngữ pháp　语法注释

1. Đâu 的用法。

　　Đâu 除了作为疑问词表示"哪里"的意思，还有以下用法：

（1）作反问语气表示否定，如：

　　-Đâu có? 哪里？

　　-Chú có lấy đắt đâu? 我哪里要贵了？

　　-Mình có nói thế đâu? 我哪里是这么说的？

　　-Anh ấy đâu phải là người Bắc Kinh? 他哪里是北京人？

(2) 用于否定句句末，加强否定语气，如：

-Trên xe không có người bán vé như ở Việt Nam đâu.
车上可不像越南一样有售票员的。

-Anh ấy không biết gì đâu! 他哪里明白！/ 他什么都不懂的。

2. vậy 和thôi的多种用法。

(1) vậy作语气词表示一种无可奈何的语气，如：

-Không có cách gì khác nữa, đành phải làm thế vậy.
没有什么办法了，只能这样做了。

-Thôi, bọn cháu đi bộ vậy. 算了，我们走路去好了。

vậy 还可以表示"这样"、"这样的话"的意思，如：

-Con không được làm như vậy. 你不能这样做。

-Vậy thì chúng ta không đi nữa. 这样的话咱们就不去了。

(2) thôi也有多种用法：

thôi作为语气词也常常表示无可奈何的语气，如：

-Tôi đành phải chịu thôi. 我只好认了。

-Không ai giúp được mày đâu. Mày phải tự cố gắng thôi.
没人能帮你的。你只能自己努力了。

thôi可以表示催促的语气，如：

-Ta đi thôi, các bạn ơi. 各位，咱们走吧。

-Đi ngủ thôi, muộn quá rồi. 去睡觉吧，太晚了。

thôi表示"仅此而已"，可以和副词chỉ连用，如：

-Tớ chỉ còn 5 đồng thôi. 我只有5块钱了。

-Anh chờ em 5 phút thôi. 你就等我5分钟嘛。

thôi表示"算了"的意思，如：

-Thôi, được, 12 nghìn, đi, khổ quá! 好了好了，12000盾，走，真啰嗦！

-Thôi, chúng ta chia tay đi. 算了，咱们分手吧。

实词thôi还可以表示"放弃、中断"的意思，如：

-Cuối cùng nó thôi rồi à? 他最终放弃了呀？

-Nó bị thôi việc (=nghỉ việc) rồi. 他被炒鱿鱼了。

-Nó thôi học rồi. 他辍学了。

3. Mất的用法。

(1) mất有"花费"的意思，表示花费时间、金钱、工夫等，如：

-Các cháu đi bộ phải mất hơn nửa tiếng đấy. 你们走路要花半个小时以上呢。

-Nếu các cháu đi hai xe phải mất 20 nghìn cơ.

如果你坐两部车的话还要20000盾呢。

(2) mất有"丢失"的意思，如：

-Ví của tôi bị mất ở trên xe rồi. 我的钱包丢在车上了。

-Xe của tôi bị mất từ lâu rồi. 我的车早就丢了。

-Trong cuộc khủng hoảng kinh tế này, nhiều người bị mất việc.

许多人在这次经济危机中失业了。

(3) mất有"死"的意思，如：

-Bà ấy mất rồi à? Mất trẻ nhỉ? 她死了？年纪轻轻就去世了？

-Nó mất từ năm ngoái rồi. 他去年就去世了。

(4) mất还可以放在动词后作助动词，表示"过头了、消失了、不见了"等意思，如：

-À, xin lỗi, tớ ngủ mất rồi. 啊！对不起，我睡着了。

-2 triệu đồng có đáng gì đâu, bị tôi tiêu mất từ lâu rồi.

200万越盾算什么？早就被我花光了。

-Nó lại đi đâu mất rồi. 他又跑到哪儿去了？

4. 趋向动词lên, xuống, ra, vào的用法。

(1) 趋向动词lên, xuống, ra, vào放在动词后面，表示动作的趋向。lên表示由下而上，由低而高；xuống表示由上而下，由高而低；ra表示由里往外，由合而开；vào则表示由外往里，由开而合。如：

-Mời các em ngồi xuống. 请各位坐下。

-Trong giờ nghỉ giải lao, các bạn đều đi ra ngoài chơi.

休息时间，大家都到外面去玩。

-Thầy Minh đang bước vào lớp học. 明老师正走进教室。

-Chị Mai đứng lên trả lời thầy giáo. 阿梅站起来回答老师。

(2) 与lên, xuống, ra, vào连用的动词如果带有补语，表示动作支配的对象，则这个补语通常放在动词和趋向动词的中间，如：

-Ai đồng ý thì giơ tay lên. 谁同意就请举起手。

-Buổi tối, nếu có thời gian, xin mời quý khách đặt chân lên thuyền rồng để vừa xem ca nhạc vừa dạo mát quanh hồ.

晚上，如果有时间，请您踏上龙船，您可以一边听音乐一边观赏西湖。

-Em bỏ va li xuống, để anh xách cho. 你把行李箱放下，让我来提。

-Các bạn mở sách ra, giở trang 85. 大家把书本打开，翻到85页。

-Anh đóng cửa vào/lại hộ em. 你帮我把门关上。

5. Những, các, tất cả的用法。

(1) những, các放在名词前，表示复数。一般来说，những表示不定的复数，常常是表示特指某些内容；các则表示全数，包括一定范围内的全部。如：

-Các bạn đang thảo luận những vấn đề đi cắm trại.

同学们正在讨论关于去露营的问题。

-Các sinh viên đang ôn những bài đã học. 同学们正在复习那些已经学过的课文。

-Chung quanh hồ là hàng loạt danh lam thắng cảnh nổi tiếng như…đều là những điểm dừng chân làm vừa lòng du khách.

在西湖的周围有许多名胜古迹，如……都是让游客流连忘返之地。

(2) những可以放在疑问代词前，也可以放在含有疑问代词的名词词组前，表示特指，而các却不能这样用。如：

-Nhà em còn có những ai? 你家里还有哪些人？

-Ngày mai các sinh viên sẽ đi tham quan Di Hòa Viên. Những bạn nào đã đi rồi thì có thể ở nhà.

明天全体学生将去参观颐和园。已经去过了的同学就可以留在家了。

(3) tất cả表示全部，它还可以放在những, các之前，使词义更加明确。如：

-Chị tính xem tất cả bao nhiêu tiền. 你算算看一共多少钱。

-Chúng em đã ôn lại tất cả những bài đã học.

我们已经复习了所有那些已经学过的课文。

-Tất cả các bạn đều phải tích cực trả lời vấn đề. 所有的同学都要积极回答问题。

(4) những还可以放在一些明确的数词前，表示数量之多，如：

-Một bữa nó ăn được những năm bát cơm. 他一顿能吃五碗饭。

-Anh ấy thạo những ba thứ tiếng nước ngoài cơ. 他精通三种外语呢。

IV. Kiến thức mở rộng   扩充知识

Từ ngữ bổ sung 补充词汇：

Năm thành phố trực thuộc Trung ương   五个直辖市：

Thành phố Hà Nội 河内市   Thành phố Hải Phòng 海防市

Thành phố Đà Nẵng 岘港市   Thành Phố Hồ Chí Minh 胡志明市

Thành phố Cần Thơ 芹苴市

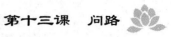

Tỉnh và các thành phố trực thuộc tỉnh　　各省及省会：

Tỉnh An Giang 安江省	Tỉnh Bạc Liêu 薄辽省
Tỉnh Bà Rịa- Vũng Tàu 巴地-头顿省	（thành phố Vũng Tàu 头顿市）
Tỉnh Bắc Cạn 北乾省	Tỉnh Bắc Giang 北江省
Tỉnh Bắc Ninh 北宁省	Tỉnh Bến Tre 槟椥省
Tỉnh Bình Dương 平阳省	Tỉnh Bình Định 平定省
Tỉnh Bình Thuận 平顺省	Tỉnh Bình Phước 平福省
Tỉnh Cao Bằng 高平省	Tỉnh Cà Mau 金瓯省
Tỉnh Đăk Lăk 得乐省	Tỉnh Đồng Tháp 同塔省
Tỉnh Đồng Nai 同奈省	（thành phố Biên Hòa 边和市）
Tỉnh Gia Lai 嘉莱省	Tỉnh Hà Giang 河江省
Tỉnh Hà Nam 河南省	Tỉnh Hà Tây 河西省
Tỉnh Hà Tĩnh 河静省	Tỉnh Hải Dương 海阳省
Tỉnh Hưng Yên 兴安省	Tỉnh Hòa Bình 和平省
Tỉnh Khánh Hòa 庆和省	（thành phố Nha Trang 芽庄市）
Tỉnh Kiên Giang 坚江省	Tỉnh Kon Tum 昆嵩省
Tỉnh Lai Châu 莱州省	Tỉnh Lạng Sơn 谅山省
Tỉnh Lào Cai 老街省	Tỉnh Long An 隆安省
Tỉnh Lâm Đồng 林同省	（thành phố Đà Lạt 大叻市）
Tỉnh Nam định 南定省	Tỉnh Ninh Bình 宁平省
Tỉnh Nghệ An 义安省	（thành phố Vinh 荣市）
Tỉnh Ninh Thuận 宁顺省	Tỉnh Phú Yên 富安省
Tỉnh Phú Thọ 富寿省	（thành phố Việt Trì 越池市）
Tỉnh Quảng Bình 广平省	Tỉnh Quảng Nam 广南省
Tỉnh Quảng Ngãi 广义省	Tỉnh Quảng Trị 广治省
Tỉnh Quảng Ninh 广宁省	（thành phố Hạ Long 下龙市）
Tỉnh Sóc Trăng 朔庄省	Tỉnh Sơn La 山罗省
Tỉnh Tây Ninh 西宁省	Tỉnh Thái Bình 太平省
Tỉnh Thái Nguyên 太原省	Tỉnh Thanh Hóa 清化省
Tỉnh Thừa Thiên-Huế 承天-顺化省	(thành phố Huế 顺化市)
Tỉnh Tiền Giang 前江省	(thành phố Mỹ Tho 美荻市)
Tỉnh Trà Vinh 茶荣省	Tỉnh Tuyên Quang 宣光省
Tỉnh Vĩnh Long 永隆省	Tỉnh Vĩnh Yên 永安省
Tỉnh Yên Bái 安沛省	(Thành phố Yên Bái 安沛市)

V. Bài tập 练习

1. 我想去越南驻南宁的领事馆办签证，我想去南宁百货大楼买衣服，我想去南宁国际会展中心参观……请你告诉我怎么去好吗？最好还能大概介绍一下那里的基本情况。
2. 熟练掌握越南各省市的名称，区别语法部分相关词汇的用法并进行翻译或造句。
3. 请你自行准备内容，向大家介绍一下越南河内或你所在城市的交通情况。

BÀI 14   BƯU CHÍNH —— VIỄN THÔNG
第十四课   邮电——通信

I. Hội thoại   会话

Tình huống 1   Mua sim / thẻ điện thoại ở đại lý bưu chính
情景1   在邮政代理店买电话卡

A: Em chào chị ạ. Ở đây có bán sim điện thoại đúng không ạ?
你好。这里有电话卡卖对吗？

B: Có chứ. Em mua sim Mobi, Vina hay Viettel?
有啊。你要买Mobi的、Vina 的还是Viettel的？

A: Để em xem đã. Loại nào gọi điện rẻ nhất ạ? 我先看看。打哪一种电话最便宜呢？

B: Thực ra loại nào cũng như nhau, không khác mấy đâu. Nhưng Viettel thì tương đối rẻ hơn, còn có thể gọi trực tiếp sang Trung Quốc được. 其实哪种都一样，没什么太大区别。但Viettel的相对便宜一些，还可以直接打（电话）到中国。

A: Thế à? Gọi sang Trung Quốc bao nhiêu tiền một phút hả chị?
是吗？打到中国多少钱一分钟呢？

B: Trong tài khoản thì tính khoảng 4 nghìn một phút, nhưng vì sim có khuyến mãi, tính ra cũng chỉ mất hơn 1 nghìn một phút thôi. Song, tài khoản chia thành tài khoản chính và tài khoản khuyến mãi, tài khoản khuyến mãi không dùng cho gọi điện quốc tế nhé. 在话费里就扣约4000盾一分钟，但由于电话卡有优惠，算起来一分钟也只花1000多盾。不过，话费里分为原始话费和优惠话费，优惠话费是不能用来打国际长途电话的。

A: Thế vẫn còn đắt nhỉ. Em nghe nói có thể gọi điện qua mạng Internet sang Trung Quốc chỉ mất 5, 6 trăm đồng một phút thôi.
那也还是贵。我听说可以通过网络打电话到中国，一分钟只花五六百越盾。

B: Đúng, ở quán Internet bên cạnh này là có ngay rồi. Chẳng qua có khi gặp việc gấp gì đó cũng gọi bằng sim Viettel cho tiện.
对，在旁边这家网吧就有。不过碰上有急事的话也会用Viettel的卡打的。

129

A: Vâng. Sim Viettel bán bao nhiêu tiền một cái ạ?
也是。Viettel的卡一张多少钱呢？

B: Có nhiều loại lắm. Ví dụ loại này thì bán 48 nghìn có tài khoản 120 nghìn. Còn loại này bán 65 nghìn nhưng có tài khoản 160 nghìn. Em lấy loại nào?
有很多种的。比如这种卖48000盾，有话费12万盾。而这种卖65000盾，有话费16万。你要哪一种？

A: Thế cho em loại 65 nghìn đi. Em có thể chọn số không ạ?
那给我65000盾的那种吧。我可以选号码吗？

B: Có, em chọn đi. 可以，你选吧。

A: À, đúng rồi, khi mua thẻ để nạp tiền có khuyến mại gì nữa không ạ?
哦，对了。如果买话费卡来充值还有什么优惠吗？

B: Có, nhưng khuyến mại ít thôi. Chỉ khi công ty có hoạt động kỷ niệm ngày lễ gì đó mới khuyến mại, thường là tặng 50% hoặc 100% tài khoản. Em phải để ý tin nhắn thông báo của công ty mới được.
有，但优惠很少。只有公司有什么纪念活动的时候才会搞促销，常常是赠送50%到100%的话费。你要留意公司发的广告短信才行。

A: Dạ, vâng ạ. Thảo nào em nghe nói ở Việt Nam thường sử dụng hai sim, một sim là số cố định, chuyên dùng để nghe thôi. Còn sim khác gọi hết là vứt đi, lại mua một cái mới để gọi. 哦，好的。难怪我听说在越南常常使用两个手机，一个是固定号码，专门用来接听。而另一个打完就扔掉，另外买新的来打。

B: Đúng rồi, vì mua sim mới rẻ hơn thẻ nhiều mà.
对啊，因为买新的卡比话费卡便宜多了。

Tình huống 2   Gọi điện cho bạn Việt Nam
情景2 打电话给越南朋友

A: A-lô, ai đấy? 喂，你好。哪位啊？

B: Chào cô ạ. Anh Hùng có nhà không ạ? 你好。阿雄在家吗？

B: Hùng nào nhỉ? Ở đây không có ai tên là Hùng cả.
哪个阿雄？这里没有哪个叫阿雄的。

A: À, xin lỗi, chắc cháu gọi nhầm số rồi. 哦，对不起。大概我打错电话了。
(Bấm lại số điện thoại)（重新按电话号码）

B: A-lô ạ. Em muốn gặp anh Hùng ạ. 喂，您好。我想找一下阿雄。

C: Tôi là mẹ anh Hùng đây. 我是阿雄的妈妈。

B: Dạ, cháu chào bác ạ. Bác cho cháu gặp anh Hùng được không ạ? Cháu là bạn anh Hùng ạ. 哦，伯母好。我想找阿雄可以吗？我是他的朋友。

C: Ừ, cháu cầm máy chờ một chút nhé. 好的。你等一会儿，别挂电话。

B: Dạ, vâng ạ. Cảm ơn bác ạ. 好的，谢谢伯母。

D: A-lô, ai đấy ạ? 你好，哪位呀？

B: Phương đây. Sao em gọi mãi không thấy anh nhấc máy? Nên em đành phải gọi ào số nhà anh vậy.
我是阿芳啊。为什么我打了好久你都不接电话？所以我只好打你家里的电话。

D: Ồ, xin lỗi. Tối qua anh uống say quá. Mẹ anh vừa mới gọi anh dậy. Có việc gì không em?
哦，不好意思，昨晚我喝醉了。我妈妈刚叫我起床呢。你有什么事吗？

B: Hôm qua anh hẹn với em là 9 giờ sáng nay anh đèo em đi Bưu điện Hà Nội gửi đồ cơ mà, anh quên rồi à?
昨天你跟我约好今天早上9点带我去河内邮局寄东西的嘛，你忘记了？

D: À, chết, anh quên mất. Đúng là tối qua anh uống say quá. Bây giờ là 9 giờ rưỡi, 10 giờ đi vẫn kịp. Thế nửa tiếng sau anh đến đón em nhé.
啊，糟糕，我忘了。昨晚我的确喝得太多了。现在是9点半，10点去也还来得及。那我半个小时后去接你吧。

B: Vâng ạ. Anh phải nhanh nhé. 好的，你要快点哦。

D: Được rồi. Thế nhé. Byebye. 知道了。就这样。拜拜。

Tình huống 3   Ở Bưu điện Hà Nội
情景3　在河内邮局

A: Em chào chị ạ. Em muốn gửi một số hàng mẫu cho bạn em ở TP. Hồ Chí Minh, và gửi một bức thư sang Trung Quốc ạ.
你好。我想把一些样品寄给我在胡志明市的朋友，还想寄一封信回中国。

B: Em điền vào giấy gửi bưu kiện theo mẫu này.
你按照这个样本填一下这张包裹单。

A: Vâng ạ. Em có phải đóng vào thùng gỗ không ạ? 好的。要装木箱吗？

B: Không. Những đồ này không phải là đồ dễ vỡ, không phải đóng vào thùng gỗ đâu, chỉ cần đóng vào hòm giấy cho nhẹ cước. 不用。这些东西不属于易碎品，不用装木箱，装进纸箱就可以了，这样能减少邮资。

A: Dạ, vâng ạ. Em còn muốn gửi thư sang Trung Quốc nữa.
好的。我还想寄信到中国。

B: Em muốn gửi thư thường hay thư bảo đảm? 你想寄平信还是挂号信？

A: Em muốn gửi thư bằng chuyển phát nhanh, mấy hôm thì đến nơi ạ? Vì đây là giấy mời gửi sang cho công ty bên Trung Quốc để làm visa, hơi gấp. 我想寄特快专递，几天可以到呢？因为这是给中方公司的邀请函，办签证用，有点急。

B: Khoảng một tuần mới đến nơi em ạ. Nếu muốn dùng ngay thì em Fax còn nhanh hơn nhiều, tội gì phải gửi mất mấy ngày? 要大概一周才能到哦。如果急着用的话你可以传真，这样快很多，何必要花几天时间寄呢？

A: Thế à? Ở đây có thể Fax sang Trung Quốc được không? 是吗？这里可以传真到中国吗？

B: Được chứ. Em sang Quầy bên kia kìa. 当然可以。你到那边那个柜台去办。

A: Vâng ạ, Cảm ơn chị ạ. 好的，谢谢你。

B: Đừng khách sáo. 不客气。

II. Bài học 课文

BƯU THIẾP VIỆT NAM – THU NHỎ CỦA XÃ HỘI VIỆT NAM

Ở Việt Nam, đi vào các thư viện, hiệu sách, cửa hàng đồ lưu niệm lớn nhỏ, bạn có thể thấy ngay ở những vị trí nổi có trưng bày hoặc bán nhiều bưu thiếp đẹp đẽ và lí thú. Bưu thiếp Việt Nam không những là một hình thức thư tín gửi cho bạn bè để chúc mừng trong ngày lễ tết, một loại đồ lưu niệm đáng để cất giữ, còn là một nghệ thuật thu nhỏ đã phản ánh sự phong phú của cuộc sống nhân dân Việt Nam.

Những hình ảnh được in trên bưu thiếp thật phong phú, có cô gái Việt Nam mặc áo dài, dịu dàng và duyên dáng; có trẻ con đang chơi đùa, trong sáng và vui vẻ; có những ông bà cô chú đang bán hàng, tấp nập và nhộn nhịp; có danh lam thắng cảnh các nơi, trang trọng và huyền bí; còn có các hình ảnh làng quê, nghệ thuật, nhà cửa v.v. đã phản ánh được sự phong phú của sản vật, cuộc sống dồi dào của nhân dân Việt Nam.

Bưu thiếp Việt Nam không những là thu nhỏ của xã hội Việt Nam, còn là một số liệu quý giá phản ánh được lịch sử phát triển của Việt Nam.

Hơn 100 bức ảnh được giới thiệu tại triển lãm "Việt Nam qua bưu ảnh xưa", được tổ chức ngày 26/5 tại Hà Nội chỉ là một phần rất nhỏ trong "di sản" bưu ảnh khổng lồ về Việt Nam, nhưng cũng đã mang lại cho người xem cái nhìn chân thực về một giai đoạn lịch sử của đất nước Việt Nam. Số bưu ảnh cổ Việt Nam được lưu giữ tại các cơ quan lưu trữ hoặc tư nhân có thể lên tới hàng chục vạn bản (cả bản gốc và bản sao chụp).

Chỉ trong 15 năm đầu của thế kỷ 20, người Pháp đã phát hành tới 18.000 mẫu bưu ảnh về Đông Dương, phản ánh bao quát mọi lĩnh vực của đời sống chính trị, kinh tế, xã hội, các danh lam thắng cảnh và phong tục tập quán của người dân Việt Nam vào thời bấy giờ.

越南明信片——越南社会的缩影

在越南，走进各个图书馆、书店和各个大大小小的纪念品商店，你会马上发现在那些显眼的地方陈列或出售许多漂亮而有趣的明信片。越南的明信片不仅是一种在节假日寄给朋友以表庆贺的信件方式，一种值得收藏的纪念品，还是反映越南人民生活丰富多彩的一个艺术缩影。

印在明信片上的画面非常的丰富，有穿着长袍的越南姑娘，温柔而婀娜多姿；有正在玩耍的孩童，纯真而快乐；有正在交易的商人，热闹而繁忙；有各个地方的名胜古迹，庄严而神秘；还有许多乡村、艺术、房屋等风光画面，已经反映了越南丰富的物产和越南人民的富足生活。

明信片不仅是越南社会的缩影，还是反映越南历史的宝贵资料。

5月26日在河内举行的"古旧明信片中的越南"展览会展出了100多张古旧的明信片。这些明信片只是越南巨大的明信片遗产宝库中的一小部分，却已经给参观的人带来了越南某个历史时期的真实展现。得以保存在各收藏单位和私人收藏的越南古旧明信片数量多达数万张（包括原版和仿制版）。

仅20世纪最初15年内，法国人就已经发行了多达1万8千张关于印支半岛的明信片，概括地反映了当时越南各个领域的生活面貌，包括政治、经济、社会生活及名胜古迹和当时越南人民的风俗习惯等。

TỪ MỚI 生词

sim 卡、芯片	khách khí 客气
sim điện thoại 电话卡	bưu thiếp 贺卡、明信片
thẻ 卡、卡片	hiệu sách 书店
thẻ nạp tiền 充值卡	cửa hàng 商店
đại lí 代理	đồ lưu niệm 纪念品
bưu chính 邮政	trưng bày 显示、摆出来
không ... mấy 不太	lí thú 趣
trực tiếp 直接	hình thức 形式

tài khoản 账户	thư tín 书信
khuyến mại 优惠	chúc mừng 祝贺、庆贺
tính ra 算起来	ngày lễ tết 节假日
chẳng qua 只不过	cất giữ 收藏
việc gấp 急事	phản ánh 反映
tiện 方便	dịu dàng 温柔
kỷ niệm 纪念	duyên dáng 婀娜
ngày lễ 纪念日、节日	trẻ con 小孩
để ý 留意	chơi đùa 玩闹、玩耍
tin nhắn 短信	trong sáng 纯真
thông báo 通知	tấp nập 忙碌、繁忙
cố định 固定	nhộn nhịp 热闹、繁忙
vứt đi 扔掉	trang trọng 庄重
gọi nhầm 打错电话	huyền bí 神秘
cầm máy 拿着电话、不挂断	sản vật 物产
nhấc máy 接电话	số liệu 数据
đành 只好	triển lãm 展览
say 醉；晕眩	di sản 遗产
kịp 及时、来得及	khổng lồ 巨大
đón 接、迎接	chân thực 真实
hàng mẫu 样本、样品	giai đoạn 阶段
bưu kiện 邮包、邮件	lưu giữ 保留、存储
điền 填、填写	lưu trữ 储藏、收藏
thùng 箱子	tư nhân 私人
dễ vỡ 易碎的	phong phú 丰富
nhẹ cước 减少邮资	dồi dào 丰富
thư thường 平信	nghệ thuật 艺术
thư bảo đảm 挂号信	bản gốc 原本、原件
chuyển phát nhanh 特快专递	bản sao chụp 副本、仿制品
giấy mời 邀请函	thế kỷ 世纪
visa 签证	phát hành 发行
gấp 紧急、着急	bao quát 包括
fax 传真	lĩnh vực 领域
tội gì 何必	đời sống 生活
quầy 柜台	

III. Ghi chú ngữ pháp 语法注释

1. Chứ 的用法。

(1) Chứ 作为语气词，有三种用法：

表示疑问，放在陈述句后面，就自己已有的初步判断提问。如：

-Cậu ngồi xuống ghế đi chứ đứng làm gì? 站着干吗？快请坐！

-Lâu lắm không gặp, cậu vẫn khỏe chứ? 好久不见了，你身体还好吧？

表示反驳，以此来肯定自己的意见，句尾的语调升高。如：

-Đã làm thầy thuốc thì phải biết răng nào đau chứ! Còn phải hỏi gì nữa?
既然做了医生就要知道哪颗牙痛啊！还要问什么呢？

-Mọi người đều phải giữ theo thứ tự chứ! 每个人都要遵守秩序呀！

直接放在陈述句后，表示加强肯定语气，句尾的语调升高。如：

-Có chứ. 有啊！/可以啊！

-Tôi có đi chứ. 我要去啊！

(2) Chứ 还可以作关联词，用来连接两个复句表示转折关系，前一句表示肯定，后一句表示否定。如：

-Họ toàn tâm toàn ý phục vụ nhân dân chứ không phải nửa tâm nửa ý.
他们全心全意服务人民而不是三心二意。

-Bọn chúng chỉ nghĩ đến lợi ích của mình, chứ không bao giờ nghĩ đến lợi ích của nhân dân. 他们只考虑自己的利益，却从来不考虑人民的利益。

-Anh ấy là người Huế chứ không phải là người Hà Nội.
他是顺化人而不是河内人。

2. Chết 的用法。

(1) Chết 有"死"的意思，如：chết mất ngáp 当场死亡，chết đến nơi 死到临头。

-Hôm qua, con chó của tôi chết rồi. 昨天，我的狗死掉了。

-Trong vụ tai nạn này, có nhiều người bị chết. 在这次灾难中有不少人遇难了。

(2) Chết 有"停止、不运行了"的意思，如：

-Đồng hồ của tôi lại chết rồi. 我的表又停了。

-Máy lại chết rồi, không chạy được nữa. 机器又出故障了，转动不了。

(3) Chết 还有"糟糕"的意思，如：

-À, chết, anh quên rồi. 啊，糟糕，我忘了。

-Ôi, chết, lại mưa rồi. 哎呀，糟了，又下雨了。

3. Đi, đến, sang 的区别用法。

Đi, đến, sang 都有"去、到、来"的意思，其区别如下：

(1) đi 是指从一个地方去另外一个地方，使用范围较广，如：

-Tuần sau tôi đi Bắc Kinh. 下周我去北京。

-Anh muốn đi thư viện xem sách, em có đi không? 我要去图书馆看书，你去吗？

(2) đến 有"来、到达"之意，是指到达某明确的、具体的地方，如：

-Ngày mai anh đến nhà em ăn cơm nhé. 明天你来我家吃饭吧。

-3 giờ chiều anh đến văn phòng gặp giám đốc nhé. 下午3点你到办公室去见经理。

(3) sang 主要指从某地转移到、跨到另一地方，尤其指从某国到另一国家，如：

-Cháu ơi, sang đây, ông cho cháu mấy cái kẹo này.

孩子，过来，爷爷给你几颗糖。

-Bạn sang Việt Nam được bao lâu rồi? 你来越南多久了？

-Ở đây có thể Fax sang Trung Quốc được không? 这里可以传真到中国吗？

有时还可以指把某物变换成另一物，如：

-Em muốn đổi tiền Trung Quốc sang tiền Việt 我想把人民币换成越南盾。

-Các em dịch bài này sang Tiếng Hán cho thầy. 你们帮我把这篇文章译成汉语。

4. Sống, cuộc sống, đời sống 的区别用法。

Sống, cuộc sống, đời sống 都有"生活"的意思，其用法区别如下：

(1) Sống 有多种意思如下：

表示"生活、过活"，如：

Bà ấy bây giờ đang sống ở Mỹ. 现在她在美国生活。

表示"还活着，没有死"，如：

Cá này vẫn còn sống, chưa chết đâu. 这条鱼还活着，没死呢。

表示"生的、没有煮熟的"，如：

Người Việt Nam thích ăn rau sống. 越南喜欢吃生的菜。

(2) Cuộc sống 一般用于指比较具体的或日常的生活，如：cuộc sống hàng ngày 日常生活，cuộc sống nhân dân 人民的生活（指人民的日常生活）。

-Hiện nay, nhân dân ta đang sống một cuộc sống hòa bình, hạnh phúc.

现在，我们的人民正过着和平、幸福的生活。

-Cuộc sống hàng ngày của tôi chỉ thế thôi. 我每天的生活就这样的。

(3) đời sống 用于指抽象的生活，如：đời sống xã hội 社会生活，đời sống tinh thần 精神生活，đời sống vật chất 物质生活，大学生活用 đời sống sinh viên 或 cuộc sống sinh viên 都可以。如：

-Đời sống ở nhà trường của chúng tôi hết sức đầm ấm và vui vẻ.
我们的学校生活非常温馨而愉快。

-Đoàn nghệ thuật huyện thường đến vùng sâu vùng xa biểu diễn để làm phong phú thêm đời sống tinh thần của nhân dân ở đó.
县艺术团常常到边远山区表演以丰富那里人民的精神生活。

5. ngay 的用法。

(1) ngay有"立即、马上"的意思，可以与lập tức连用成ngay lập tức，如：

-Món ăn sẽ được mang ra ngay. 菜马上就好。

- Chúng ta hãy đi ngay bây giờ nhé? 咱们现在马上走吧。

- Ông ấy thường có việc là làm ngay lập tức, không bao giờ để đến ngày hôm sau.
他常常有事情立即就做，从不推到第二天。

(2) ngay还有"就、正"的意思，如：

- Ở quán Internet bên cạnh là có ngay rồi. 在旁边这家网吧就有了。

- Hồ Tây nằm ngay trong lòng thành phố Hà Nội, nên được gọi là "lá phổi" của thủ đô Hà Nội. 西湖正位于河内市中心，所以被称为首都河内的"肺"。

- Ở ngay ngoài cổng trường là có một ngân hàng Công thương rồi.
在校门就有一个工商银行。

IV. Kiến thức mở rộng   扩充知识

1. 越南的三大通信公司是：**MOBIPHONE，VINAPHONE** 和**VIETTEL MOBILE**

2. 越南的常用电话号码包括：110 登记拨打国际电话   113警察   114火警   115 医院急救   116 区内查询   117 查时间   119 修理电话   108 或1080 解答社会、经济、文化咨询

3. Hướng dẫn viết đơn xin nghỉ học:

CỘNG HÒA XÃ HỘI CHỦ NGHĨA VIỆT NAM

Độc lập – Tự do – Hạnh phúc

ĐƠN XIN NGHỈ HỌC

Kính gửi: Phòng Quan hệ Quốc tế trường ĐHHN

Đồng kính gửi: chủ nhiệm lớp

Họ và tên: Lê Phương   Giới tính: nữ   Ngày sinh: 20-08-1988

Em là lưu học sinh Trung Quốc lớp Quảng Tây A. Vì mẹ em bị ốm nặng, nên

> em xin nghỉ học một tuần từ ngày 22/10 – 26/10 để được về nhà thăm mẹ. Xin được chủ nhiệm lớp và Phòng Quan hệ Quốc tế xem xét và đồng ý, đồng thời xin Phòng Quan hệ Quốc tế giúp đỡ em làm visa hộ em để em được về nước sớm và về nhà thăm mẹ.
>
> Xin chân trọng cảm ơn.
>
> Ý kiến của chủ nhiệm lớp   Hà Nội, 02/10/2008
> 　　　　　　　　　　　　　 Người lập đơn: Lê Phương
> 　　　　　　　　　　　　　　　　　(Ký tên)
>
> Ý kiến của Phòng Quan hệ Quốc tế

4. Từ vựng bổ sung

邮票	tem	信封	phong bì
姓名	họ tên	性别	giới tính
国籍	quốc tịch	出生日期	ngày sinh
地址	địa chỉ	邮政编码	số bưu chính
邮费、邮资	cước / cước phí	糨糊、胶水	hồ dán / keo dán
手机	máy di động	信号强（弱）	sóng khỏe / yếu
信息	tin nhắn	发短信	nhắn tin
电池	pin	没电了	hết pin
充电	sạc pin	充电器	cái sạc pin
开机	mở máy	关机	tắt máy
固定电话	máy bàn	入网	hòa mạng
邮箱	hòm thư	邮筒	thùng thư
印刷品	ấn phẩm	办公用品	văn phòng phẩm
邮件通知单	giấy báo nhận	汇款通知单	giấy báo nhận tiền
邮递员	người đưa thư	签收单、收条	giấy biên nhận
超重	quá cân	身份证	chứng minh thư
长途电话	điện thoại đường dài	国际电话	điện thoại quốc tế
市内电话	điện thoại nội hạt	外线电话	điện thoại khác mạng
总机	tổng đài	BP机	máy nhắn tin

V. Bài tập 练习

1. 熟练掌握本课语法点，区别相关词汇的用法并进行口头翻译或造句。
2. 你突然生病了，没办法去上课，请你写一份请假条拜托班长递给任课老师。或者你也可以打电话请假。
3. 你家里突然有急事，你需要请假回国几天，请你要写一份详细的请假条说明情况并要求越方学校给你办签证以尽早得以回国；同时你要打电话给班主任看他/她下午有没有空来学校，你要给他/她签字，然后才能递到国际交流处。

BÀI 15 ĐỔI TIỀN —— MỞ TÀI KHOẢN
第十五课 换钱——开账户

I. Hội thoại 会话

Tình huống 1 Đổi tiền ở cửa hàng vàng bạc
情景1 在金店换钱

A: Chào em. Em đổi tiền à? 你好。你要换钱吗?

B: Vâng ạ. Em muốn đổi tiền Trung Quốc sang tiền Việt, và đổi một ít đô-la Mỹ nữa. Tỷ giá hiện nay là bao nhiêu ạ?
是的。我想把中国钱换成越南钱,还想换少部分美金。现在汇率是多少呢?

A: Bây giờ 1 đồng Nhân dân tệ ăn 3500 đồng Việt Nam. Còn tiền đô thì 1 đô-la ăn 21.000 VND. Em muốn đổi bao nhiêu?
现在1元人民币换3500越盾。而美金的话1美金换21000越盾。你要换多少?

B: Nhưng tỷ giá hình như hơi thấp anh ạ. 不过汇率好像有点低呢。

A: Ói giời ơi, thế là em không biết rồi. Đổi ở đây là cao nhất Hà Nội rồi em ạ. Em không tin thì cứ đi hỏi những chỗ khác để so sánh, không sao đâu!
哎呀,我的天啊,那就是你不懂了。在这里换是河内最高的了。你不相信的话可以先对比多几家店铺,没关系的。

B: Thế à? Nghe nói ở các cửa hàng vàng bạc phố Hà Trung đổi được cao nhất cơ mà.
是吗?听说在河忠路的金店换得最高的嘛。

A: Làm gì có? Chỗ anh còn cao hơn bên đó em ạ. Nếu mà em không tin thì cứ gọi điện hỏi luôn. Số điện thoại đây. Bên kia chủ yếu phục vụ công ty và thương gia, du khách nước ngoài. Còn chỗ anh gần trường học, chủ yếu phục vụ lưu học sinh nước ngoài mà. 哪有?我里比那边还高呢。你不信的话你可以马上打电话去问一下。这是电话号码。那边主要为公司、商人和外国游客服务。而我这里近学校,主要为外国留学生服务嘛。

B: Thôi, được rồi. Em đổi ở đây vậy. Em đổi 1000 đồng Nhân dân tệ và 200 đô-la Mỹ.
算了。我就在这里换吧。我换1000元人民币和200美金。

第十五课　换钱——开账户

A：Ok. 1000 nhân với 3500 được 3 triệu 500 nghìn. Còn 200 đô nhân với 21.000 là 4 triệu 200 nghìn. Tất cả là 7 triệu 700 nghìn. Em tính xem có đúng không?
好的。1000乘以3500得350万。200美金乘以21000是420万。总共是770万盾。你算一下看对不对。

B：Vâng. 好的。

A：7 triệu700 nghìn đây. Em đếm xem nhé. 这是770万盾。你数一下。

B：Vâng…đủ rồi. Cảm ơn anh. 好的……对了。谢谢。

A：Ừ, không có gì. Đổi tiền ở đây em cứ yên tâm, bọn anh kinh doanh rất uy tín. Lần sau dẫn các bạn khác đến đây đổi tiền nhé. 好，不用谢。在这里换钱你尽管放心，我们是诚信经营的。下次你带其他同学来我这里换钱哦。

B：Vâng. Chào anh ạ. 好的。再见。

Tình huống 2 Chúng tôi muốn mở tài khoản ở ngân hàng
情景2　我们想在银行开账户

A：Cô ơi, bọn em muốn gửi tiền ở ngân hàng, vì mang nhiều tiền theo người nguy hiểm quá. Nhưng bọn em không biết gửi như thế nào, và thủ tục có phiền phức không ạ?
老师，我们想把钱存进银行，因为带很多钱在身上太危险了。但我们不知道怎么存，手续麻烦吗？

B：Cái đấy dễ thôi. Trước hết các em phải mở tài khoản ở ngân hàng.
Nếu các em nhiều người muốn mở tài khoản, cô có thể bảo người ta đến trường làm thủ tục. Chỉ cần điền một tờ đơn xin mở tài khoản và nộp 50 nghìn lệ phí, ba ngày sau là được thẻ ngân hàng rồi. Có thẻ ngân hàng rồi thì các em tự mang tiền đến ngân hàng gửi, sau đó có thể rút tiền ở bất cứ máy rút tiền tự động nào.
哦，这个容易！首先你们要先在银行开银行账户。如果你们想开户的人多的话，我还可以叫他们来学校办手续呢。只需要填一张开户申请表并交5万越盾手续费，三天后就可以得银行卡了。有了银行卡你们就可以自己带钱到银行存了，然后可以在任何一个自动取款机取钱。

A：50 nghìn lệ phí à? Nhiều thế? 5万盾手续费呀？怎么这么多呀？

B：À, không. 50 nghìn là lần đầu tiên các em phải gửi vào thẻ, khi nào các em không dùng nữa, làm thủ tục trả thẻ sẽ được trả lại 50 nghìn ấy.
哦，不。5万盾是你们首次要存进银行卡的钱，你们什么时候不用了，办完销卡手续银行会返还你们这笔钱的。

A：Thế ạ? Thế cũng được nhỉ? Nhưng gửi tiền vào thẻ ngân hàng có phải nộp lệ phí gì không ạ？ 这样呀？那还可以哦。但存钱进银行还要交什么手续费吗？

B: Không. Người ta không thu lệ phí gì cả. Còn có lãi suất nữa cơ, tất nhiên là ít thôi. 不，他们不会收什么手续费的。还有利息呢，只不过比较少而已。

A: Thế mở tài khoản ở ngân hàng nào tốt hơn ạ? 那在哪个银行开户比较好呢？

B: Có nhiều ngân hàng lắm, ví dụ ngân hàng Công Thương Việt Nam, ngân hàng Đầu tư và Phát triển Việt Nam… Ở ngay ngoài cổng trường có một ngân hàng Công thương. Các em mở tài khoản ở ngân hàng này là được rồi.
有很多银行，比如：越南工商银行、越南投资与发展银行等。在校门就有一个工商银行，你们就在这个银行开户就行了。

A: Vâng. Đúng rồi, nghe nói thẻ ngân hàng Trung Quốc cũng có thể rút tiền ở bên này đúng không ạ? 好的。对了，听说中国的银行卡也可以在这边取钱对吗？

B: Ừ, chỉ cần là thẻ có chữ "yin lian" thì có thể rút tiền ở bất cứ quầy rút tiền tự động nào có chữ "yin lian". Nhưng lệ phí hơi cao, hình như khoảng 5% đấy. Và trên màn hiện ra tiếng Anh, các em phải biết tiếng Anh mới được.
对，只要是有"银联"字样的卡就可以在这边任何一个有着"银联"字样的自动取款机取钱了。但手续费比较高，好像约百分之五呢。而且在屏幕上显示的是英语，你们要看得懂英语才行。

A: Vâng. Thế tiền rút ra là tiền Trung Quốc hay là tiền Việt Nam ạ?
哦。那取出来的钱是人民币还是越南盾呢？

B: Tất nhiên là Việt Nam đồng chứ. Ngân hàng sẽ tự động đổi thành Việt Nam đồng, nhưng tỷ giá hình như thấp hơn trên thị trường.
当然是越南盾了。银行会自动转换成越南盾，但汇率好像比市场上低一些。

A: Vâng, trong lúc khẩn cấp thì điều đó cũng không quan trọng lắm. Cảm ơn cô ạ. Ngày mai bọn em sẽ mở tài khoản ở ngân hàng Công thương Việt Nam ạ. 哦，在紧急的时候这个倒也无所谓了。谢谢老师，明天我们就在工商银行开户。

II. Bài học 课文

DỰ ÁN 3,2 TỶ USD CHO TÒA NHÀ 500 TẦNG

Ai nấy đều biết, Nhật Bản là một nước đất chật, người đông. Ở các đô thị lớn, vấn đề nhà ở ngày càng trở thành nhu cầu vô cùng cấp bách. Chính vì vậy mà các nhà khoa học, các nhà kiến trúc và chính phủ Nhật Bản đã và đang tập trung công sức tính toán giải quyết việc quy hoạch, xây dựng nhà ở trong thế kỷ 21. Do đó, một dự án táo bạo đã ra đời: dự án xây dựng nhà chọc trời 500 tầng, đồ sộ nhất thế giới, với độ cao khoảng 2.000 mét.

Theo Obayashi Gumi, người đứng đầu nhóm kiến trúc sư thiết kế tòa nhà chọc trời này, địa điểm xây dựng sẽ nằm ở ngoại ô thủ đô Tokyo. Tòa nhà có cấu trúc hình chữ T, với 500 tầng, đủ sức chứa 300.000 người, được bố trí hệ thống thang máy tự động, có thể từ tầng cao nhất xuống tầng 1 chỉ mất khoảng 15 phút. Từ trong tòa nhà này, người ta vẫn có thể ngắm phong cảnh xung quanh với tầm nhìn xa khoảng 1,6 km. Cả tòa nhà sẽ được thiết kế một cách khoa học, hợp lí, có thể được coi như một thành phố thu nhỏ, bởi vì ngoài các phòng ở ra còn có đầy đủ các văn phòng làm việc, tiệm ăn, rạp chiếu phim, trường học, bệnh viện, bưu điện,…Kể từ khi khởi công đến lúc hoàn thành việc xây dựng tòa nhà chọc trời nói trên dự tính phải mất khoảng 25 năm với tổng chi phí hơn 3,2 tỷ đô-la Mỹ.

Ông Shuzimo khẳng định rằng ngay sau khi ngân sách dành cho dự án được phê chuẩn, việc xây dựng tòa nhà chọc trời 500 tầng sẽ lập tức được gấp rút tiến hành và có thể người dân Nhật Bản sẽ được sống trong "thành phố thu nhỏ" này sớm hơn dự tính.

一幢500层摩天大厦的32亿美金预算

众所周知。日本是一个人多地窄的国家。在各个大都市，住房问题日益变得严峻，成为人们非常迫切的需求。正因为如此，日本政府及各科学家、建筑师已经和正在集中力量考虑解决21世纪里为人们规划和建设住房的问题。由此，一个大胆的预案已经诞生，即建设一幢500层高、世界上最宏伟的、高度达2000米的摩天大厦。

据设计这幢摩天大厦的建筑师组带头人Obayashi Gumi先生说，建设地点将位于东京的郊外。这幢大厦有着"T"字型的结构，有500层，可以容纳30万人，设有自动电梯，从最高层下到第一层大概只需要15分钟。从这幢大厦里，人们可以观赏到周围大约1.6公里以内的风景。整幢大厦将得到科学、合理的设计，可以视为一个缩小了的城市，因为除了住房以外，这里还有齐全各种办公室、饭店、电影院、学校、医院、邮局等。从上述这幢大厦的动工修建到竣工预算大约要花25年，总经费达32亿美金以上。

Shuzimo先生肯定，在预算资金被批准之后，这幢500层的摩天大厦的建设工作将得以马上展开，或许日本人民将可以比预期的时间提前生活在这个"缩小了的城市"里了。

TỪ MỚI 生词

đổi tiền 换钱，兑换货币	dự án 预案、项目
vàng 黄金	tòa 座、幢、栋
bạc 白银	ai nấy đều biết 众所周知
cửa hàng vàng bạc 金店	vô cùng 无穷、非常、无比
nhân dân tệ 人民币	cấp bách 急迫
VND (Việt Nam Đồng) 越南盾	nhà kiến trúc 建筑师
đô-la Mỹ 美元、美金	chật hẹp 狭窄
tỷ giá 汇率	kiến trúc sư 工程师、建筑师
so sánh 比较、相比	quy hoạch 规划
chỗ 地方	tập trung 集中
tin 相信	công sức 力量、功夫
chủ yếu 主要	tính toán 计算
nhân 乘	táo bạo 大胆
chia 除	ra đời 出世、面世
cộng 加	nhà chọc trời 摩天大楼
trừ 减	đồ sộ 大规模的、宏伟的
đếm 数、数数	thiết kế 设计
yên tâm 放心	địa điểm 地点
uy tín 威信、信誉、信用	ngoại ô 市郊、郊外
kinh doanh 经营	ngắm 观赏、欣赏
nguy hiểm 危险	tầm nhìn 视野
thủ tục 手续	hợp lí 合理
phiền phức 麻烦	hệ thống 系统
trước hết 首先	thang máy 电梯
nộp 交、上缴	thu nhỏ 缩小
thẻ ngân hàng 银行卡	tiệm ăn 饮食店、饭馆
tài khoản ngân hàng 银行账户	rạp chiếu phim 电影院
lệ phí 手续费	khởi công 动工
máy rút tiền 取款机	dự tính 预定、计划
tự động 自动	khẳng định 肯定
lãi suất 利息	phê chuẩn 批准
màn 屏幕、显示屏	gấp rút 紧急、加急
khẩn cấp 紧急	tiến hành 进行
quan trọng 重要	

III. Ghi chú ngữ pháp 语法注释

1. 越南语中加、减、乘、除及小数、分数、图形、度衡量等的表达法。

(1) 加、减、乘、除的读法。

加是cộng，cộng vào加进去，cộng thêm加上，cộng với与……相加，如：
2+2=4读作 2 cộng 2 được / là 4.

减是trừ，trừ đi减去，如：5-2=3 读作 5 trừ đi 2 được / là 3.

乘是nhân，nhân với乘以，nhân lên乘起来，如：2×3=6读作2 nhân 3 được / là 6.

除是chia，chia thành除以/分成，如：100÷2=50读作 100 chia (thành)2 được / là 50.

(2) 小数的读法。小数中的点"."读phẩy，如：

0.04　không phẩy không bốn

6.05　sáu phẩy không năm

(3) 越语中分数的读法是：先读分子，后读分母，与汉语相反，如：

四分之一 读：một phần tư

二又七分之三 读：Hai ba phần bẩy

50% 读：năm mười phần trăm

100% 读：（một）trăm phần trăm

(4) 各种形状的表达法。

方形hình vuông，长方形hình chữ nhật，三角形hình tam giác，菱形hình thoi，梯形hình thang，正方体hình lập phương，长方体tựa hình khối，圆形hình tròn，椭圆形hình bầu dục，圆柱形hình trụ，圆锥形hình nón.

(5) 各种度衡量单位的读法。

重量单位：毫克mi-li-gam(mg)，克gam(g)，公两（100克）lạng，公斤/千克ki-lô-gam(kg)（南方常用ki-lô或ký，北方常用cân），吨tấn (t)

长度单位：毫米mi-li-mét (mm)，厘米Xen-ti-mét(cm)，米mét(m)，千米/公里ki-lô-mét，cây số, cây (km).

面积单位：平方毫米mi-li-mét vuông (mm^2)，平方厘米Xen-ti-mét vuông (cm^2)，平方米mét vuông (m^2)，公顷héc-ta /ha，平方千米/公里ki-lô-mét vuông, cây số vuông (km^2).

体积单位：立方毫米mi-li-mét khối(mm^3)，立方厘米xen-ti-mét khối(cm^3)，立方米mét khối (m^3) .

容积单位：毫升mi-li-lít(ml)，升lít (l).

2. Hiện nay, bây giờ, ngày nay, hiện giờ, giờ này 等的用法区别。

Hiện nay, bây giờ, ngày nay, hiện giờ, giờ này 都有"现在"的意思，但在实际运用中仍有一定的区别：

(1) Hiện nay 一般指较长时间的"现在"，如：

-Tỷ giá giữa tiền Trung và tiền Việt hiện nay là bao nhiêu ạ?
现在中国币和越币之间的汇率是多少呢？

-Hiện nay thị trường quốc tế không được ổn định lắm. 现在国际市场不太稳定。

(2) bây giờ 指较短时间的"现在"，有"此刻"之意，如：

-Bây giờ anh đang làm gì? 现在你在做什么？

-Chúng ta đi ngay bây giờ nhé. 咱们现在马上走吧。

(3) ngày nay 则指更长时间的"现在"，有"当今"之意，如：

-Trong thời đại ngày nay, ai chẳng thế? 在当今时代，谁不这样？

-Con người trong xã hội ngày nay đâu còn cái chất hồn hậu của ngày xưa nữa.
现在的社会风气不如以前那么淳朴了。

(4) 而hiện giờ, giờ này 也都指短时间的"现在"，有"此时此刻"之意，有时也可以单用giờ，如：

-Hiện giờ / giờ này lại đang mưa to, làm sao đi được.
现在又在下雨，怎么去得了。

-Hiện giờ / giờ này / bây giờ thì anh ấy không ở đây nữa.
现在他就不在这里了（表示刚才还在，但现在已经离开了）。

-Nhờ có vịnh Hạ Long, thị xã Hạ Long nhỏ bé và bụi bặm trước đây giờ đã trở thành một thành phố du lịch nổi tiếng của cả nước. 因为有下龙湾，从前小小的、灰尘弥漫的下龙小镇现在已经变成了全国著名的旅游城市。

3. 情态状语及 một cách 的用法。

(1) 情态状语是用来修饰动词的，表示动作的情态，情态状语通常用形容词来表示。如：

-Anh đi nhanh quá. 你走得太快了。

-Chúng em học tập rất chăm chỉ. 我们学习很勤奋。

(2) 情态状语的位置是一个比较复杂的问题。一般来说，单音节词作情态状语放在动词或动补词组后面，双音节词作情态状语通常也放在动词或动补词组后面，但有些词（多为汉语借词）放前放后都可以。如：

-Chị ấy hát hay lắm. 她唱得很好。

-Anh ấy đọc bài nhanh lắm. 他读课文很快。

-Chúng tôi sống vui vẻ. 我们愉快地生活着。

-Chăn đệm, gối màn, quần áo, sách báo đều xếp đặt ngăn nắp.

被褥、蚊帐、枕头、衣服、书报都摆放整齐。

-Thầy giáo tận tâm dạy dỗ chúng tôi.=Thầy giáo dạy dỗ chúng tôi rất tận tâm.

老师尽心教导我们/老师教导我们很尽心。

-Chúng tôi tích cực lao động.=Chúng tôi lao động tích cực. 我们积极劳动。

-Chị ấy dịu dàng nói.=Chị ấy nói dịu dàng. 她温柔地说。

(3) 当动词的补语是较长的词组时，一般把情态状语直接放在动词后面，而把较长的补语词组放到最后。如：

-Thầy giáo đã phân tích tỉ mỉ những vấn đề đó. 老师已经详细分析了那些问题。

-Chúng ta phải học giỏi tất cả các môn học. 咱们要学好所有各门功课。

(4) 在动词和情态状语之间还常常可以运用một cách，用以引出多音节的状语成分，表示"……地"。如果谓语动词带有补语，由một cách引出的状语成分一般放在补语之后。如：

-Các cháu bé đang sống một cách vui vẻ. 孩子们正愉快地生活。

-Thầy giáo đã trả lời chúng tôi một cách tỉ mỉ. 老师已经详细地回答了我们。

+如果动词的补语是较长的词组，而且与动词结合得比较松散，由một cách引出的状语成分也可以放在补语之前。如：

-Chúng tôi sẽ giải quyết những vấn đề đó một cách cẩn thận. =Chúng tôi sẽ giải quyết một cách cẩn thận những vấn đề đó. 我们将谨慎地解决那些问题。

4. 越南语中 nấy, ấy, bấy, đấy 等表示前后呼应的用法。

表示前后呼应的词组通常是前面有一个含疑问代词的词，后面再用 nấy, ấy, bấy, đấy 或含有 nấy, ấy, bấy, đấy 的词组之相互呼应，表示连锁关系。此类前后呼应的搭配组合有：

(1) bao nhiêu … bấy nhiêu. 如：

-Ăn được bao nhiêu thì nấu bấy nhiêu, không nên lãng phí quá.

吃多少就煮多少，不应该太浪费。

-Tiêu thụ càng lớn bao nhiêu thì đồ phế thải càng nhiều bấy nhiêu.

消费越大，废弃品就越多。

-Quân địch càng dữ bao nhiêu thì quân ta càng đánh mạnh bấy nhiêu.

敌军有多凶，我军就打多猛。

(2) ai…người ấy (nấy)… 如：

-Tan họp rồi, mỗi người ai về nhà nấy.

散会了，大家都各自回家（各回各的家）。

-Ai làm, người ấy chịu trách nhiệm. 谁做谁负责。

ai 和 nấy 直接连用成 ai nấy, 还可以表示 "谁都……"、"人人都……", 如：

-Ai nấy đều biết. 众所周知。

-Ai nấy đều thích. 人人都喜欢。

(3) nào…ấy/đó/đấy… 如：

-Người nào muốn thắng thì người ấy (đó) phải tìm cách lấy được sự ủng hộ của nhiều người. 谁要想获胜, 谁就得想办法得到更多的人支持。

-Cái nào hỏng thì nhặt cái ấy/ đấy/ đó ra. 哪一个坏了就把哪一个捡出来。

(4) đâu…đấy/ đó… 如：

-Em Hồng đi đến đâu thì rắc sỏi đánh dấu đến đấy/ đó. 小红去到哪里就撒卵石作记号到哪里。

-Ông ta đi đến đâu thì học đến đấy. 他去到哪里就学到哪里。

(5) 此外还有一些类似的结构, 如：Bảo sao nghe vậy 人家说什么他就听什么, bảo gì nghe nấy 人家说什么他就听什么; bảo gì làm nấy 人家怎么说他就怎么做。

IV. Kiến thức mở rộng 扩充知识

1. Cách viết tiền tệ các nước 各国钱币的写法：

各国钱币	缩写	越文全称
中国人民币	RMB	Nhân dân tệ
越南越币	VND	đồng Việt Nam
美国美元	USD	Đô-la Mỹ
欧盟欧元	EUR	đồng Eu-rô
日本日元	JPY	đồng yên nhật
法国法郎	FRF	Frăng Pháp
瑞士法郎	SWF	Frăng Thụy sĩ
德国马克	DEM	đồng Mác Đức
英国英镑	GBP	Bảng Anh
台湾台币	TWD	đô-la Đài Loan
香港港币	HKD	đô-la Hồng Kông

2. Tên gọi các ngân hàng của Trung Quốc 中国各银行的名称：

Ngân hàng Nhân dân Trung Quốc 中国人民银行

Ngân hàng Trung Quốc 中国银行

Ngân hàng Công thương Trung Quốc 中国工商银行

Ngân hàng Giao thông Trung Quốc 中国交通银行

Ngân hàng Xây dựng Trung Quốc 中国建设银行

Ngân hàng Nông nghiệp Trung Quốc 中国农业银行

Hợp tác xã Tín dụng Nông thôn Trung Quốc 中国农村信用合作社

Ngân hàng Vịnh Bắc Bộ Trung Quốc 中国北部湾银行

……

3. Tên gọi các ngân hàng của Việt Nam 越南各银行的名称：

Ngân hàng Chính sách Xã hội Việt Nam 越南社会政策银行

Ngân hàng Công thương Việt Nam 越南工商银行

Ngân hàng Đầu tư và Phát triển Việt Nam 越南投资与发展银行

Ngân hàng Nông nghiệp và Phát triển nông thôn Việt Nam 越南农业与农村发展银行

Ngân hàng Phát triển nhà Đồng bằng sông Cửu Long Việt Nam 越南九龙江平原发展银行

Ngân hàng Phát triển Việt Nam 越南发展银行

Ngân hàng Châu Á 亚洲银行

Ngân hàng Đông Á 东亚银行

……

4. Từ vựng bổ sung 补充词汇

利息 lãi suất	计息 tính lãi
定期利息 lãi suất kỳ hạn	活期利息 lãi suất không kỳ hạn
汇率 tỷ giá	外币 ngoại tệ
存钱、寄钱 gửi tiền	取钱 rút tiền
储蓄所 quỹ tiết kiệm	信用卡 thẻ tín dụng
存折 sổ tiết kiệm	银行卡 thẻ ngân hàng
保险柜 két bạc	密码 mật mã
现金 tiền mặt	支票 séc
整钱 tiền chẵn	零钱 tiền lẻ

V. Bài tập 练习

1. 请根据本课内容练习对话。
2. 熟练掌握中越两国钱币的换算及相关银行的名称，区别语法部分相关词汇的用法并进行翻译或造句。
3. 有一些越南留学生刚来中国留学不久，想在本市的银行开账户存钱，请你给他们提供一些咨询和建议。
4. 如果你是百万富翁，你将要做什么呢？请说说你的计划。

BÀI 16   ĐI BỆNH VIỆN KHÁM BỆNH
第十六课   去医院看病

I. Hội thoại   会话

Tình huống   Khám bệnh ở bệnh viện
情景会话   去医院看病

A: Chào em. Em bị sao thế? 你好。你哪里不舒服？

B: Hình như em bị sốt. Em thấy chóng mặt và tức ngực.
我好像发烧了。觉得头晕和胸闷。

A: Em cặp nhiệt độ đã. Em có sổ y bạ chưa? 你先测一下体温。你有病历本了没有？

B: Chưa ạ. 没有。

A: Thế em phải mua một quyển mới, 5 hào. Em ghi rõ vào sổ họ tên, giới tính, tuổi tác, địa chỉ nơi ở và có tiền sử dị ứng với những thuốc gì. 那你要买本新的，五毛钱。
你填上姓名、性别、年龄、住址，并写上是否有药物过敏。

B: Vâng ạ. Xong rồi. 好的。填好了。

A: Ừ, nhiệt độ của em là ba tám độ năm. Sốt nhẹ thôi. Bây giờ em đến cửa sổ bên kia để đăng ký lấy số khám bệnh nội khoa nhé.
哦，你的体温是38.5度。低烧。现在你到那边那个窗口挂号看内科。

B: Vâng, cảm ơn chị ạ. 好的，谢谢你。

......

B: Chào bác sĩ. 医生好。

C: Chào cháu. Cháu thấy khó chịu ở chỗ nào? 你好。你哪里不舒服呢？

B: Dạ, cháu thấy chóng mặt và tức ngực. 我觉得头晕和胸闷。

C: Cháu cặp nhiệt độ chưa? 你测过体温了吗？

B: Cặp rồi ạ, ba tám độ năm. 测过了，38.5度。

C: Cháu có ho không? 你咳嗽吗？

B: Dạ, thỉnh thoảng cháu lại ho, có khi còn ho ra đờm nữa.
偶尔也咳，有时还咳出一些浓痰呢。

150

第十六课　去医院看病

C: Cháu thấy khó chịu từ lúc nào? 你什么时候开始觉得不舒服的？

B: Hôm kia cháu chơi cầu lông toát mồ hôi nhiều nên cháu ngồi quạt, sau đó thấy bị cảm. Cháu đến hiệu thuốc mua thuốc cảm uống ba lần rồi, cũng thấy đỡ hơn nhiều rồi. Ai ngờ chiều nay lại thấy khó chịu?
前天我打羽毛球出汗了就吹风扇，后来就觉得感冒了。我到药店买感冒药吃了三次，也觉得好些了。谁知道今天下午又觉得难受了。

C: Rồi. Bây giờ cháu xuống tầng 1 thử máu, sau đó đến phòng chiếu chụp để chụp phổi nhé. 嗯。现在你下一楼验血，然后到透视室照一下肺。

B: Nghiêm trọng thế cơ à bác sĩ? 有这么严重吗医生？

C: Ồ, không. Tôi chỉ muốn xem phổi cháu có bị lây nhiễm gì hay không thôi.
哦，也不是。我只是想知道你的肺部有没有感染。

B: Vâng…Thưa bác sĩ, xong rồi ạ. 哦……医生，好了。

C: Cho tôi xem nào. Ừ, phổi cháu quả nhiên là bị lây nhiễm rồi đấy. Cháu xem này, đây, đây… thấy chưa?
让我看看。嗯，你的肺部果真感染了呢。你看看，这里，这里……见没有？

B: Vâng, cháu thấy rồi. 哦，见了。

C: Đó là viêm phổi rồi, nhưng bây giờ nhẹ thôi, không sao.
这是肺炎，不过现在还是轻度，不要紧的。

B: Nhưng cháu làm sao bị viêm phổi được nhỉ? Bình thường cháu khỏe lắm, ít khi bị cảm hoặc bị đau bụng gì đó.
但是我怎么会感染肺炎呢？平时我很健壮的，很少有感冒或闹肚子什么的。

C: Chắc là lần trước cháu bị cảm chữa chưa khỏi hẳn, vi khuẩn chưa tiêu diệt hết, cho nên bây giờ truyền nhiễm đến phổi rồi. 大概是上次你感冒治得还不彻底，病菌还没有清除干净，所以现在侵袭到肺了。

B: Thế có khó chữa không ạ? 那难治吗？

C: Cũng không khó lắm đâu. Nhưng phải uống thuốc và truyền dịch ít nhất một tuần. Đây là đơn thuốc. Bây giờ cháu đến quầy thu ngân trả tiền, sau đó đến phòng thuốc lấy thuốc, rồi mang thuốc đến đây để tôi hướng dẫn cháu cách uống.
也不太难治的，但至少要吃药和打吊针一个星期。这是药单，现在你到收银台交钱，然后到药房取药，再拿药来这里，我告诉你吃药的方法。

B: Vâng ạ…Thưa bác sĩ, cháu lấy được thuốc rồi ạ. 好的……医生，我取好药了。

C: Ừ, những thuốc này đều là mỗi ngày uống ba lần trước bữa cơm. Thuốc màu vàng này mỗi lần hai viên, còn thuốc màu trắng mỗi lần một viên, nhớ chưa nào?
嗯，这些药都是每天三次饭前吃。这种黄色的每次两片，而这种白色的每次一片，记住了没有？

B: Vâng ạ, cháu nhớ rồi ạ. 嗯，我记住了。

C: Còn thuốc nước này mỗi ngày đến đây truyền dịch một lọ. Lần này phải chữa cho triệt để, không được cẩu thả, đừng có như lần trước chữa không triệt để lại bị quật lại đấy. 这药水你每天来这里打一瓶吊针。这次可要彻底治疗，不能马虎了，不要再像上次一样治疗不彻底又复发。

B: Dạ, vâng ạ, nhưng trong thời gian chữa bệnh, cháu phải kiêng ăn gì không ạ? 好的，在治疗期间需要忌口吗？

C: Có chứ. Cháu không được ăn món chua, cay, không ăn món nhiều dầu, ví dụ món rán và nướng, không được uống bia và hút thuốc. Được rồi, bây giờ cháu đến phòng truyền dịch để truyền dịch luôn đi. 要啊。你不能吃酸的、辣的，不能吃太油腻的如：煎的、炸的，不能喝酒和抽烟。好了，现在你马上到输液室去输液吧。

B: Vâng ạ, cháu biết rồi ạ. Cảm ơn bác sĩ. 好的，我知道了。谢谢医生。

II. Bài học   课文

CHÍN NĂM SỐNG BẰNG TRÁI TIM NGƯỜI KHÁC

Bệnh nhân là một bé gái 8 tuổi, tên là Sara Remington. Khi đưa tới bệnh viện, cháu bé đang trong tình trạng nguy kịch. Sara được đưa ngay lên bàn mổ để phẫu thuật thay tim.

Sau khi hội chẩn, các bác sĩ viện tim mạch bang Texas quyết định thay cho Sara trái tim của một cháu gái hai tuổi bị chết trong một vụ tai nạn ô-tô. Người cầm dao chính trong ca phẫu thuật phức tạp này là ông Denton Kuli, bác sĩ nổi tiếng với ca phẫu thuật thay tim năm 1968. Sau 48 giờ làm việc căng thẳng, ca phẫu thuật đã thành công mỹ mãn: Sara đã mở mắt và nhoẻn miệng cười. Đó chính là một phần thưởng quý giá dành cho những người thầy thuốc dũng cảm và tài ba.

Hơn 9 năm trôi qua, Sara vẫn phát triển bình thường, lớn nhanh và thông minh. Theo Denton Kuli, đây là trường hợp đầu tiên, mở đầu cho một phương pháp phẫu thuật thay tim mới trong lịch sử y học. Thực ra, lúc đầu, các bác sĩ rất lo Sara sẽ bị còi, chậm phát triển, nhưng thực tế đã cho họ niềm hy vọng lớn. Theo các bác sĩ, Sara có thể sống tới 70 hoặc 80 tuổi được.

第十六课　去医院看病

依靠别人心脏生活的九年

病人是一个8岁大的小女孩，名字叫里明顿·沙拉。当小女孩被送到医院时，情况很危急。沙拉立即被抬上手术台进行换心手术。

会诊之后，Texas联邦心脉院的医生们决定给沙拉换上一个死于交通事故的两岁小女孩的心脏。这次复杂的手术的主刀医生是Denton Kuli先生，他因1968年的一次换心手术而著名。在48个小时的紧张工作之后，这次手术取得了圆满成功：沙拉已经睁开眼睛并且已经咧开嘴笑了。这是给那些勇敢而多才的医生们最有价值的奖赏。

9年多过去了，沙拉一直正常发育，发育快速而且聪明。Denton Kuli医生认为，这是标志着医学史上换心手术方法创新的首次成功案例。实际上，开始的时候，医生们很担心沙拉会发育受阻、迟缓，但实际情况已经给了他们很大的希望。医生们认为，沙拉将可以活到70或80岁。

TỪ MỚI 生词

khám bệnh 看病	lấy thuốc 取药
sốt 发烧	hướng dẫn 指引、指导、向导
chóng mặt 头晕	cách 方法
tức ngực 胸闷	màu vàng 黄色
cặp 夹	màu trắng 白色
cặp nhiệt đô 温度计；测体温	viên 片（量词）
y bạ 病历本	nhớ 记得、记住
sổ khám bệnh 病历本	lo 担心、担忧
họ tên 姓名	triệt để 彻底
giới tính 性别	cẩu thả 马虎
tuổi tác 年龄	quật lại 复发
địa chỉ nơi ở 住址、家庭住址	kiêng 忌口、忌讳
tiền sử 前史	hút thuốc 吸烟
dị ứng 过敏	trái tim 心、心脏
cửa sổ 窗口	đưa 送
khó chịu 难受、不舒服	tình trạng 情况、状况
ho 咳嗽	nguy kịch 危急

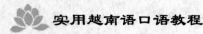

đờm 浓痰	bàn mổ 手术台
cầu lông 羽毛球	phẫu thuật 解剖术、手术
toát mồ hôi 出汗	hội chẩn 会诊
ngồi quạt 吹风扇	tim mạch 心脉、心脏
cảm 感冒	người cầm dao 主刀人、主刀医生
hiệu thuốc 药店、药房	chính 主要的
thuốc cảm 感冒药	ca 次、班次
đỡ 减轻、好转	phức tạp 复杂
ngờ 料想	giờ 小时
thử máu 验血	căng thẳng 紧张
phòng chiếu chụp 透视室	mỹ mãn 美满
nghiêm trọng 严重	nhoẻn miệng 咧嘴
lây nhiễm 传染	phần thưởng 奖品
quả nhiên 果然	thầy thuốc 医生、医师
viêm phổi 肺炎	dũng cảm 勇敢
đau bụng 肚子痛	tài ba 才华、有才华的
khỏi 痊愈	trôi qua 流逝
vi khuẩn 细菌	trường hợp 场合、情况
tiêu diệt 消灭	mở đầu 开头、开篇
truyền nhiễm 传染	phương pháp 方法
uống thuốc 吃药	y học 医学
truyền dịch 吊针	bị còi 长不大、侏儒
đơn thuốc 药方、药单	niềm hy vọng 希望
quầy thu ngân 收银台	

III. Ghi chú ngữ pháp 语法注释

1. Bị, được 的多种用法。

(1) Bị 是"被、遭受"的意思，表示主语是动作的受事者，或者表示谓语所示行为对主语来说是不如意的，如：

-Anh Hoa bị cô giáo phê bình. 阿华被老师批评了。

-Trong lịch sử lâu dài, nhân dân lao động ở nước ta từng bị bóc lột và áp bức tàn khốc. 在漫长的历史上，我国的劳动人民曾遭受残酷的剥削和压迫。

-Anh Quang bị cảm (bị ốm, bị đau dạ dày, bị đau bụng, bị viêm phổi, bị nhức đầu, bị ho...) 阿光感冒了（生病、胃痛、肚子痛、得了肺炎、头疼、咳嗽……）

第十六课　去医院看病

　　-Chúng nó đã bị thất bại nặng nề. 他们已经遭到了惨重的失败。

(2) 相反，如果谓语所表示的行为对主语来说是如意的，则用受动动词được，表示"得到、得以"。如：

-Hôm qua chúng tôi được xem phim "Người mẹ".

　昨天我们看上了《母亲》这部电影。

-Em Hoa lại được cô giáo khen. 小华又得到老师表扬了。

-Anh đã được gặp thầy giáo chưa? 你见到老师了没有？

(3) được还可以作辅助动词放在谓语动词后，表示主语是否有能力进行某行为，如：

-Tôi bị đau chân, không đứng lên được. 我脚痛，站不起来。

-Mấy hôm nay chị bị cảm, có hát được nữa không?

　这几天你感冒了，还能唱歌吗？

如果谓语动词带有补语，则辅助动词được放在补语之前或之后都可以，如：

-Tôi trả lời được câu hỏi của thầy giáo. = Tôi trả lời câu hỏi của thầy giáo được.

　我能够回答老师的问题。

在这类句子中，还常常可以在谓语动词前使用có thể，因为có thể也有"可以、能够"的意思，如：

-Tôi làm được việc ấy.= Tôi có thể làm được việc ấy. = Tôi có thể làm việc ấy

　được. 我可以做那件事。

如果được放在谓语动词的前面，则表示"得"或者"不得"做某事，而并非有没有能力做某事了。如：

-Dưới sự hỗ trợ của hàng xóm, nó lại được đi học rồi.

　在邻居乡亲的资助下，他又能够去上学了。

-Con không được ăn mấy cái bánh này nhé, để lại cho mẹ ăn, mẹ bị ốm rồi mà.

　你不能吃这几块糕点哦，留给你妈妈吃，妈妈生病了嘛。

(4) 此外，được作辅助动词放在谓语动词后，还可以表示行为的结果，如：

-Tôi đã nhận được thư anh. 我已经收到你的信了。

-Chúng tôi đã học được hai nghìn từ mới. 我们已经学到了两千个生词。

-Hôm qua tôi nhặt được một cái đồng hồ ở trên sân bóng.

　昨天我在球场上拾到了一个手表。

表示行为的结果时，được只能放在谓语动词后面，不能放在补语后，谓语动词前也不能使用có thể，如：

只能说：Tôi đã nhận được thư anh.

不能说：Tôi đã nhận thư anh được.

也不能说：Tôi có thể đã nhận được thư anh.

2. 语气词 đi, nào 的用法。

(1) đi 常常表示催促的语气，如：

-Anh đi đi. 你走吧。

-Anh cứ nói đi. 你尽管说吧。

当句子的主语是第一人称复数（包括式）时，đi表示的语气常偏重于邀约、相请的意思，如：

-Ta đi xem chiếu bóng đi. 咱们去看电影吧。

-Ta cùng đi ăn cơm đi. 咱们一起去吃饭吧。

(2) 语气词 nào有以下几种用法：

表示要求或相邀约的语气，如：

-Cố lên nào! 加油啊！

-Cậu cứ nói ra cho tớ nghe nào! 你就说出来给我听吧。

表示催促的语气，如：

-Ta đi đi nào. 咱们走吧。

-Cháu nhớ chưa nào? 你记住了没有？

-Có thể bắt đầu chưa nào? 可以开始了没有？

放在句首，表示为了引起听话者的注意，如：

-Nào, bây giờ ta bắt đầu họp nào. 好了，现在咱们开始开会了。

-Nào, kết quả thế nào rồi? 怎样？结果如何？

重复使用组成"nào …nào…"、"nào là…nào là…"的格式，也可以单用 nào，表示列举，如：

-Trên mặt sông, người ta xây dựng nào kè nào đập, dẫn dắt nước sông đi vào đồng ruộng tưới tắm hoa màu. 在河岸上，人们又是建水闸，又是建堤坝，把河水引进田野里灌溉庄稼。

-Việt Nam có nhiều tài nguyên phong phú, nào là nông sản, thủy sản, nào là lâm sản, khoáng sản… 越南有很多丰富的资源，又是农产品、水产品，又是林产品和矿产等。

-Trong mười ngày phép, nó giúp mẹ được nhiều việc lắm: nào làm cỏ khoai, sửa sang lại nhà, đi làm góp công điểm. 在十天的假期里，他帮妈妈做得了很多事情：又是除草，又是装修房子，还出去干活挣工分。

3. Với 的多种用法。

(1) với 作关联词与名词、代词结合，组成关联词结构，通常放在动词之后，可以表示多种意思：

表示行动所向的对象，常可译为"向"、"对"，如：

-Cô giáo bảo với cậu thế à? 老师这样对你说的啊?

-Chúng ta không nên kiêu ngạo với những thành tích đã đạt được.

咱们不应该为已取得的成绩骄傲自满。

指出共同行动的对象，常可译为"跟"、"对"，如：

-Tuần sau tớ sẽ đi du lịch với bố mẹ tớ. 下周我将跟我的父母去旅游。

-Thầy trò chúng tôi nói chuyện với nhau một cách thân mật.

我们师生亲密地交谈着。

表示活动的条件、方式或态度，如：

-Anh ấy làm việc với tinh thần quên mình. 他以忘我的精神工作。

-Chúng ta đã bắt đầu làm cách mạng với hai bàn tay trắng.

我们已经开始白手起家干革命了。

有时为了突出条件或态度，关联词结构也常放在句首，如：

-Với sự giúp đỡ nhiệt tình của các bạn, chúng tôi nhất định có thể hoàn thành nhiệm vụ kịp thời được. 在你们的热情帮助下，我们一定可以按时完成任务。

-Với tốc độ tiêu pha của anh, mấy triệu tiền bạc chẳng bao lâu sẽ bị anh tiêu hết sạch. 以你这样的消费速度，几百万越盾过不了多久就会被你花完的。

(2) với 也可以作连词把两个事物连接起来，相当于"和"，如：

-Hai anh em cứ như là hình với bóng, không bao giờ xa rời nhau.

兄弟俩形影不离（就像形和影一样从不分离）。

-Quân với dân như cá với nước, không thể tách ra được.

军与民就像鱼和水一样，无法分开。

(3) với 也可以作语气词，一般放在陈述句后，表示恳求的语气，如：

-Cứu tôi với! 救救我吧!

-Cô cho chúng em đi với! 老师让我们一起去吧。

-Anh cho em cùng đi bộ đội với! 你让我跟你一起去参军吧。

4. Thuốc 的多种意思。

(1) thuốc 有"烟、烟草"的意思，如：hút thuốc 吸烟，hút thuốc lào 抽水烟，một tút thuốc lá 一条烟。

(2) thuốc 还可以指"药"的意思，如：thuốc Bắc 中药，thuốc Tây 西药，uống thuốc 吃药，thuốc viên 药片，thuốc nước 药水，thuốc bột 药粉，thuốc độc 毒药，thầy thuốc 医生、郎中，hiệu thuốc 药店。

5. Chính 的多种意思。

（1）chính 可放在名词后面作定语，表示"主要的"，如：

-Nhiệm vụ chính của chúng ta là học tập. 我们的主要任务是学习。

-Nông sản chính ở đây có: gạo, ngô, khoai lang, khoai sắn, khoai sọ…
这里的主要农产品有：大米、玉米、红薯、木薯、芋头等。

（2）chính 还可以作副词，表示"正是、就是"的意思，如：

-Người dẫn đầu nhóm nghiên cứu chính là tôi. 研究组的带头人正是我。

-Chính anh ấy đã làm việc đó. 正是他做了那件事。

IV. Kiến thức mở rộng   扩充知识

1. Tên bệnh viện 医院名称：

综合医院 Bệnh viện tổng hợp, bệnh viện đa khoa

精神病院 Bệnh viện tâm thần

妇女保健院 Trạm bảo vệ sức khỏe phụ nữ(trạm bảo vệ bà mẹ)

整形外科医院 Bệnh viện khoa ngoại chỉnh hình

急救站 Trạm cấp cứu

医疗站 Trạm y tế

中医 Bệnh viện đông y

西医 Bệnh viện tây y

疗养院 viện điều dưỡng

2. Địa chỉ của một số bệnh viện Việt Nam 越南一些医院的地址：

Bệnh viện Y học cổ truyền TW– 29 Nguyễn Bình Khiêm, Hà Nội

Bệnh viện Việt-Đức – 40 phố Tràng Thi, Hà Nội, Việt Nam

Bệnh viện Bạch Mai – 78 Đường Giải Phóng, Phương mai, Đống Đa, Hà Nội

Bệnh viện Mắt TW – 85 phố Bà Triệu, Hà Nội

Bệnh viện Đa khoa XanhPôn – 12 Chu Văn An, Hà Nội

Bệnh viện Da liễu HN – 79 Nguyễn Khuyến, Hà Nội

Bệnh viện U bướu HN – 1 Nhà Chung

Bệnh viện Trâm cứu TW – 49 Thái Thịnh

Bệnh viện Phụ sản HN – 43 Tràng Thi

…

Bệnh viện Đại học Y Dược TP. HCM, có nhiều cơ sở:

Cơ sở 1A: 215 Hồng Bàng, Q.5, TP. HCM

Cơ sở 1B: 213 Hồng Bàng, Q.5, TP. HCM

Cơ sở 2A: 201 Nguyễn Chí Thanh, Q.5, TP. HCM

Cơ sở 2B: 191 Nguyễn Thị Minh Khai, Q.1, TP. HCM

Bệnh viện Đa khoa Sài Gòn – 125 Lê Lợi, P.BT, Q.1, TP. HCM

Bệnh viện Thống Nhất – 1 Lý Thường Kiệt, P.7, Q.TB, TP. HCM

Bệnh viện Trung Ương – 266 Lý Thương Kiệt, P.14, Q.10, TP. HCM

…

3. Từ ngữ bổ sung 补充词汇

Nhân viên y tế 医务人员:

医生 bác sĩ   内科医生 bác sĩ khoa nội

外科医生 bác sĩ khoa ngoại   主治医生 bác sĩ điều trị chính

实习医生 bác sĩ thực tập   心血管专家 chuyên gia về tim mạch

精神病专家 chuyên gia bệnh tâm thần   护士 y tá

护士长 y tá trưởng   助产护士 y tá hộ sinh

实习护士 y tá thực tập   化验师 bác sĩ xét nghiệm

麻醉师 bác sĩ gây mê   药剂师 dược sĩ

营养师 bác sĩ dinh dưỡng

Các khoa trong bệnh viện 医院里的各科:

内科 khoa nội   外科 khoa ngoại

妇产科 khoa sản   儿科 khoa nhi

皮肤科 khoa da liễu   眼科 khoa mắt

耳鼻喉科 khoa tai mũi họng   口腔科 khoa răng hàm mặt

神经科 khoa thần kinh   泌尿科 khoa tiết niệu

矫形外科 khoa ngoại chỉnh hình   骨科 khoa xương

心脏外科 khoa tim   脑外科 khoa não

针灸科 khoa châm cứu   推拿科 khoa xoa bóp

化验科 khoa xét nghiệm   放射科 khoa phóng xạ

肿瘤科 khoa ung thư

Một số bệnh chứng thường gặp 一些常见病症:

低烧 sốt nhẹ   高烧 sốt cao

头痛 đau đầu   牙痛 đau răng

胃痛 đau dạ dày   关节痛 đau khớp

腰痛 đau lưng   胸闷, 胸痛 tức ngực, đau ngực

肚子痛 đau bụng   急性腹痛 đau bụng cấp tính

全身酸痛 toàn than đau nhức	没精神 rã rời, uể oải
失眠 mất ngủ	心悸 hồi hộp
气短，气促 thở gấp	昏迷 ngất
惊厥 ngất xỉu	昏厥 hôn mê
抽筋 chuột rút	休克 sốc
厌食 biếng ăn	恶心 buồn nôn
消化不良 ăn không tiêu (tiêu hóa kém)	腹胀 chướng bụng
腹泻 tiêu chảy	慢性便秘 táo bón mãn tính
头昏眼花 đầu váng mắt hoa	耳鸣 ù tai
耳聋 điếc tai	哑巴 bị câm
干咳 ho khan	干呕 nôn khan
流鼻涕 chảy nước mũi	流眼泪 chảy nước mắt
流血 chảy máu	放屁 trung tiện, đánh rắm
脉搏快 mạch nhanh	脉搏弱 mạch yếu
血压高 huyết áp cao	血压低 huyết áp thấp
吐血 nôn ra máu	伤口流脓 vết thương chảy mủ
全身发痒 ngứa khắp người	出疹子 nổi ban đỏ
水肿 thủy sũng	浮肿 phù sũng
麻木 tê dại	淋巴结肿大 tuyến hạch sưng to
幻视 ảo thị	幻听 ảo thính
幻觉 ảo giác	

Một số bệnh tật thường gặp 一些常见疾病：

慢性病 Bệnh mãn tính	急性病 bệnh cấp tính
传染病 bệnh truyền nhiễm	职业病 bệnh nghề nghiệp
精神病 bệnh tâm thần	并发症 bệnh nội nhiễm
后遗症 di chứng	复发性疾病 bệnh tái phát
先天病 bệnh bẩm sinh	流行病 bệnh lây lan
皮肤病 bệnh ngoài da	妇科病 bệnh phụ nữ
心脏病 bệnh tim	先天性心脏病 bệnh tim bẩm sinh
冠心病 bệnh vành tim, bệnh động mạch vành	糖尿病 bệnh tiểu đường
胃病 đau dạ dày	肝病 bệnh gan
肾病 bệnh thận	肺病 bệnh phổi
流行感冒 cảm cúm	疟疾 bệnh sốt rét
痢疾 bệnh kiết lị	伤寒病 bệnh thương hàn
麻疹 bệnh sởi	乙型脑炎 viêm não B

甲型肝炎 viêm gan A   乙型肝炎 viêm gan B
鼻炎 viêm mũi   气管炎 viêm khí quản
支气管炎 viêm phế quản   肺炎 viêm phổi
食道炎 viêm thực quản, viêm đường tiêu hóa trên   胃炎 viêm dạ dày
胃肠炎 viêm dạ dày và ruột   胃溃炎 viêm loét dạ dày
结肠炎 viêm ruột kết   阑尾炎 viêm ruột thừa
关节炎 viêm khớp   风湿性关节炎 viêm thấp khớp
尿道炎 viêm đường tiết niệu   膀胱炎 viêm bàng quang
脑膜炎 viêm màng não   咽喉炎 viêm họng
口腔炎 viêm khoang miệng   牙周炎 viêm lợi
胆囊结石 sỏi mật   肝结石 sỏi gan
肾结石 sỏi thận   膀胱结石 sỏi bàng quang
癌症 ung thư   肺癌 ung thư phổi
肝癌 ung thư gan   胃癌 ung thư dạ dày
乳腺癌 ung thư vú   子宫癌 ung thư tử cung
肉瘤 ung thư cơ   脑瘤 u não
良性肿瘤 u lành   恶性肿瘤 u ác
白血病 ung thư máu   贫血 thiếu máu
中风 trúng gió, trúng phong, phải gió   晒伤 cháy nắng
中暑 say nắng   晕车 say xe
狂犬病 bệnh dại   霍乱 bệnh dịch tả
寄生虫病 bệnh ký sinh trùng   钩虫病 bệnh giun móc
爱滋病 bệnh AIDS   性病 bệnh sinh dục
淋病 bệnh lậu   佝偻病 bệnh gù
痔疮 bệnh trĩ   湿疹 bệnh mẩn ngứa
近视 cận thị   远视 viễn thị
色盲 mù màu   夜盲 quáng gà
散光 mắt loạn thị   青光眼 bệnh tăng nhãn áp
沙眼 bệnh đau mắt hột   白内障 bệnh tục thủy tinh thể
兔唇 sứt môi   蛀牙 sâu răng
爱滋病 bệnh AIDS   性病 bệnh sinh dục
牙龈出血 chảy máu chân răng   乳腺癌 ung thư vú
子宫癌 ung thư tử cung   肉瘤 ung thư cơ
脑瘤 u não   良性肿瘤 u lành
恶性肿瘤 u ác

V. Bài tập 练习

1. 熟练掌握越南一些医院的名称及一些常见病症的说法，区别语法部分相关词汇的用法并进行翻译或造句。
2. 请介绍一下你记忆最深的一次生病经历。
3. 你的外国朋友生病了，请你向他/她介绍一下这里的医院及就医情况，以便他/她选择合适的医院和知道大概的就医过程。
4. 我们常常会遇到一些残疾人或者听说过残疾人的故事。请说说你对残疾人的看法，或者说说你所知道的关于残疾人身残志坚的故事。

BÀI 17   GIAO THÔNG —— ĐI LẠI
第十七课   交通——往来

I. Hội thoại   会话

Tình huống1   Hẹn nhau đi du lịch
情景1   相约去旅游

A: Thùy Dung ơi. Tuần sau chúng mình bắt đầu được nghỉ hè rồi. Cậu định đi đâu chơi không? 垂蓉,下周咱们就放暑假了。你打算去哪里玩呢？

B: Tớ định vào thành phố Hồ Chí Minh. Sau đó đi Đà Lạt và xuống bãi biển Vũng Tàu. 我打算去胡志明市玩。然后去大叻和头顿海滩。

A: Cậu định vào thành phố Hồ Chí Minh bằng phương tiện gì? 你打算乘什么交通工具去胡志明市呢？

B: Có lẽ tớ đi bằng ô-tô. 大概我会乘汽车去。

A: Sao cậu không đi bằng máy bay hoặc tàu hỏa? Đi bằng ô-tô vừa chật vừa oi bức, sao mà chịu được? 为什么你不乘火车或飞机去？乘汽车去又窄又闷热，怎么受得了？

B: Tớ không có đủ tiền đi máy bay. Còn tàu hỏa thì tớ rất sợ. Vì tàu chậm quá, cách đây mấy năm, tớ đi tàu mất 42 tiếng đồng hồ, quá mệt. 我没有足够的钱乘飞机去，而火车我又很怕坐。因为火车太慢了，几年前我乘火车去花了42个小时，太累了！

A: Ồ, bây giờ tàu hỏa tăng tốc rồi, từ Hà Nội vào thành phố Hồ Chí Minh chỉ mất 32 tiếng thôi. Bố tớ vừa mới từ thành phố Hồ Chí Minh về Hà Nội bằng tàu hỏa đấy. Theo tớ, cậu nên đi bằng tàu hỏa. 哦，现在火车提速了，从河内到胡志明市只需要花32个小时。我爸爸刚从胡志明市乘火车回来呢。依我看，你应该乘火车去。

B: Ừ, để tớ xem lại đã. Còn cậu, tuần sau cậu định đi đâu? 让我再考虑考虑。你呢，下周你去哪里？

A: Tuần sau tớ có việc phải ở nhà. Nhưng 2 tuần sau tớ sẽ đi Huế. Tớ rất thích Huế.

Cậu đi Huế lần nào chưa? 下周我还有事得在家。但两周后我就去顺化。我很
　　　喜欢顺化。你去过顺化吗?

B: Chưa. Nghe nói Huế đẹp lắm phải không? 没有，顺化很美对吗?

A: Ừ, tuyệt vời! Cậu có thể đi thuyền dọc sông Hương và nghe hò Huế. Thú vị lắm.
　　嗯，美极了! 你可以乘着船沿着香江一边走一边听顺化民歌，很有趣的。

B: Thế à? Thế lần này tớ cũng đi mà xem. Hay là chúng ta gặp nhau ở Huế nhé?
　　是吗? 那这次我也去看看。要不咱们在顺化见?

A: Ừ nhỉ. Hai đứa chúng ta cùng đi chơi thì sẽ vui hơn. Chúng ta liên lạc sau nhé.
　　对呀! 咱们两个一起玩好玩些。咱们到时候联系。

B: Ừ, hẹn gặp nhau tại Huế. 好的，咱们在顺化见。

Tình huống 2　Đặt vé máy bay
情景2　订机票

A: A-lô, Trung tâm Vé máy bay Cát Tường Hà Nội đây, ông cần gì ạ?
　　喂，这里是河内吉祥机票中心。请问您需要什么?

B: Ngày mai tôi muốn đi máy bay đến thành phố Hồ Chí Minh để khảo sát thị trường.
　　Còn có vé không cô? 我想明天乘飞机去胡志明市考察市场，还有票吗?

A: Vẫn còn ạ. Ông muốn đi chuyến mấy giờ ạ? 还有。您想乘哪一班飞机呢?

B: Tôi muốn đi vào khoảng 2 giờ chiều, giá bao nhiêu?
　　我想乘明天下午两点的，票价多少呢?

A: À, chúng tôi không có chuyến 2 giờ, chỉ có chuyến 1 giờ rưỡi và chuyến 3 giờ thôi ạ.
　　哦，我们没有两点的，只有1点半和3点的。

B: Thế tôi đi chuyến 3 giờ vậy. 那我就乘3点的那班吧。

A: Chúng tôi có vé của hai hãng hàng không là Hà Nội và Thái Bình. Hãng Hà Nội
　　thì có thể đổi vé hoặc trả lại vé, nhưng hơi đắt một chút, 1.550.000 đồng. Còn hãng
　　Thái Bình thì rẻ hơn một chút, còn có xe đưa đến sân bay Nội Bài, nhưng không thể
　　đổi vé hoặc trả lại vé, giá vé là 1.450.000 đồng.
　　我们有河内航空和太平航空两个公司的票。河内航空的可以换票或退票，但
　　贵一些，155万越盾; 太平航空公司的就便宜一些，还有车送到内排机场，但
　　不能换票和退票，票价是145万越盾。

B: Có đưa vé đến chỗ ở không? 送票上门吗?

A: Có ạ, hai hãng đều có dịch vụ đưa vé đến tận chỗ ở của khách hàng.
　　送啊，两个航空公司的都可以给顾客送票上门。

B: Thế tôi mua vé của hãng Thái Bình vậy. 那我买太平航空公司的吧。

A: Vâng. Ông có mua vé khứ hồi không? 好的。您要买往返机票吗?

B: Ồ, không. Vé một chiều thôi. 哦，不。我只要单程的。

A: Vâng ạ. Bây giờ ông báo cho tôi biết họ tên và số hộ chiếu của ông nhé.
好的。现在请您告诉我您的姓名和护照号码。

B: Ok. Tên tôi là Trần Minh. Số hộ chiếu là G233801xx…
好的。我的名字是陈明，护照号码是G233801xx……

A: À, không. Ông đọc phiên âm tiếng Hán nhé. 哦，不。您要读给我听汉语拼音!

B: Ồ, Chenming, C, H, E, N, M, I, N, G. Được chưa nào?
哦，陈明，C, H, E, N, M, I, N, G。可以了吗?

A: Vâng, được rồi ạ. Nhưng tốt nhất lát nữa ông dập máy rồi ông nhắn tin lại cho tôi để đối chiếu tránh khỏi bị nhầm. Số điện thoại của tôi là 098417188.
嗯，可以了。但等一下挂电话后您最好再给我发个短信过来给我核对以免有误。我的电话号码是098417188。

B: Ok, được rồi. 好的，可以了。

A: Ông đang ở đâu ạ? 2 tiếng sau chúng tôi có nhân viên đưa vé đến cho ông.
您现在住哪里呢? 两个小时后我们有工作人员送票过去给您。

B: Tôi đang ở Khách sạn DAEWOO, phòng 406. 我住大宇宾馆，406号房。

A: Vâng ạ. 2 tiếng sau thì vé đến. Ông chuẩn bị tiền sẵn nhé, khi nhận được vé thì ông trả tiền luôn. Chào ông nhé. 好的。两小时后票就到了。请您准备好钱款，收到票您再付钱就可以了。再见。

A: Ok, cảm ơn cô. Chào cô. 好的，谢谢你。再见。

II. Bài học   课文

ĐƯỜNG HÀNG KHÔNG VÀ NHỮNG VỤ TAI NẠN MÁY BAY

Từ lúc đi bộ đến khi biết dùng các phương tiện giao thông như thuyền bè, xe ngựa, xe đạp rồi ô-tô, tàu thủy, xe lửa, nhân loại đã có một bước tiến khá dài trong việc làm cho các vị trí không gian "xích lại gần nhau". Và từ chỗ chỉ dùng các phương tiện "bám sát mặt đất" đến chỗ có thể bay lên không trung với một tốc độ cực lớn mà không bị rơi, nhân loại lại có một bước tiến tuyệt mới trong việc chinh phục khoảng không vũ trụ. Ngày nay, việc đi lại bằng máy bay đã trở nên phổ biến ở khắp nơi trên thế giới. Người ta nói, hiện đã có những sân bay nhộn nhịp đến mức trung bình cứ một phút là có một máy bay cất cánh hoặc hạ cánh. Các nhà khoa học còn dự báo rằng, từ thế kỷ 21 trở đi, con người sẽ "ưa" đi máy bay hơn tàu hỏa, cho dù là tàu hỏa siêu tốc. Quả thật, máy bay đã đem lại bao nhiêu ích lợi cho con người. Điều đó rất hiển nhiên và ai cũng biết.

Song có một vấn đề đã và đang làm cho hành khách lo lắng, đó là ở hầu hết các nước đều có những vụ tai nạn máy bay khá thảm khốc. So với các phương tiện khác như ô-tô, tàu hỏa..., khi tai nạn xảy ra, máy bay lại là phương tiện dễ "giết người" nhất. Khả năng sống sót có lẽ chỉ là một phần nghìn. Nghĩ đến điều đó, ai cũng lo sợ.

Nhưng thật là lạc quan khi nhà khoa học công bố kết quả: so với các phương tiện khác, tai nạn máy bay, ngược lại, xảy ra ít nhất. Và đi lại bằng máy bay an toàn hơn bất cứ phương tiện khác nào.

Bạn có tin điều đó không?

航空与空难

从步行到会使用各种交通工具，如船只、马车、自行车到汽车、轮船、火车，人类在"拉近"空间距离方面已经有了长足的进步。而从使用各种"贴近地面"的交通工具到会以极快的速度飞上空中而不掉下来，人类在克服宇宙空间距离方面又有了新的进步。今天，在世界各地，乘飞机往来已经变得非常普遍。人们说，现在已经有了许多繁忙的飞机场，繁忙到平均一分钟就有一架飞机起降的程度。科学家们还预言：从21世纪起，相对于火车，人们将更加喜欢乘飞机，尽管火车已经提速。确实如此，飞机已经给人类带来了许许多多的好处，这一点是非常显然而且众所周知的。

然而，有一个问题已经在使得旅客担心，那就是几乎各个国家都曾经发生过一些相当悲惨的空难。与其他交通工具如汽车、火车等相比，当空难发生时，飞机又是最容易"杀人"的交通工具。死里逃生的机会大概只有千分之一。想到这一点，谁都害怕。

但值得乐观的是，科学家们曾经公布这样的结果：与其他各种交通工具相比，空难发生的几率最少。而且乘飞机往来比其他任何一种交通工具都安全。

你相信这一点吗？

TỪ MỚI 生词

phương tiện 工具	bám sát 贴近
bằng 通过、凭借	mặt đất 地面

第十七课 交通——往来

máy bay 飞机	không trung 空中
tàu hỏa 火车	chinh phục 征服
oi bức 闷热	khoảng không 空间
hò Huế 顺化民歌	vũ trụ 宇宙
liên lạc 联系	trở nên 变得
đặt vé 订票	phổ biến 普遍、普及
tăng tốc 增速、提速	khắp nơi 遍地、各地
khảo sát 考察	cất cánh 起飞
chuyến 班次	hạ cánh 着陆
hãng 公司	dự báo 预示、语言
hàng không 航空	từ ... trở đi 从……起
đổi vé 换票	ưa 喜爱、喜欢
trả lại vé 退票	siêu tốc 超音速、超音波
sân bay 飞机场	quả thật 果真
chỗ ở 住处、住所	đem lại 带来
vé khứ hồi 往返票	ích lợi 利益
vé một chiều 单程票	con người 人们
số hộ chiếu 护照号码	hiển nhiên 显然、明显
phiên âm 拼音	song 然而
lát nữa 待会儿	hành khách 旅客
nhắn tin 发短信	lo lắng 担心、担忧
tránh 躲避、避免	hầu hết 几乎所有
tai nạn máy bay 空难	thảm khốc 残酷、惨烈
phương tiện giao thông 交通工具	xảy ra 发生
thuyền bè 船只	giết 杀
tàu thủy 轮船	khả năng 可能、能力
xe lửa 火车	sống sót 死里逃生
nhân loại 人类	lo sợ 可怕
bước tiến 进步	lạc quan 乐观
xích lại 移近、挪近	công bố 公布
không gian 空间	kết quả 结果
rơi 掉落、掉下	

III. Ghi chú ngữ pháp   语法注释

1. 关联词 Mà 的多种用法。

Mà 作关联词用法很多，主要有：

(1) 表示转折关系。由 mà 连接意思相反或相对的词或分句，后一部分修正或补充前一部分。如：

-Đọc chậm mà đúng còn hơn đọc nhanh mà sai. 读得慢却对好过读得快却错。

-Nếu bạn đến Việt Nam mà bạn không đi thăm các chợ thì khó có thể thấy hết sự phong phú của sản vật, mức sống của người dân Việt Nam và phong tục tập quán của dân tộc Việt. 如果你到了越南却不去参观各个集市，那你就难以真正了解到越南丰富的物产、越南人民的生活水平和越南民族的风俗习惯。

(2) 表示承接关系。由 mà 连接词、词组或分句，连接的两个部分有承接或递进关系。如：

-Không phải tôi, mà cũng không phải anh. 不是我，也不是你。

-Thế lần này tớ cũng đi mà xem. 那这次我也去看看。

(3) 表示假设关系。mà 通常放在表示假设的分句的主语和谓语之间，常常还可以跟 thì 搭配使用。如：

-Anh mà không đến thì chị ấy không vui. 你要是不来的话她就不高兴了。

-Anh mà muốn đi thì em sẽ đi với anh. 你要是想去我就陪你去。

(4) 表示目的。mà 之后经常是动词或述补词组，整个关联词结构只能放在谓语动词后面。常用于祈使句中。如：

-Đi tìm việc mà làm đi, suốt ngồi ỳ ở nhà làm gì? 去找工作做啊，整天呆坐在家干嘛？

-Ngày mai ta dậy sớm mà xem mặt trời mọc nhé. 明天咱们早点起来看日出啊。

(5) mà 还可以引出主谓词组作定语，修饰中心词，如：

-Tôi rất thích cái váy mà mẹ tôi mua cho tôi.
我很喜欢我妈妈给我买的那条裙子。

-Bây giờ mời ông nêu ra yêu cầu và điều kiện cơ bản mà các ông có thể chấp nhận được. 现在请你们提出你们能够接受的最基本的要求和条件。

此外，mà 还可以作语气词，相当于汉语的"嘛"，请参考第十一课语法。

2. Trở nên, trở thành, hóa ra 的区别用法。

(1) Trở nên 是指性质、状态上的改变，"变得越来越……"，如：

-Anh ấy ngày càng trở nên kiêu ngạo. 他变得越来越骄傲了。

第十七课　交通——往来

-Ngày nay, việc đi lại bằng máy bay đã trở nên phổ biến ở khắp nơi trên thế giới.

今天，在世界各地，乘飞机往来已经变得非常普遍了。

(2) trở thành 是指完全改变成为另一种物体，如：

-Ông ta đã trở thành một nhân vật lớn trong thành phố này.

他已经成为这个城市中的一个著名人物。

-Đời sống sinh viên đã trở thành một ký ức tốt đẹp cho chúng tôi.

大学生活已经成为我们的一个美好的记忆。

(3) hóa ra 是指"变成、化成"，如：

-Khi đun nước đến nhiệt độ nhất định thì nước hóa ra thành hơi.

当水烧到一定温度时水就会化成蒸气。

3. Rằng 的多种用法。

Rằng 的作用是连接动词和补语。这里的动词是表示谈论、感想、要求等行为的动词，而补语是该行为动词所说、所思、所想的内容，在 rằng 的后面语音稍有停顿，类似汉语的"道……"，如：

-Chúng tôi nghĩ rằng, nếu ông ta không ra mặt thì việc này không thể giải quyết được.

我们认为，如果他不出面的话事情就无法解决。

-Chúng ta phải làm cho học sinh tin rằng bất kỳ ai cũng có thể thành công nếu chịu khó học tập.

咱们要让学生相信，只要肯刻苦学习，谁都可以成功。

-Tôi tưởng rằng anh không đến nữa. 我以为你不来了呢。

4. Đã 的多种用法。

(1) Đã 作副词是"已经"的意思，如：

-Tôi đã làm xong bài rồi. 我已经做完作业了。

-Chuẩn bị xong chưa? Chúng ta bắt đầu nhé? 准备好了没有？咱们开始吧？

(2) đã 也可以作语气词，放在动词词组后或句末，表示要求先做某事。如：

-Khoan đã! 且慢！

-Ừ, để tớ xem lại đã. 哦，让我先考虑考虑。

-Con ăn cơm đã rồi đi đâu sẽ hay. 你先吃饭，去哪里吃完饭再说。

(3) đã 还常和副词 hãy 搭配使用，使语气更加强烈。如：

-Chị hãy cứ nói hết đi đã.! 你还是先说完吧。

-Chúng ta hãy lên lớp đã, vấn đề này sẽ thảo luận sau.

咱们先上课吧，这个问题以后再讨论。

IV. Kiến thức mở rộng　扩充知识

Từ ngữ bổ sung 补充词汇：

Hàng không 航空：

飞机　máy bay	机场　sân bay
国内机场　sân bay nội địa	国际机场　sân bay quốc tế
飞机跑道　đường băng	飞机票　vé máy bay
单程票　vé một chiều	单程票　vé đi một lượt
双程票　vé hai chiều	往返票　Vé khứ hồi
候补票　vé bổ sung	直升飞机　máy bay trực thăng
飞艇，气球　khí cầu	航空公司　hãng hàng không
起飞　cất cánh	降落　hạ cánh
登机牌　Thẻ lên máy bay	行李托运单　Thẻ(card) gửi hành lý
内排机场　Sân bay Nội Bài	新山一机场　Sân bay Tân Sơn Nhất

Đường thuỷ 水路：

轮船　tàu thuyền	舟、船、艇　thuyền
游艇、游船　du thuyền	船舱　khoang thuyền
客舱　khoang hành khách	货舱　khoang hàng hoá
底舱　khoang hầm	救生圈　phao cấp cứu

Đường sắt, đường bộ 铁路、公路：

车　tàu hoả / xe lửa	火车时刻表　bảng giờ tàu
火车站　ga/ nhà ga	乘客　hành khách
卧铺票　vé (giường) nằm	硬座票　vé ngồi
硬卧　giường cứng	软卧　giường mềm
站台　sân ga	车厢　toa
站台票　Vé vào sân ga	列车长　xa trưởng
乘警　công an đường sắt	检票　soát vé
进站口　lối vào ga	出站口　lối ra ga
电动车　xe đạp điện	拖拉机　xe công nông
压路车　xe lu	轮椅　xe đẩy / xe lăn
加油门　lên ga/ ga mạnh lên	换挡　đổi số
加油　nạp xăng / đổ xăng	充电　nạp điện, sạc pin
刹车(动)　phanh lại (xe)	刹车（名）bộ/ cái phanh
轮胎　săm lốp	零件　phụ tùng
收费站　trạm thu phí	地下通道　đường hầm

第十七课 交通——往来

路灯 đèn đường	红绿灯，交通灯 đèn giao thông
红灯 đèn đỏ	闯红灯 vượt đèn đỏ
绿灯 đèn xanh	人行横道 dải băng ngang đường của người đi bộ
走小路、抄近道 đi đường tắt	高峰期 giờ cao điểm
起步价 Giá mở cửa	计程表 Đồng hồ cây số
车站 bến xe	人行道 vỉa hè
停车场 bãi đậu xe, gara ôtô	加油站 cây xăng, trạm xăng
街道名称牌 biển tên phố	路标 biển báo giao thông
指路牌 biển chỉ đường	驾照 bằng lái xe / giấy phép lái xe
充气 bơm hơi	洗车 rửa xe
修车 sửa xe	安全帽 mũ bảo hiểm
交通事故 tai nạn giao thông	撞车 đâm xe
车祸 tai nạn đâm xe	堵车，塞车 tắc đường
飙车 phóng xe	超车 vượt xe
司机 tài xế	开车 lái xe
方向盘 bánh lái	车轮 bánh xe

V. Bài tập 练习

1. 对话练习：你的家乡远吗？你常常乘什么车回家乡呢？请说说你记忆最深刻的一次乘车经历或者车上发生的新鲜事。或者发表一下你对中国或越南交通情况的看法。

2. 熟练掌握越语中关于交通及交通工具的的说法，区别语法部分相关词汇的用法并进行翻译或造句。

3. 请自行准备内容，向大家介绍一下中国或越南某个城市的交通情况。

BÀI 18   QUA HẢI QUAN
第十八课   过海关

I. Hội thoại   会话

Tình huống 1   Tại lãnh sự quán hoặc đại sứ quán
情景1   在领事馆或大使馆

A: Chào anh ạ. Em muốn xin visa sang Việt Nam du học ạ.
你好。我想申请签证去越南留学。

B: Em có giấy mời không? 你有邀请函吗?

A: Dạ, có ạ. Em có giấy thông báo nhập học của trường Đại học Hà Nội.
嗯,有。我有河内大学的入学通知书。

B: Em muốn xin visa loại nào? 你想申请哪种签证?

A: Dạ, em muốn xin visa một năm đi lại nhiều lần ạ. 我想申请一年多次往返的签证。

B: Em có mã số của bộ Công an Việt Nam chưa? 你有越南公安部的批文吗?

A: Dạ, phải có cái đấy à? Em chưa có, người ta chưa làm xong ạ. Nhưng bên kia sắp khai giảng rồi. Bây giờ thì làm thế nào ạ? 啊?还要那个批文呀?我还没有,他们还没有办好。但那边快要开学了。现在怎么办呢?

B: Không sao. Em có thể xin visa du lịch đi lại một lần trong một tháng, rồi đổi visa ở bên Việt Nam cũng được mà, còn rẻ hơn em ạ. 没关系,你可以签一个月一次往返的旅游签证先过去,然后在越南再换签证也行的,比在这边办还便宜呢。

A: Thế à? Thế thì em làm visa du lịch một tháng trước cũng được. Bao nhiêu tiền hả anh? 这样呀。那我先签一个月的旅游签证吧。多少钱?

B: 400 Nhân dân tệ. Bây giờ em điền vào tờ khai này đã.
人民币400元。现在你先填这张申请表。

A: Xong rồi ạ. Dán ảnh đen trắng hay ảnh màu và cỡ bao nhiêu hả anh?
好了。贴黑白相片还是彩色相片呢?多少寸的呢?

B: Ảnh gì cũng được. Không sao. 什么的都可以,没关系的。

A: Thế em dán ảnh màu cỡ 4x6 nhé…Được rồi. Gửi tiền anh ạ.
那我就贴2寸的彩照吧……好了,给你钱。

172

第十八课　过海关

B: Ok. Ba ngày sau thì em có thể đến lấy hộ chiếu rồi, nhưng phải nhớ mang theo biên lai này nhé. 好了，三天后你就可以来拿护照了，但要记得带这张收据来。

A: Anh có thể viết hóa đơn cho em được không ạ? 你可以给我写发票吗？

B: Chúng tôi không có hóa đơn chính thức. Biên lai nhận tiền này là có thể thanh toán rồi mà. 我们没有正式发票。这张收据就可以报销。

A: Vâng, cảm ơn anh ạ. Chào anh ạ. 好的。谢谢你。再见。

B: Không có gì. Chào em. 不用谢。再见。

Tình huống 2　Qua hải quan Việt Nam
情景2　过越南海关

A: Chào anh ạ. Cho em xin hai tờ khai xuất nhập cảnh ạ.
你好。请给我两张出入境申请表。

B: Sao lấy nhiều thế? 怎么要这么多？

A: Em có hai người cơ mà. Bạn em đang trông đồ kia kìa.
我们有两个人。我的朋友正在那边看东西呢。

B: À, ừ. Các em ghi theo mẫu bên kia và ở dưới cùng ký tên bằng phiên âm tiếng Hán nhé. 哦，好的。你们按照那边的样本填，在最后用汉语拼音签上自己的名字。

A: Vâng ạ… Xong rồi anh ạ. Có phải nộp ở đây không ạ?
好的……填好了。是交在这儿吗？

B: Không. Các em kẹp vào hộ chiếu và nộp ở cửa sổ số 1, đợi một chút là được rồi.
不。你们把申请表夹在护照里并交到1号窗口，等一会儿就可以了。

A: Vâng, cảm ơn anh ạ… 好的。谢谢你。

…

A: Chúng em làm xong thủ tục rồi ạ. 我们已经办好手续了。

B: Ừ, cho anh xem cái. Rồi. Hành lý của các em đâu?
嗯，给我看一下。行了。你们的行李呢？

A: Đây ạ. Chỉ có hai va-li to và hai ba-lô. Có phải mở ra kiểm tra không ạ?
在这儿。只有两个行李箱和两个背包。要打开检查吗？

B: Các em có mang hàng cấm gì không? 你们带有什么违禁物品了吗？

A: Dạ, không ạ. Bọn em chỉ mang quần áo và một số đồ dùng hàng ngày thôi ạ.
哦，没有。我们只是带衣服和一些日用品。

B: Có mang đồ quý gì phải khai báo đóng thuế không?
有没有带什么贵重物品要报税的？

173

A : Dạ, bọn em có mang máy ảnh kỹ thuật số và một chiếc vi tính xách tay, nhưng chỉ để tự mình dùng thôi ạ. Không phải nộp thuế chứ gì anh? 我们有带数码相机和手提电脑，但只是拿来自己用的，不用交税的吧？

B : Ồ, không. Nhưng các em phải để tất cả hành lý trên dây chuyền qua cửa kiểm tra an toàn. 哦，不用。但你们要把所有东西放到传送带上以通过安检。

A : Vâng ạ…Bây giờ chúng em có thể đi chưa ạ? 好的……现在我们可以走了吧？

B : Ừ, được rồi. Chúc may mắn nhé! 嗯，可以了。祝你们好运！

A : Vâng, cảm ơn anh! Chào anh. 好的，谢谢。再见。

II. Bài học 课文

TÒA NHÀ CAO NHẤT THẾ GIỚI

Năm 1995 công ty Petronas Malaysia đã xây dựng tòa nhà đôi chọc trời ở trung tâm thủ đô Kuala Lumpur. Tòa nhà này gồm hai tháp song song, 88 tầng và cao tới 450 mét. Đây là tòa nhà cao nhất thế giới hiện nay.

Hai tháp sinh đôi là trung tâm thương mại, tài chính và du lịch quốc tế.

Ngoài tòa nhà đôi này, ở Kuala Lumpur còn có Tháp Merana cao 421 mét. Đó là tháp cao nhất châu Á và cao thứ ba thế giới.

Cũng tại trung tâm thủ đô Kuala Lumpur, người ta đã xây dựng một cột cờ cao nhất thế giới ở quảng trường Tự do.

Trước năm 1995, tòa nhà cao nhất Kuala Lumpur là Maybank. Nhà ngân hàng này cao 56 tầng. Còn tòa nhà cao nhất Malaysia trước năm 1995 thì nằm ở Penang - một thành phố biển du lịch nổi tiếng. Nó cao 60 tầng.

世界上最高的建筑物

1995年，马来西亚国家石油公司在首都吉隆坡的中心建起了一幢高耸入云的双子塔。这幢双子塔包括两个并列在一起的高塔，有88层，高达450米。这是当今世界上最高的大厦。

这幢参天双子塔是商贸、金融和国际旅游中心。

除了这幢摩天大厦以外，在吉隆坡还有高421米的吉隆坡塔。这是亚洲最高和世界第三高的塔。

第十八课　过海关

也是在吉隆坡，人们还在自由广场上建起了世界上最高的旗台。

在1995年前，吉隆坡最高的建筑物是马来西亚银行总部大楼。这幢银行大楼高56层。而1995年前马来西亚最高的建筑物位于著名的海滨旅游城市槟城，它高60层。

TỪ MỚI　生词

lãnh sự quán 领事馆	hải quan 海关
đại sứ quán 大使馆	va-li 行李箱
giấy mời 请柬、请帖、邀请函	ba-lô 背包
giấy thông báo nhập học 入学通知书	kiểm tra 检查
khai giảng 开学	hàng cấm 违禁物品
tờ khai 申请表、登记表	đồ dùng hàng ngày 日用品
dán 粘贴、贴	đồ quý 贵重物品
ảnh đen trắng 黑白相片	khai báo 上报
ảnh màu 彩色相片	đóng thuế 纳税、交税
cỡ 尺寸	máy ảnh kỹ thuật số 数码照相机
mang theo 随身捎带、带上	vi tính xách tay 手提电脑
biên lai 收据	tự mình 自己
hóa đơn 发票	dây chuyền 传送带
chính thức 正式	kiểm tra an toàn 安检
thanh toán 结账、算钱、报销	may mắn 幸运
xuất nhập cảnh 出入境	tháp 塔
mẫu 样本	song song 并行、并列
ký tên 签名	sinh đôi 双胞胎
kẹp 夹	thương mại 商贸
đợi 等、等待	tài chính 金融
hành lý 行李	cột cờ 旗杆

III. Ghi chú ngữ pháp 语法注释

1. Tại 的多种用法。

(1) Tại 可以作介词，表示"在"的意思，相当于 ở，如：

-Chúng tôi xin visa tại lãnh sự quán Việt Nam. 我们在越南领事馆申请签证。

-Cũng tại trung tâm thủ đô Kuala Lumpur, người ta đã xây dựng một cột cờ cao nhất thế giới ở quảng trường Tự do.

也在吉隆坡，人们在自由广场上建起了世界上最高的旗柱。

(2) Tại 也可以作关联词，表示"因为"的意思，常常还跟 vì 连用，如：

-Tại anh mà tôi không được tham dự cuộc thi lần này.

都是/怪你，害得我没能参加这次比赛。

-Tại sao hôm qua anh không đến ạ? 为什么你昨天不来啊？

-Tại vì anh bị cảm nặng. 因为我得了重感冒。

2. Về 的多种用法。

(1) Về 作动词是"回"的意思，如：

-Mỗi tháng tôi chỉ về nhà một lần. 每个月我只回家一趟。

-Tuần sau thì chúng tôi có thể về nước rồi. 下周我们就可以回国了。

(2) Về 作趋向动词，放在动词后面，表示从某地返回到原来的地方，或者向某个方向移动。如：

-Bây giờ tôi phải đi về đây. 现在我要回去了。

-Năm năm sau, ông ta lại trở về nước. 五年后，他又重返祖国了。

-Cháu bé vừa nói vừa đi về phía bố mẹ. 小孩一边说一边向父母那边走去。

(3) Về 也可以作关联词，与名词或名词性词组组成关联词结构，指出涉及的范围或方面，常作状语，也可以作定语。如：

-Về mặt hạn chế thì còn tồn tại những vấn đề như sau…

在不利的方面还有以下几点……

-Hôm nay chúng ta thảo luận về vấn đề ngữ pháp. 今天我们讨论语法问题。

3. Giành, lấy, xin, đòi 的区别用法。

Giành, lấy, xin, đòi 都有表示"取得、拿、要"的意思，其区别用法如下：

(1) Giành 表示通过一定的努力而取得或获得成绩、成果等，如：

-Chúng ta phải cố gắng học tập để giành được thành tích tốt.

咱们要努力学习，争取好的成绩。

-Chúng tôi cũng mong muốn sự hợp tác giữa hai bên chúng ta được thuận lợi và giành được thành công tốt đẹp.

我们也很希望咱们双方之间的合作能够顺利并取得圆满成功。

-Cuộc cách mạng đã giành được thắng lợi to lớn. 革命已经取得了巨大的胜利。

(2) lấy 表示直接去拿或去取某物，如：

-Ba ngày sau thì em có thể đến lấy hộ chiếu rồi. 三天后你就可以来拿护照了。

-Tớ phải về ký túc xá lấy sách đã. 我得先回宿舍拿书。

(3) xin 主要有三种用法。

xin 表示客气地问要，如：

-Chào anh ạ. Cho em xin hai tờ khai xuất nhập cảnh ạ.

你好。请给我两张出入境申请表。

-Tôi đã xin được sự đồng ý của thầy giáo rồi. 我已经得到老师的同意了。

xin 表示客气地请求别人的允许，如：

-Em xin tự giới thiệu. 请允许我作自我介绍。

-Bác xin cho hỏi, đi chợ Đồng Xuân đi như thế nào ạ?

大伯请问，去同春市场怎么走啊？

-Bạn xin cho biết bây giờ là mấy giờ ạ? 请问现在现在几点了？

xin 还可以表示有求于别人，如：

-Tôi xin!（我）拜托你了/求你了！

- Xin anh! 求你了！

(4) đòi 表示要求、恳求问要或追讨某物，如：

-Lớn thế này rồi còn đòi tiền bố mẹ, mày không xấu hổ à?

长这么大了还问父母要钱，你都不害羞的啊？

-Chúng nó nợ tiền, mình còn phải đi đòi nợ cơ. 他们欠款，我还得去追债呢。

IV. Kiến thức mở rộng　扩充知识

1. Lời chúc tụng　祝愿词：

Chúc mừng năm mới!　新年快乐！

Chúc mừng sinh nhật!　生日快乐！

Chúc mừng giáng sinh!　圣诞快乐！

Chúc mọi việc thuận lợi!　祝你一切顺利！

Xin chúc mừng bạn!　祝贺你！

Chúc bạn mạnh khoẻ!　祝你健康！

Chúc bạn vui, khoẻ và học tập tiến bộ. 祝你快乐、健康、学习进步！

Chúc may mắn!　祝你好运！

Chúc cụ sống lâu muôn tuổi! 祝您健康长寿！

Chúc bạn gia đình hạnh phúc! 祝家庭幸福！

Chúc anh/ chị làm việc thuận lợi! 祝你工作顺利！

Chúc bạn làm ăn phát đạt! 祝你生意兴隆！

Chúc anh/ chị thượng lộ bình an! 祝你一路平安！

Chúc một chuyến đi vui vẻ! 祝旅途愉快！

Chúc một ngày nghỉ vui vẻ! 假日快乐！

Chúc cả nhà hạnh phúc, vạn sự như ý! 祝你合家幸福，万事如意！

Chúc cả nhà hoà thuận! 一团和气！

Chúc phát tài! 恭喜发财！

Muốn sao được vậy! 心想事成！

Muốn gì được nấy! 从心所欲！

Thuận buồm xuôi gió! 一帆风顺！

Buôn bán hưng thịnh. 生意兴隆！

Sự nghiệp phát triển! 大展鸿图！

Nhất bổn vạn lợi! 一本万利！

Thành công mọi mặt! 东成西就！

Mã đáo thành công! 马到成功！

2. Từ ngữ bổ sung 补充词汇

giấy tờ 证件	giấy mời / thư mời 邀请函、邀请信
giấy biên phòng 边防证	giấy thông hành 通行证
giấy khám sức khoẻ 健康证、健康证明	giấy tạm trú 暂住证
giấy chứng minh 证明	chứng minh thư 身份证
giấy tiêm chủng/ Sổ kiểm dịch 预防接种证	giấy phép 许可证
bản kê khai 表格	đơn xin visa 签证申请单
công an biên phòng 边防公安	thông lệ 惯例
đóng thuế/ nộp thuế 交税、纳税	miễn thuế 免税
trốn thuế 逃税	tránh thuế 避税
hợp pháp 合法	trái phép 违法
hàng cấm 违禁品	chất dễ cháy 易燃品
chất dễ nổ 易爆品	đồ cổ / văn vật 古董、文物
thuốc súng 火药	thuốc độc 毒品
hê-rô-in 海洛因	tiêu bản động/thực vật 动、植物标本

V. Bài tập 练习

1. 熟练掌握本课语法点，区别相关词汇的用法并进行翻译或造句。
2. 你会填写越南过关申请表吗？我来教教你吧。
3. 你知道哪些"世界之最"或"中国之最"呢？比如说世界上最高的山峰、最高的人、最咸的海……请你给同学们介绍一下。

BÀI 19 ĐẦU TƯ — HỢP TÁC — ĐÀM PHÁN
第十九课 投资——合作——谈判

I. Hội thoại 会话

Tình huống 1 Phỏng vấn một nhà doanh nghiệp Trung Quốc đang đầu tư ở Việt Nam
情景1 访问一位在越南投资的中国企业家

A: Chào ông. Rất hân hạnh được phỏng vấn ông tại đây. Xin phép được hỏi ông kinh doanh gì ở đây ạ?

您好。很高兴能够在这里访问您。请问您在这里经营什么行业呢?

B: Tôi có mở một nhà máy nhỏ để làm giầy da ở đây.

我在这里开了一家工厂制作皮鞋。

A: Thế ông kinh doanh ở đây bao lâu rồi? Công việc có thuận lợi không ạ?

那你在这里经营有多久了呢?进展顺利吗?

B: Tôi kinh doanh ở đây được 5 năm rồi. Lúc đầu tôi cũng gặp nhiều khó khăn, nhất là về việc xin giấy phép đầu tư, phải đợi rất lâu mới được. Nhưng bây giờ thì mọi việc ổn cả rồi.

我在这里经营已经有5年了。开始的时候也遇到很多困难,尤其是在申请投资许可证方面,要等很久才能拿到。但现在一切都稳妥了。

A: Ông nhận xét thế nào về thị trường Việt Nam và việc đầu tư ở Việt Nam?

对于越南市场和在越南投资您有何看法呢?

B: Nhìn chung, Việt Nam vì phát triển hơi muộn, nhiều mặt chưa được phát triển lắm, nên thị trường Việt Nam vẫn là một thị trường mới và có tiềm năng to lớn, có sức cuốn hút lớn đối với các nhà đầu tư nước ngoài. Chính phủ Việt Nam cũng có rất nhiều chính sách ưu đãi và hấp dẫn để thu hút vốn đầu tư và kỹ thuật tiên tiến nước ngoài. Ngoài ra, Việt Nam có nguồn tài nguyên phong phú và nguồn lao động dồi dào, đó cũng là điểm mạnh và điều kiện thuận lợi cơ bản của Việt Nam.

总的来说,越南由于起步较晚,在许多方面还有待发展,所以越南市场还算是一个具有巨大潜力的新市场,对外国投资者有着很大的吸引力。越南政府也有很多吸引人的优惠政策以引进外国资金和先进技术。此外,越南还有着丰富的资源和大量的劳动力,这也是越南基本的优势和有利条件。

第十九课　投资——合作——谈判

A: Còn về mặt hạn chế thì sao ạ? Không lợi của nó thì có những gì ạ?

B: Về mặt hạn chế thì còn tồn tại những vấn đề như: cơ sở hạ tầng quá tồi; Thời gian thẩm định các dự án quá dài; Còn buôn lậu và tham nhũng cũng là vấn đề ảnh hưởng lớn đến việc đầu tư kinh doanh ở đây.

不利的方面有以下几点，如：基础设施太差，证件审批时间过长，而且走私和贪污问题也对在这里投资经营影响较大。

A: Vâng, xin cảm ơn những lời nói thẳng thắn của ông. Về những vấn đề này chúng tôi tin rằng chính phủ Việt Nam sẽ coi trọng và cố gắng giải quyết. Xin cảm ơn ông và xin chúc ông mọi việc thuận lợi!

是，谢谢您的直言。关于这些问题我们相信越南政府将会重视并努力解决的。谢谢您并祝您一切顺利！

B: Vâng, xin cảm ơn. 好的，谢谢。

Tình huống 2　Đàm phán về đầu tư và hợp tác
情景2　关于投资与合作的谈判

A: Trước hết, chúng tôi rất hân hạnh được đón tiếp các ông ở đây. Và chúng tôi rất hoan nghênh các ông đến đây đầu tư xây dựng nhà máy. Chúng tôi sẽ cung cấp cho các ông những điều kiện ưu đãi nhất và thuận lợi nhất theo chính sách nhà nước.

首先，我们很荣幸能够在这里接待你们。我们非常欢迎你们来到这里投资建厂。我们将会按照国家政策给你们提供最优惠和最便利的条件。

B: Rất cảm ơn sự đón tiếp nhiệt tình và chu đáo của các ông. Chúng tôi cũng mong muốn sự hợp tác giữa hai bên chúng ta được thuận lợi và giành được thành công tốt đẹp. Bây giờ, xin cho phép tôi giới thiệu qua công ty trong nước của chúng tôi. Công ty chúng tôi xây dựng vào năm 1992, đến nay đã được 15 năm rồi. Nghiệp vụ chính của công ty chúng tôi là chế biến các loại rau quả thành đồ hộp và nước uống, không những tiêu thụ trong nước mà còn xuất khẩu ra nước ngoài. Tổng kim ngạch kinh doanh mỗi năm của chúng tôi là 10 triệu đô-la Mỹ trở lên. Sản phẩm của chúng tôi có tiếng trong và ngoài nước. Chúng tôi thấy ở Việt Nam nông sản nhiều và rẻ, nguồn lao động cũng tương đối rẻ, cho nên chúng tôi muốn mở rộng nghiệp vụ ở đây. Mong được sự ủng hộ và giúp đỡ của các ông. 很感谢你们热情而周到的接待。我们也很希望我们之间的合作能够顺利并取得圆满成功。现在请允许我大概介绍一下我们在国内的公司。我们公司成立于1992年，到现在已经有15年了。我们公司的主要经营业务是把各种果蔬加工成罐头和饮料，不仅在国内销售，还出口到国外。我们看到越南农产品丰富而廉价，劳动力成本也相对较低，所以我们想在这里拓展业务，希望得到各位的支持和帮助。

181

A: Vâng. Bây giờ mời các ông nêu ra yêu cầu và điều kiện cơ bản mà các ông có thể chấp nhận được.
好的。现在请你们提出你们能够接受的最基本的要求和条件。

B: Chúng tôi muốn xây một nhà máy chế biến các loại rau quả ở đây, tổng kim ngạch đầu tư của nhà máy khoảng 100 nghìn đô-la Mỹ. Công ty chúng tôi sẽ đầu tư 100% và cung cấp tất cả kỹ thuật và thiết bị chủ yếu, còn các ông chỉ cần cung cấp đất đai và làm các thủ tục cần thiết ở đây, đồng thời, giúp đỡ khai thác thị trường Việt Nam. Công ty chúng tôi chiếm 60% cổ phần, còn các ông chiếm 40%. Thời hạn hợp đồng của chúng ta ấn định là 30 năm. Hết thời hạn hợp đồng thì quyền sở hữu tài sản của nhà máy sẽ thuộc về bên các ông. Các ông thấy những điều này có thể chấp nhận được không? 我们想在这里建一座农产品加工工厂，总投资额大概10万美金。我们公司全额投资并提供所有技术和主要设备，而你们只需要提供土地和办理各种必要手续，同时帮助开拓越南市场。我们公司占60%份额，你们可以占40%份额。我们的合同期限为15年。合同期限满，该厂的资产所有权归你方。你们认为这样可以接受吗？

A: Những điều kiện mà các ông nêu ra. Trên cơ bản là chúng tôi chấp nhận được. Nhưng chúng tôi vẫn phải về nghiên cứu riêng rồi mới trả lời chính thức được. Các ông cứ làm văn bản hợp đồng và chương trình làm việc đã. Có gì thay đổi chúng ta sẽ trao đổi sau. 你们提出的上述条件我们基本上可以接受。但我们也要回去研究了才能正式答复你们。你们可以先准备合同书和工作计划。有什么改变的话咱们以后再磋商。

B: Chúng tôi đã làm xong rồi, có gì thay đổi chỉ cần sửa lại là được. Còn đây là bản báo cáo nghiên cứu tính khả thi. Các ông mang về nghiên cứu. Bao giờ nghiên cứu xong thì báo cho chúng tôi để họp lại nhé. 这些我们都已经做好了，有什么改变的话只需要改过来就可以了。这是可行性研究报告，你们带回去研究。什么时候研究好了再通知我们开会。

A: Vâng. Các ông thật nhanh nhẹn quá, cái gì cũng chuẩn bị sẵn rồi. Rồi, chúng ta hãy nâng cốc, cạn ly vì sự hợp tác của chúng ta! 好的。你们真是高效率，什么都准备好了。好，现在让我们举起酒杯，为我们之间的合作干杯！

B: Cạn ly. Chúc chúng ta mọi việc thuận lợi! 干杯！愿我们一切顺利！

第十九课 投资——合作——谈判

II. Bài học   课文

VIỆT NAM – "NGƯỜI ĐẸP NGỦ TRONG RỪNG"

Đối với những nhà kinh doanh nước ngoài, Việt Nam là "người đẹp ngủ trong rừng". Chỉ ít giây nữa thôi nàng sẽ thức dậy. Nàng đang hấp dẫn mọi người, những nhà kinh doanh lớn nhỏ của châu Âu và cả châu Á. Có nhiều lý do để họ đến với Việt Nam và sẽ có nhiều việc để làm ở đây. Miền Bắc, với phong thái trí thức, còn dè dặt, nhưng miền Nam thì hình như đã nhập cuộc. Ở thành phố Hồ Chí Minh khách sạn nổi tiếng luôn luôn hết chỗ, vídụ khách sạn Meridien và Sopitol đã được nâng cấp thành khách sạn 5 sao. Ngay cả khách sạn Metropole ở Hà Nội cũng không trống vắng. Chỉ ba tháng sau khi khai trương chủ nhân của nó đã muốn mở rộng ra gấp đôi. Hãng hàng không Pháp Air – France mới mở đường bay Paris – Hà Nội và hợp tác để hiện đại hóa hàng không Việt Nam. Nhiều nhóm người Nhật là những nhà du lịch, nhà kinh doanh, nhà khảo sát…có mặt khắp nơi ở Việt Nam. Nhiều nhà kinh doanh và công ty Mỹ cũng đã đến. Khi đường sá được sửa sang, mạng lưới thông tin thông suốt, khi Việt Nam được hòa nhập vào kinh tế thế giới thì sẽ là cả một cuộc đổ xô vào Việt Nam. Họ nhất định sẽ ở lại đây và đất nước này sẽ phát triển một cách kỳ diệu.

越南——"森林里的睡美人"

对于外国企业家来说,越南就是"森林里的睡美人"。再过不久,这个睡美人就要睡醒了。她正吸引着每一个人,吸引着欧洲和亚洲的大大小小企业家。她有许多理由让各企业家来到越南,在这里也有许多工作机会。北部,虽有着浓厚的文化底蕴,但仍然较拘谨,而南部则已经融入世界。在胡志明市,那些有名的宾馆常常是顾客盈门。比如已经升级为五星级宾馆的Meridien和Sopitol宾馆。就连在河内的Metropole宾馆也没有清闲的时候。才开张三个月,该宾馆的主人就已经想扩大一倍。法国的Air-France航空公司刚刚开通了"巴黎—河内"航线并与越南航空合作,以加快越南航空的现代化进程。许多日本团如游客、企业家、商人等出现在越南各地。许多美国企业家和公司也已经来到越南。当越南的道路得以修整,越南的通信更加通畅,越南得以融入世界经济,将会有更多的外国人蜂涌而至来到越南。他们将会喜欢留在这里而越南也将会以惊人的速度迅猛发展。

TỪ MỚI 生词

phỏng vấn 访问、采访	nêu ra 提出
nhà doanh nghiệp 企业家	yêu cầu 要求
đầu tư 投资	chấp nhận 接受、承认
xin phép 请允许；请假	thiết bị 设备
giày da 皮鞋	đất đai 土地
thuận lợi 顺利、便利	khai thác 开拓、开发
giấy phép kinh doanh 经营许可证	cổ phần 股份
ổn 稳妥	ấn định 预定、计划
nhận xét 看法、评价	hết thời hạn hợp đồng 合同期满
nhìn chung 总的看来	quyền sở hữu 所有权
tiềm năng 潜力	tài sản 财产
to lớn 巨大	trên cơ bản 基本上
sức cuốn hút 吸引力	nghiên cứu 研究
chính sách ưu đãi 优惠政策	riêng 单独、私下
hấp dẫn 吸引	văn bản 文本
vốn đầu tư 资金、资本	chương trình 章程、计划
kỹ thuật tiên tiến 先进技术	thay đổi 变、改变
nguồn lao động 劳动力资源	trao đổi 交流、交换意见
điểm mạnh 优势	sửa lại 改正、纠正
điều kiện thuận lợi 便利条件、有利条件	báo cáo nghiên cứu 研究报告
cơ bản 基本	tính khả thi 可行性
hạn chế 限制	nhanh nhẹn 麻利、利索
tồn tại 存在	nâng cốc 举杯
cơ sở hạ tầng 基础设施	cạn ly 干杯
tồi 差、落后	mọi việc thuận lợi 一切顺利、万事顺利
thẩm định 审定、审核	giây 秒
buôn lậu 走私	lý do 理由
tham nhũng 贪污、腐败	phong thái 姿态
thẳng thắn 直率	dè dặt 拘谨、封闭
coi trọng 重视	nhập cuộc 融入
đàm phán 谈判	luôn luôn 常常、经常
hợp tác 合作	trống vắng 空闲、清闲
đón tiếp 接待	khai trương 开张
nhiệt tình 热情	chủ nhân 主人

chu đáo 周到	gấp đôi 翻倍、加倍
nghiệp vụ 业务	hiện đại hoá 现代化
chế biến 加工	đường sá 道路、街道
rau quả 果蔬	sửa sang 修整、装修
đồ hộp 罐头	mạng lưới thông tin 信息网络
nước uống 饮料	thông suốt 通畅
tiêu thụ 销售	hoà nhập 融汇
xuất khẩu 出口	đổ xô vào 蜂拥而进
tổng kim ngạch 总金额	nhất định 一定
trở lên 以上	ở lại 留下、留下来
nông sản 农产品	kì diệu 奇妙
ủng hộ 拥护、支持	

III. Ghi chú ngữ pháp 语法注释

1. Phỏng vấn, tư vấn, phóng viên, nhà báo 的区别用法。

(1) **Phỏng vấn** 是"访问"的音，却是"采访"的意思，如：

-Rất hân hạnh được phỏng vấn ông tại đây. 您好。很高兴能够在这里采访您。

-Tôi còn phải xuống miền Nam phỏng vấn chuyện đó. 我还得去南部采访那件事。

去访问、拜访、探访某人用 thăm, hỏi thăm. 如：

-Thưa thầy, mẹ em bị ốm rồi, em muốn xin phép nghỉ hai ngày để về nhà thăm mẹ ạ.
老师，我母亲生病了，我想请假两天回家看望我母亲。

-Xin cho tớ gửi lời hỏi thăm bố mẹ cậu nhé. 请你代我向你父母问好。

如果是国家领导人到某国、某地去访问，常常要用 thăm và làm việc, 表示政治上的正式访问，如：

-Thủ tướng Ôn Gia Bảo đến thăm và làm việc tại vùng bị nạn động đất Tứ Xuyên.
温家宝总理来到四川地震灾区慰问灾民。

(2) **tư vấn** 是"咨询"的意思，指向别人提供咨询，如：

-Về vấn đề đầu tư nước ngoài tại Việt Nam, tôi có thể tư vấn cho ông rất tỉ mỉ.
关于在越南的外国投资问题，我可以给你提供很详细的咨询。

如果想表达向别人咨询情况，只能用 hỏi 或 tìm hiểu. 如：

-Tôi muốn hỏi anh mấy vấn đề được không? 我想向你咨询几个问题可以吗？

(3) **phóng viên** 是"记者、采访员"的意思，如：

-Tôi là phóng viên báo "Hà Nội Mới". 我是《新河内》报的记者。

(4) 而 **nhà báo** 则是报刊、电台的工作人员的统称，常常也可以译作"记者"，如：

-Tôi là nhà báo đến từ Mỹ. Tôi muốn hỏi ông mấy vấn đề như sau…
我是来自美国的记者。我想请问您以下几个问题。

2. **Nhìn chung, nói chung, riêng, nói riêng** 的区别用法。

(1) Nhìn chung 是指"从总的来看、总的看来"，nói chung 也指"总的来说、总之"二者意思差不多，经常可以通用，如：

-Nhìn chung / nói chung, thị trường Việt Nam vẫn là một thị trường mới và có tiềm năng to lớn.
总的来说/总的看来，越南市场还算是一个具有巨大潜力的新市场。

-Nhìn chung mà nói, các anh ấy đã chuẩn bị khá chu đáo trong cuộc đàm phán này.
总的来说，他们在这次谈判中的准备相当周全。

-Nói chung, chị ấy học tập khá giỏi. 总之，她学习相当不错。

(2) riêng 有"自己的、私人的、个别的"意思，如：nhà riêng 私宅，vệ sĩ riêng 私人保镖。

-Anh ấy muốn tách ra làm riêng. 他想分出来单独干。

-Riêng tôi thì thế nào cũng được. 单就我来说怎么样都可以。

-Chỉ riêng một mình anh Hùng thi không đạt yêu cầu mà thôi.
只有阿雄一个人考不及格。

-Đây là việc riêng của cá nhân em, anh mặc kệ em.
这是我个人的事情，你甭管我。

(3) 与 nói chung 相对的是 nói riêng "单就……来说"，二者常常同时出现，前后呼应，如：

-Bất luận đối với cả nước nói chung hay là đối với thành phố Hạ Long nói riêng, công trình này đều có ý nghĩa to lớn.
不管是从全国总体来说还是单就下龙市来说，这个工程都具有十分重大的意义。

-Vinh dự này rất có ý nghĩa đối với cả lớp nói chung và đối với chị Hà nói riêng.
这个荣誉不管对于全班还是对阿霞个人而言都很有意义。

3. **Ổn, êm, chắc, bền** 的区别用法。

Ổn, êm, chắc, bền 有"稳妥、安稳、牢固、耐用"等相近的意思，它们的用法区别如下：

(1) Ổn 是指事情的"顺利、稳妥"，如：

-Bây giờ thì mọi việc ổn cả rồi. 现在一切都稳妥了。

-Tất cả công việc đều ổn cả chưa? 所有工作都办妥了吗？

词语 ổn định 则指形势、状态"稳定"，如：

第十九课　投资——合作——谈判

-Chị ấy có công việc ổn định. 她有固定工作。

-Thị trường hiện nay không được ổn định lắm. 现在市场不太稳定。

(2) êm可以指物体行动起来很安稳，不弹跳，如：Xe này đi rất êm. 这辆车坐起来很平稳。

也可以指声音方面很柔和，如：Nhạc này êm lắm, tôi rất thích. 这首音乐很柔和，我很喜欢。

而词语êm đềm则指气氛很温馨。如：Trong phòng có bầu không khí êm đềm. 房间里有一种温馨的气氛。

(3) chắc偏重指某物稳固、牢固，不松动，如：

-Cột này đóng chắc chưa? 这根柱子钉稳了没有？

-Giường này không được chắc lắm. 这个床不太稳。

(4) bền则偏于指某物质量好，耐用，如：

-Máy di động này bền lắm, dùng mấy năm không hỏng.
　这个手机很耐用，用了几年都不坏。

4. **Sẵn** 的多种用法。

(1) Sẵn是指"现成的、做好的"，如：áo sẵn 成衣。

-Các ông thật nhanh nhẹn quá, cái gì cũng chuẩn bị sẵn rồi.
　你们真是麻利，什么都准备好了。

-Ở cửa hàng may chúng tôi, có bán áo quần may sẵn, cũng có thể đặt may.
　在我们的裁缝店，有现成的衣服卖，也可以订做。

-Có sẵn cơm đây rồi, ăn ở đây đi. 饭都已经做好了，在这里吃吧。

(2) Sẵn还可以表示"随时"的意思，如：sẵn lòng随时乐意，sẵn sàng "随时准备着"。如：

-Anh sẵn lòng đi với em bất kể lúc nào. 我乐意随时陪你去。

-Anh ấy là một người sẵn sàng giúp đỡ bạn.
　他是个乐于助人的人。（随时准备着帮助别人即乐于助人）

-Chúng tôi sẵn sàng hy sinh quên mình vì tổ quốc.
　我们随时准备着为祖国忘我牺牲。

IV. Kiến thức mở rộng　扩充知识

1. Quảng cáo tìm đối tác 寻合作伙伴广告：

CẦN NGUỒN CUNG CẤP HÀNG HÓA

Cần tìm đối tác để cung cấp hàng hóa các loại cho siêu thị lớn tại Trung Tâm TM tỉnh

Quảng Ngãi bao gồm: mỹ phẩm, thực phẩm, dược phẩm, đồ chơi trẻ em, đồ dùng gia đình, nước giải khát, kim khí điện máy ...
Liên lạc: Công ty TNHH SX - XD - TM VIỆT TRUNG
VP TP.HCM: (08) 5590268 Fax: 8471430 - 0903 90 99 44
VP Quảng Ngãi: (055) 217339 Fax: 674860 - 0903 668 790

寻供货商
寻合作商以给在广义省商贸中心的大超市提供各种货物包括：化妆品、食品、药品、儿童玩具、饮料、电器五金等。
联系：越中生产—建设—商贸有限责任公司
胡志明市办事处：(08) 5590268 传真：8471430 - 0903 90 99 44
广义省办事处：(055) 217339 传真：674860 - 0903 668 790

NHÀ HÀNG CẦN HỢP TÁC

Nhà Hàng lớn, trên 300 chỗ, sân vườn, yên tĩnh, kín đáo, đẹp. Có chỗ để xe trong khuôn viên, đầy đủ trang thiết bị và dụng cụ phục vụ.

Cần hợp tác với nhóm bếp có kinh nghiệm, quản lý tốt định lượng bếp, bảo đảm chất lượng & trang trí món ăn cao cấp, chuyên hải sản, điểm tâm sáng, món ăn đặc sắc VN & Trung Quốc, chịu áp lực cao. LH: 093 419 7434

餐馆寻求合作
大型餐馆，300座以上，园林式、安静、独立、高档；内有停车场；齐全各种设备和服务用具。现诚征有经验的厨师、有管理经验、确保食物质量及美观的、有实力的合作者，共同经营海鲜类、早餐点心、越南及中国特色菜。联系：093 419 7434

2. Từ ngữ bổ sung 补充词汇：

bạn hàng 生意伙伴	đối tác 合作伙伴
thư ký 秘书	trợ lý 助理
giám đốc 经理、厂长	trưởng phòng đại diện 办事处主任
chủ tịch Hội đồng quản trị 董事长	danh thiếp 名片
hợp đồng kinh tế 经济合同	công chứng 公证
bình đẳng 平等	tự nguyện 自愿
công bằng 公平	công kai 公开
thỏa thuận 协商	hai bên cùng có lợi 互利
mẫu hợp đồng 合同样本	đúng thời hạn 按期
phụ kiện 附件	điều khoản chung 总则

第十九课 投资——合作——谈判

cam kết 承诺	sửa đổi 修改
ký tên 签名	đóng dấu 盖章
con dấu 公章、印章	có hiệu lực 有效力
trị giá 价值	chi phí 费用
quyền lợi 权利	nghĩa vụ 义务
tranh chấp 争执、纠纷	trọng tài 仲裁
vi phạm 违反	bồi thường 赔偿
tổn thất kinh tế 经济损失	nguyên nhân bất khả kháng 不可抗力因素
biện pháp 办法	thương lượng giải quyết 协商解决
tòa án nhân dân 人民法院	kiện 告、上告
khiếu nại 投诉	quan tòa/ thẩm án 法官
nguyên cáo/người đứng kiện 原告	bị cáo/ người bị kiện 被告
ủy quyền 委托、委权	ủy thác 委托
thẩm quyền 权限、职权	ban hành 颁布
căn cứ 根据	chế độ thưởng phạt 奖惩制度
thanh toán hợp đồng 清算合同	đình chỉ hợp đồng 终止合同
nhượng bộ 让步	chấp nhận 接受
hàng chạy 畅销货	hàng ế 滞销货
giá chào hàng 报价	tiền nào của ấy 一分钱一分货
C.I.F 到岸价	F.O.B 离岸价
L/C 信用证	D/P 付款交单
DAF 边境交货 T/T电汇	EXW 工厂交货（……指定地点）
FCA 交至承运人（……指定地点）	FAS 船边交货（……指定装运港）
FOB 船上交货（……指定装运港）	CFR 成本加运费（……指定目的港）

CIF 成本、保险加运费付至（……指定目的港）

CPT 运费付至（……指定目的港）

CIP 运费、保险费付至（……指定目的地）

DAF 边境交货（……指定目的地）

DES 目的港船上交货（……指定目的港）

DEQ 目的港码头交货（……指定目的港）

DDU 未完税交货（……指定目的地）

DDP 完税后交货（……指定目的地）

xuất nhập khẩu 进出口	giao hàng 交货
xuất siêu 顺差	nhập siêu 逆差
chào giá 报价	hoàn giá 还价

đàm phán 谈判	đàm thoại 谈话、会话
nghiệm thu 验收	tham số kỹ thuật 技术参数
công ten nơ 集装箱	thời hạn bảo hành 保修期限
nhãn hiệu 商标	bốc xếp 装卸
sự cố bất ngờ 意外事故	bảo hiểm rủi ro phụ thông thường 一般附加险
khách hàng 顾客	bạn hàng 客户
hội chợ triển lãm 展览会	gian hàng 摊位、展台
ki-ốt 小摊位、小卖部	phiếu báo danh/phiếu đăng ký 报名表
chuyển giao công nghệ 技术转让	người tình nguyện 志愿者
hàng trưng bày 展品	kim ngạch giao dịch 交易金额
ban thư ký 秘书处	ban chấp hành 执行委员会
hàng thổ đặc sản 土特产品	hàng thủ công mỹ nghệ 手工艺品

V. Bài tập 练习

1. 学会看和写越南语的广告，熟练掌握本课语法点，区别相关词汇的用法并进行翻译或造句。
2. 你对越南了解多少？你认为越南哪些方面还有市场潜力？请你谈谈你的看法。
3. 江建新老板的公司最近生产了一种新型、小巧、环保的抽烟过滤器，想在越南寻找代理商以打开市场，请你为他拟一个寻合作伙伴的广告，以刊登在《买卖》上。广告刊登两天后，有人联系了，请你设计一个双方谈判的对话。

BÀI 20 THAM QUAN — DU LỊCH — GIẢI TRÍ
第二十课 参观——旅游——消遣

I. Hội thoại 会话

Tình huống 1 Tôi muốn sang Việt Nam du lịch
情景1 我想去越南旅游

A: Chào cô. 你好。

B: Chào ông. Ông muốn đi du lịch phải không ạ? 您好。您想去旅游对吗?

A: Ừ, tôi muốn đi du lịch một vài nơi của Việt Nam.
   是的，我想去越南的一些地方旅游。

B: Vâng, chúng tôi có rất nhiều chuyến đi trọn gói, từ 1 đến 10 ngày đều có. Đây là danh sách các chuyến đi trọn gói. Còn đây là danh sách các điểm du lịch.
   好的，我们有很多全包的旅游线路，1—10天的都有。这是全包的线路，这是各旅游景点。

A: Cảm ơn cô. Có lần tôi đi du lịch một mình. Vì không ai đi cùng, cái gì cũng phải tự làm lấy, nên chuyến đi hơi vất vả. Lần này đi theo đoàn chắc tốt hơn nhỉ?
   谢谢你。有一次，我一个人去旅游，因为没有人跟我去，什么事情都要自己亲自做，所以挺辛苦的。这次跟团去大概会好一些吧?

B: Tất nhiên ông ạ. Chúng tôi sẽ sắp xếp tất cả mọi việc. Du khách chỉ cần đi đúng giờ và làm theo sự hướng dẫn của chúng tôi là được rồi. 那当然了。我们会安排好所有的工作，游客只需要准时出发并按照我们的指引做就行了。

A: Tôi muốn đi theo chuyến "A4 Việt Nam". Nhân tiện đi khảo sát thị trường Việt Nam luôn. Hành trình sẽ sắp xếp như thế nào? 我想参加"越南A4"这条线路，顺便去考察一下越南市场。行程将如何安排?

B: Dạ. Chuyến "A4 Việt Nam" tức là chuyến "Hạ Long-Hải Phòng-Hà Nội" 4 ngày 3 đêm. Hành trình được sắp xếp như sau: Ngày thứ nhất, 8 giờ sáng xuất phát. Khoảng 11 giờ đến Đông Hưng và tham quan thành phố Đông Hưng nửa tiếng. Xong rồi mới qua hải quan, và khoảng 1 giờ chiều tức 12 giờ Việt Nam đến Móng cái và ăn trưa ở Móng Cái. Sau đó khởi hành đi Hạ Long và khoảng 5 giờ chiều đến Hạ Long.

6 giờ tham quan Công viên Hoàng Gia và chợ Hạ Long. Ngày thứ hai, buổi sáng đi tàu dạo chơi trên biển và ăn trưa trên thuyền. 12 giờ trưa khởi hành đi Hải Phòng và tham quan cảng Hải Phòng và sòng bạc Đồ Sơn. Sáng ngày thứ ba khởi hành đi Hà Nội và tham quan Văn Miếu, hồ Hoàn Kiếm, hồ Tây v.v Sáng ngày thứ tư tham quan Lăng Bác Hồ, sau đó đi dạo chơi phố cổ Hà Nội và mua đồ lưu niệm. Ăn trưa xong thì khởi hành trở về Trung Quốc qua cửa khẩu Hữu Nghị Quan.

哦，"越南A4"这条线路就是"下龙——海防——河内"四天三夜游。行程安排如下：第一天，早上8点钟出发，大约11点到东兴并在东兴参观半个小时。参观完后再过海关，下午1点左右即越南时间约12点到芒街并在芒街吃中餐。然后出发去下龙湾，约下午4点半到下龙。6点参观皇家公园和下龙市场。第二天早上乘游船在海上游玩并在船上吃午饭。中午12点起程去海防并参观海防港和涂山赌场，晚上住海防。第三天早上起程去河内并参观文庙、还剑湖、西湖等。第四天早上参观胡伯伯陵园，然后参观河内古街和买纪念品。吃完午饭就起程从友谊关关口返回中国。

A: Giá trọn gói là bao nhiêu ạ? 全包价是多少呢？

B: Xin ông xem bảng giá ở trên tường ạ. 请您看看墙上的价格表。

Tình huống 2   Tôi muốn đi du lịch Trung Quốc
情景2   我想去中国旅游

A: Cháu chào cô ạ. Cô cần gì ạ? 您好。请问您需要些什么呢？

B: Tôi muốn tìm hiểu về du lịch nước ngoài. Công ty cháu có những tour du lịch đi nước nào? 我想了解一下国外旅游。你们公司有哪些国家的旅游路线呢？

A: Dạ. Công ty cháu có nhiều tour, nhưng chủ yếu hướng về Trung Quốc và các nước Đông Nam Á ạ. Xin cô xem tờ giới thiệu cụ thể này. Cô có mấy người cùng đi ạ?
哦，我们有许多线路，但主要面向中国和东南亚各国。请您看这张广告上具体的介绍。您有几个人一起去呢？

B: Chúng tôi cả gia đình cùng đi, gồm hai vợ chồng và hai con. Nhưng mà phải chờ nửa tháng nữa chồng tôi mới được nghỉ. 我们是全家人一起去，包括夫妇俩和两个孩子。但还要等半个月我的丈夫才能放假。

A: Vâng, không sao ạ. Cả gia đình đi mới vui mà. Cô xác định đi nước nào chưa ạ? 好的，没关系的。全家人去才好玩嘛。您决定去哪个国家旅游了吗？

B: Tôi muốn đi theo tour "Bắc Kinh-Thượng Hải-Tô Hàng" của Trung Quốc. Xem phim Trung Quốc nhiều rồi, tôi thấy văn hóa Trung Quốc rất hay, rất muốn được tận mắt nhìn thấy. 我想参加中国的"北京——上海——苏杭"路线。看中国片多了觉得中国文化很有意思，很想去亲眼看看。

第二十课　参观——旅游——消遣

A: Vâng. Chuyến này là chuyến du lịch kinh điển của Trung Quốc đấy. Bắc Kinh là kinh đô của nhiều đời phong kiến và là thủ đô của Trung Quốc hiện nay, có nhiều điểm du lịch tuyệt vời. Ngay trong nội thành thì có Cố Cung, Thiên Đàn, công viên Bắc Hải, vườn hoa Cảnh Sơn và Dung Hòa Cung. Còn ngoại thành thì có Di Hòa Viên, Thập Tam Lăng đời Minh và Vạn Lý Trường Thành v.v. Thượng Hải là trung tâm kinh tế tài chính nổi tiếng xưa nay Trung Quốc, nhưng cũng không thiếu cái đẹp cổ kính của Trung Quốc, là nơi kết hợp văn hóa giữa cổ điển và hiện đại, phương Đông và phương Tây. Còn Tô Hàng lại là nơi đẹp nhất Trung Quốc, người ta thường nói "Trên có thiên đường, dưới có Tô Hàng" đấy. 是的，这是中国经典的旅游线路呢。北京是多个封建王朝的都城并且现在也是中国的首都，有许多绝妙的旅游景点。在市内就有故宫、天坛、北海公园、景山公园和雍和宫，城外有颐和园、明十三陵和万里长城等。上海历来是中国著名的经济金融中心，但也不缺少中国的古典美，是古今文化和中西方文化的交汇之地。而苏杭又是中国最美丽的地方，俗话说"上有天堂，下有苏杭"呢！

B: Ừ, cho nên chúng tôi cũng muốn đi tìm hiểu văn hóa sâu hơn một chút.
嗯，所以我们也想去加深了解呢。

A: Vâng. Cả gia đình cô có hộ chiếu chưa? 好的。你们全家人有护照吗?

B: Chưa. Chúng tôi đi theo đoàn, các cháu nên chuẩn bị mọi giấy tờ cho chúng tôi chứ?
没有。我们跟团去，你们应该给我们准备好所有的证件才对啊。

A: Dạ, có ạ. Chẳng qua nếu du khách có hộ chiếu rồi thì có thể rẻ hơn một chút ạ. Không sao. Xin cô nộp mỗi người 3 ảnh và điền vào mẫu này.
对，是的。只不过是如果游客有护照的话就可以便宜一些了。没关系。请您交给我每人三张相片，并且填一下这张表。

B: Nhưng chúng tôi không biết tiếng Hán thì sao? 但我们不懂汉语怎么办呢?

A: Không sao đâu. Chúng cháu sẽ sắp xếp cho cô một người phiên dịch đi theo. Và đi đến đâu cũng có hướng dẫn địa phương. 没关系的，我们将会给你们安排一个翻译跟着去。而且去到哪里都有当地导游。

B: Ừ, thế thì hay quá. Cảm ơn cô nhé. 哦，那就太好了。谢谢你。

A: Dạ, không dám, đó chỉ là công việc của chúng cháu ạ.
哦，不用谢，这是我们的工作。

II. Bài học   课文

VỊNH HẠ LONG – HA LONG BAY

Đến Việt Nam mà không đi thăm Vịnh Hạ Long nghĩa là bạn chưa biết gì về vẻ đẹp của đất nước này. Đó là lời nhận xét của khá nhiều khách du lịch từ khắp năm châu sau chuyến đi thăm Hạ Long trở về. Tác giả cuốn sách có tên "*Les Mereilles du monde*" (Hachette Publichers, Paris, 1950 Edition) đã coi Hạ Long như một kỳ quan thế giới.

Vịnh Hạ Long thuộc thành phố Hạ Long, tỉnh Quảng Ninh, cách thành phố Hà Nội 180 km. Vịnh Hạ Long bao thủ một vùng rộng chừng 2.000 m2 với hơn 1.000 hòn đảo có tên và khoảng vài nghìn hòn đảo không tên khác. Hàng nghìn hòn đảo "mọc" dưới biển xanh đã tạo nên vẻ đẹp độc đáo cho Hạ Long.

Hạ Long không chỉ đẹp bởi các đảo lớn nhỏ mà còn bởi hàng loạt hang động tự nhiên: Đầu Gỗ (còn gọi là Gấu Gỗ), Trung môn, Trinh Nữ v.v. Ngay từ cuối thế kỷ 19, nhiều khách du lịch châu Âu đã đặt chân đến các hang động này. Ngỡ ngàng trước vẻ đẹp của thiên nhiên, họ đã "tặng" cho các hang động ở đây những cái tên vừa lạ lẫm vừa diệu kỳ: hang "Sửng sốt", động "Tự nhiên",…

Hạ Long còn hấp dẫn, thu hút du khách năm châu bởi các bãi tắm lý tưởng của nó. Vào những tháng hè, trên bãi biển lúc nào cũng có hàng nghìn du khách bơi lội, tắm nắng, nghỉ ngơi.

Nhờ có vịnh Hạ Long, thị xã Hạ Long nhỏ bé và bụi bặm trước đây giờ đã trở thành một thành phố du lịch nổi tiếng của cả nước. Hạ Long sẽ mãi mãi là "điểm hẹn" của du khách bốn phương.

下龙湾 —— Ha Long Bay

到越南却不去参观下龙湾，意味着你还没有领略到这个国家的美。这是相当多来自五湖四海的游客在去参观下龙湾回来之后的共同看法。《Les Mereilles du monde》（巴黎，Hachette出版社1950年出版）这本书的作者已经把下龙湾称为世界奇观。

下龙湾隶属于广宁省下龙市，离河内市180公里。下龙湾包括一个宽约2000平方米的大海域，包括1000多个有名字的海岛和其他大约几千个无名岛屿。成千上万个岛屿从蔚蓝的大海上"冒"出来，给下龙构成了独特的风景。

第二十课 参观——旅游——消遣

　　下龙不仅因各大小岛屿而美丽，还因许许多多的天然山洞而美丽，这些山洞包括木头洞、中门洞、贞女洞等。从19世纪末起，许多欧洲游客就已经来踏进了这些洞穴。惊讶于天然之美，他们已经"赠送"给这些洞穴一个个既奇异又绝妙的名字，如：愕然穴、自然洞等。

　　下龙湾还因它理想的海滩浴场吸引着五湖四海的游客。在炎热的夏日，浴场上什么时候都有成千上万的人们在这里游泳、日光沐浴、休闲。

　　因为下龙湾，从前小小的、灰尘弥漫的下龙小镇现在已经变成了全国著名的旅游城市。下龙也将永远成为四方游客的"相约之地"。

TỪ MỚI 生词

trọn gói 全包	sâu 深
danh sách 名册、名单	giấy tờ 证件
điểm du lịch 旅游景点	phiên dịch 翻译
một mình 自己、独自	hướng dẫn địa phương 地方导游、地陪
nhân tiện 顺便、趁机	vẻ đẹp 美貌
hành trình 行程	nhận xét 评价
xuất phát 出发	tác giả 作者
khởi hành 启程	kì quan thế giới 世界奇观
sòng bạc 赌场	độc đáo 独特
phố cổ 古街	hang động tự nhiên 自然洞穴
trở về 返回	ngỡ ngàng 惊讶、愕然
cửa khẩu 关口	lạ lẫm 陌生
bảng giá 价格表	diệu kỳ 奇妙
tường 墙	sửng sốt 愕然、惊愕
tìm hiểu 了解	bãi tắm 浴场
tour du lịch 旅游线路	lý tưởng 理想的
xác định 确定	bơi lội 游泳
tận mắt nhìn thấy 亲眼目睹	tắm nắng 晒太阳、阳光浴
kinh điển 经典	nghỉ ngơi 休息
phong kiến 封建	bụi bặm 灰尘、灰尘多的
nội thành 城内、市内	cả nước 全国
ngoại thành 城外、市郊	mãi mãi 永远
xưa nay 古今、自古以来	điểm hẹn 相约之地
cổ kính 古老	bốn phương 四方
kết hợp 结合	

195

III. Ghi chú ngữ pháp　语法注释

1. Tận 等表示"亲自……"的词汇的用法。

(1) 表示亲自做某事，可以用：đích thân。

-Chính ống ấy đã đích thân đi thăm một lần rồi. 他已经亲自去看望了一次。

-Tôi đã đích thân làm việc ấy. 是我亲自做了那件事。

(2) 表示亲眼看到用：tận mắt nhìn thấy，亲耳听到用：tận tai nghe thấy；Mắt thấy tai nghe 则指耳闻目睹。亲手做可以用：tận tay làm, tự làm lấy。如：

-Cháu là do bác tận tay đỡ đẻ đấy. 你是我亲手接生的呢。

-Việc đó là tận tay nó làm, sao nó không rõ?

那件是他亲手做的，他怎么会不清楚？

(3) tận 还可以表示"穷尽、到最后"，如：

-Anh phải đến tận nhà nó mới được. 你要到他家去才行。

-Tôi chờ đến tận 12 giờ đêm vẫn không thấy nó đến.

我等到夜里12点都不见他来。

2. Bởi, do, vì, nhờ 等的区别用法。

(1) bởi 有"由、因"的意思，如：

-Hồ Tây được ngăn cách với hồ Trúc Bạch bởi đường Thanh Niên râm mát, hữu tình. 西湖与竹帛湖由阴凉的而富有情趣的青年路隔开。

-Hạ Long không chỉ đẹp bởi các đảo lớn nhỏ mà còn bởi hàng loạt hang động tự nhiên. 下龙湾不仅因各大小岛屿而美丽，还因许许多多的天然山洞而美丽。

-Hạ Long còn hấp dẫn, thu hút du khách năm châu bởi các bãi tắm lý tưởng của nó.

下龙湾还因它理想的海滩浴场吸引着五湖四海的游客。

(2) 关联词 do 与名词、代词或名词性词组结合，组成关联词结构，也有两种用法：

表示原因，如：

-Do đó ông ta có một ý nghĩ hết sức độc đáo: động vật sở dĩ không chết ngạt là nhờ cùng chung sống với cây cối. 由此，他有一个非常独特的想法：动物之所以没有被窒息而死是因为它与植物共同生存。

-Một hôm, do một sự tình cờ, anh ấy đã biết được tên chị.

一天，由于一个偶然的机会，他已经知道了你的名字。

-Do mưa nhiều, nước sông đã tràn lên cao. 由于下雨多，河水已经涨高起来了。

表示引出施动者，如：

第二十课 参观——旅游——消遣

-Thiết bị này do nhà máy Thượng Hải sản xuất.

　这种设备是由上海的工厂制造的。

-Đoàn khảo sát do đồng chí An dẫn đầu đã lên đường rồi.

　由阿安同志带领的考察团已经上路了。

(3) vì 有"因为"的意思, 如:

-Vì trời mưa, chúng ta không đi cắm trại được nữa.

　因为下雨, 我们不能去露营了。

-Vì anh đến muộn mà hỏng việc rồi. 由于你迟到, 事情都搞砸了。

vì 后面还常常搭配 nên, cho nên 来组成"vì…nên/cho nên…"的关联词结构, 表示"因为……所以……", 如:

-Vì trời mưa nên kế hoạch phải thay đổi. 因为下雨, 所以计划得改变。

vì 还可以表示"为了", 如:

-Vì con mà chị ấy có thể làm tất cả. 为了孩子, 她可以做任何事情。

-Chúng ta phải có tinh thần hy sinh quên mình vì tổ quốc.

　咱们要有为祖国而忘我牺牲的精神。

(4) nhờ 也有"因为、依靠"的意思, 如:

-Nhờ có cảnh thiên nhiên tuyệt vời, hàng năm thành phố Hạ Long đã thu hút rất nhiều khách du lịch trong và ngoài nước. 因为有着/依靠着绝妙的天然景观, 下龙市每年都吸引了很多国内外的游客。

此外, nhờ 还有表示拜托某人做某事的意思, 如:

-Em muốn nhờ anh một việc. 我想拜托你一件事。

-Cho nhờ tý. 请让一下/借光过一下。（指拜托别人让一下）

-Tôi ở nhờ chỗ bạn tôi. 我在我朋友处借宿。

3. Cần, phải, cần phải, buộc phải, bắt buộc phải, đành phải 的区别用法。

(1) cần, phải, cần phải, 都有"需要"的意思, 但 cần 偏于指主观上的需要, phải 偏于指客观上的需要, 有"必须"之意, cần phải 和 phải 的用法一样, 如:

-Em không cần anh nữa đâu, anh đi đi. 我不再需要你了, 你走吧。

-Công ty chúng tôi rất cần người có tài như anh.

　我们的公司很需要像你这样的人才。

-Du khách chỉ cần đi đúng giờ và làm theo sự hướng dẫn của chúng tôi là được rồi.

　游客只需要准时和按照我们的指引做就行了

-Tuần sau tôi phải đi Thượng Hải một chuyến. 下周我得去一趟上海。

-Em cần phải cố gắng hơn người khác mới được. 你得比别人更加努力才行。

(2) buộc phải, bắt buộc phải, đành phải 常常指由于客观上的原因"必须得、不得不、只好"，如：

-Hết xe buýt rồi, chúng tôi buộc phải/ đành phải đi tắc-xi về nhà.

没有公车了，我们不得不/只好打的回去。

-Không còn cách gì nữa, tôi đành phải làm thế thôi.

没有什么办法了，我只好这么做了。

(3) 此外，buộc 和 bắt buộc 还可以与 phải 隔开着用，即 "buộc/ bắt buộc+人或物+phải"，表示"逼迫某人某物不得不……"，如：

-Chúng ta còn có thể buộc nó phải đầu hàng bằng cách khác.

咱们可以用其他办法逼他投降。

-Chúng ta không nên bắt buộc nó phải làm thế này thế kia.

咱们不应该逼迫他必须这样那样做。

4. Thôi, vậy 的多种用法。

(1) 语气词 thôi, vậy 都有表示无可奈何的语气，二者常常还可以互相替换，如：

-Anh chờ mãi không thấy em đến nên anh đành phải đi một mình vậy.

我等你等了好久都不见你来，所以我只好一个人去了。

-Không còn cách gì khác nữa, chúng ta đành làm thế vậy.

没有别的什么办法了，咱们只好这么做了。

-Tôi đã cố gắng rồi, kết quả vẫn thế tôi cũng phải chịu thôi.

我已经努力了，结果还是这样，我也只好认了。

(2) thôi 还有表示"仅此而已"的意思，如：

-Tôi chỉ còn 5 đồng thôi. 我只有五块钱了。

-Anh chờ em 5 phút nữa thôi. 你再等我5分钟就可以了。

thôi 还可以与 chẳng qua, chỉ 连用成为关联结构表示 "chẳng qua…thôi"、"chỉ…thôi"，表示"只是……而已"、"只不过……而已"，如：

-Chẳng qua nếu du khách có hộ chiếu rồi thì có thể rẻ một chút thôi ạ.

只不过是如果游客有护照了的话就可以便宜一些了。

-Chẳng qua là anh muốn gặp em thôi. 只不过是我想见见你而已。

-Nó chỉ nói thế thôi, không tin được đâu. 他只是这么说说而已，信不得的。

(3) 此外，thôi 还可以作实词表示"放弃、中止"的意思，如：

-Nó lại bị thôi việc / nghỉ việc rồi. 他又被辞退/炒鱿鱼了。

-Cuối cùng nó thôi rồi à? 最后他放弃了呀？

(4) vậy 也还可以作实词表示"这样、那么"的意思，如：

-Vậy thì tôi không đi nữa. 这样的话我就不去了。

第二十课　参观——旅游——消遣

-Con không được làm như vậy. 你不能这样做。

IV. Kiến thức mở rộng　扩充知识

Từ ngữ bổ sung 补充词汇：

Các thành phố du lịch và cảnh điểm du lịch của Việt Nam 越南各旅游城市及旅游景点：

Thành phố Hồ Chí Minh 胡志明市：

Dinh Thống Nhất 统一宫	UBND thành phố 市政办公厅
Nhà thờ Đức Bà 圣母大教堂	Chùa Vĩnh Nghiêm 永严寺
Viện bảo tàng Chiến tranh 战争博物馆	Viện bảo tàng Lịch sử 历史博物馆
Viện bảo tàng Cách mạng 革命博物馆	Trung Tâm Bưu điện 邮政中心
Vườn Bách thảo 百草公园	Phố Tàu 华人街
Nhà hát lớn 大剧院	Chợ Bến Thành 滨城市场
Địa đạo Củ Chi 古芝地道	

Thành phố Hà Nội 河内市：

Quảng trường Ba Đình 巴亭广场	Lăng Chủ tịch Hồ Chí Minh 胡志明陵墓
Bảo tàng Hồ Chí Minh 胡志明博物馆	Bảo tàng Lịch sử 历史博物馆
Bảng tàng quân sự 军事博物馆	Bảo tàng Mỹ thuật 美术博物馆
Phủ Chủ tịch 主席府	Cột cờ Thắng Lợi 胜利旗台
Hồ Tây 西湖	hồ Hoàn Kiếm 还剑湖
Tháp Rùa 龟塔	Đền Ngọc Sơn 玉山祠
Chùa Một Cột 独柱寺	Chùa Kim Liên 金莲寺
Chùa Trấn Quốc 镇国寺	Văn Miếu 文庙
Nhà thờ lớn Hà Nội 河内大教堂	Công viên Bách Tảo 百草公园
Công viên Thủ lệ (công viên Bách thú) 首丽公园（也叫百兽公园）	
Phố cổ Hà Nội 河内古街	Cổ Loa 螺城

Thành phố Huế 顺化市：

Hoàng thành Huế 顺化皇城	Ngọ Môn 午门
Cột cờ 旗台	Hoàng lăng Huế 顺化皇陵
Lăng Tự Đức 嗣德陵	Lăng Đồng Khánh 同庆陵
Lăng Minh Mạng 明命陵	Lăng Khải Định 启定陵
Chùa Thiên Mụ 天姥寺	Cầu Tràng Tiền 长钱桥
Núi Ngự Bình 御屏山	Bảo tàng Đế Quốc 帝国博物馆
Bảo tàng Lịch sử 历史博物馆	Bảo tàng Mỹ thuật 美术博物馆
Bảo tàng Quân sự 军事博物馆	Viện Thánh mẫu 圣母院

Khu tàu　唐人区

Các thành phố du lịch và cảnh điểm khác　其他旅游城市及景点：

Thành phố Vũng Tàu　头顿市	Thành phố Hải Phòng　海防
Đồ Sơn　涂山	Đảo Cát Bà　吉婆岛
Thành phố Đà Nẵng　岘港	Thành phố Nha Trang　芽庄
Vịnh Hạ Long　下龙湾	Thành phố Hạ Long　下龙市
Thành phố Đà Lạt　大叻	Thành phố Hội An　会安市、会安古城
Sa Pa　沙巴	Núi Tam Đảo　三岛山
Sầm Sơn　岑山	Công viên nước　水上公园
Đảo Tuần Châu　浔洲岛	Công viên Hoàng Gia　皇家公园

Các trò chơi　一些游玩项目：

过山车　xe chạy đường núi	海盗船　tàu hải tặc
海狮表演　biểu diễn cá heo	斗鸡　chọi gà
海底世界　thế giới biển	斗牛　đấu bò tót
水上漂流　phiêu lưu	登山　leo núi
划船　Bơi thuyền	龙船　thuyền rồng
鬼洞　hang ma	露营　cắm trại
溜冰　trượt băng	滑雪　trượt tuyết

V. Bài tập　练习

1. 熟练掌握越南一些著名旅游城市及旅游景点的名称，区别语法部分相关词汇的用法并进行翻译或造句。
2. 你曾经去过哪些地方旅游？学校要放暑假了，你要去旅游吗？你将要去哪里旅游呢？或者暑假你有什么打算呢？
3. 要放暑假了，你的几个越南朋友想留在中国旅游，但不知道去哪里旅游好，请你给他们介绍和推荐一下。

BÀI 21   THỂ THAO VÀ NHỮNG TRẬN ĐẤU
第二十一课   体育和比赛

I. Hội thoại   会话

Tình huống 1   Cúp bóng đá thế giới
情景1   世界杯足球赛

A: Đêm qua cậu có xem trận đấu bóng đá trên ti vi không?
   昨晚你看电视上的足球赛了吗?

B: Không. Đội Ba Lan chơi với đội Đức phải không?   没有。波兰对德国是吗?

A: Ừ, ở bảng A, Ba Lan chơi với Đức. Ở bảng B, đội Italy chơi với đội Brazil.
   嗯,在A组,波兰对德国。在B组,意大利对巴西。

B: Kết quả thế nào?   结果如何呢?

A: Hiệp 1, đội Ba Lan chơi rất tuyệt, hễ có cơ hội là họ tấn công rất nhanh. Hết hiệp 1, đội Ba Lan thắng với tỷ số 2-0. Sở dĩ đội Đức thua là vì hàng rào phòng ngự của họ rất yếu.   在上半场,波兰队踢得很好,一有机会他们就很快进攻。上半场结束,波兰队以2比0的比分获胜。之所以德国队输了,是因为他们的防守太弱了。

B: Còn bảng B thì sao?   那B组怎么样呢?

A: Khoan đã! Sang hiệp 2, tình thế thay đổi hẳn. Đội Đức cải tiến thế phòng thủ. Huấn luyện viên quyết định thay đổi hai cầu thủ. Và họ tổ chức những cuộc tấn công nhanh. Cuối cùng họ đã thắng đội Ba Lan với tỷ số 3-2.
   别着急!到了下半场,情况完全改变。德国队改善了防守。教练换了两个球员,并且他们马上组织进攻。结果他们3比2胜了波兰队。

B: Chà, thú vị quá nhỉ.   哇,这么有趣呀!

A: Cậu có biết không, ở bảng B trận đấu cũng khá quyết liệt đấy. Đội Italy đã bỏ lỡ nhiều cơ hội. Hiệp 1 hòa 0-0. Tiền vệ số 10 của đội Brazil chơi rất tuyệt. Anh ấy đã ghi bàn thắng đầu tiên của trận đấu. Bàn thắng cuối cùng cũng do anh ấy ghi ở phút thứ 89 của trận đấu. Trong trận này, đội Italy chịu thua với tỷ số 1-3.
   你知道吗?B组也相当激烈呢。意大利队错过了好多机会。上半场0比0平局。巴西队的10号球员踢得很好,他已经踢进了比赛的第一个球,比赛的最后一

201

个球也是由他在第89分钟踢进的。在这场比赛中，意大利1比3输掉了比赛。

B: Theo cậu, đội nào mạnh nhất ở châu Âu hiện nay?

依你看，现在欧洲哪个队最强？

A: Tớ nghĩ là đội Đức. 我认为是德国队。

B: Còn ở châu Mỹ? 那在美洲呢？

A: Có lẽ là đội Argentina. 大概是阿根廷队吧。

B: Tớ cũng nghĩ vậy. Nhưng theo cậu, đội nào sẽ đoạt cúp năm nay?

我也这么认为。但据你看来，哪个队将夺得今年的冠军？

A: Ồ, điều này thì khó mà đoán được. 哦，这个就很难猜了。

Tình huống 2　Ở Đại hội thể dục thể thao của trường
情景2　在校运会上

A: Hùng à, cậu đi đâu đấy? 阿雄，你去哪儿呀？

B: Tớ chuẩn bị đi thi chạy bền 3000 m đây.

我正要去准备参加3000米长跑比赛呢。

A: Cậu tham gia mấy môn trong đại hội thể thao lần này?

在这次校运会上，你参加了几项比赛？

B: Tớ có tham gia 3 môn: chạy vượt rào 200 mét, chạy cự ly dài 3000 mét và chạy tiếp sức 400 mét. 我参加了3项：200米跨栏跑，3000米长跑和400米接力赛跑。

A: Cậu đã thi đấu xong môn nào chưa? 你已经赛完哪一项了没有？

B: Hôm qua tớ đã thi đấu xong môn chạy vượt rào 200 mét rồi, tớ được giải nhất đấy.

昨天我已经赛完了200米跨栏跑了，我得了第一名呢！

A: Thế à? Chúc mừng cậu nhé! 是吗？祝贺你！

B: Còn cậu có tham gia môn nào không? 你有没有参加哪项比赛？

A: Có, nhưng tớ không chạy nhanh được. Tớ chỉ tham gia môn điền kinh thôi. Tớ có tham gia môn nhảy cao và ném đĩa.

参加了啊，但我跑不快，所以我只参加了田赛。我参加了跳高和飞碟。

B: Thế cậu thi xong chưa? 那你赛完了吗？

A: Xong rồi. Tớ chỉ được giải năm của môn nhảy cao, còn môn ném đĩa thì chẳng được giải gì cả. 赛完了，我只得了跳高的第五名，而飞碟就根本没有进入名次。

B: Ừ, không sao. Sau này cậu phải rèn luyện nhiều, để giành được thành tích cao hơn. Bây giờ tớ phải đi đây, tý nữa là vòng chung kết thi chạy cự ly dài 3000 mét đấy.

哦，没关系，以后你要多锻炼以争取更好的成绩。我现在要走了，待会儿就是3000米长跑决赛了。

A: Ừ, cố lên nhé, chúc cậu giành được thành tích tốt.

不好的，加油哦，预祝你取得好成绩。

B: Cảm ơn. Tớ sẽ dốc hết sức mình. 谢谢，我一定尽力。

II. Bài học   课文

AI ĐÃ ĐẶT CHÂN LÊN CUNG TRĂNG TRƯỚC?

Con tàu vũ trụ Apolo của Mỹ đã đưa một nhóm nhà du hành vũ trụ lên cung trăng vào năm 1969. Từ đó người ta nghĩ rằng đó là những người đầu tiên có mặt ở cung trăng. Nhưng 20 năm sau, tức là vào năm 1989, chính các nhà du hành vũ trụ đó lại tiết lộ rằng khi họ vừa tới mặt trăng họ đã phát hiện thấy "dấu chân người với năm đầu ngón chân đi đất" còn in rõ ở đó. Nhà vật lý vũ trụ Mỹ Can Mêlơn cho biết: Các nhà du hành vũ trụ Mỹ năm 1969 khi bước lên cung trăng rất ngạc nhiên vì thấy 23 dấu chân người với năm đầu ngón chân và đã chụp lại những dấu chân này. Các nhà du hành vũ trụ còn cho biết các dấu chân đó đều còn rất mới. Như vậy rõ ràng là đã có người đặt chân lên đó trước các nhà du hành vũ trụ Mỹ khoảng một vài tuần. Phải chăng đó chính là những người từ một hành tinh khác?

谁先登上了月球?

1969年，美国的"阿波罗"号宇宙飞船已经把一组航天员送上了月球。从此人们以为，他们就是首次登上月球的人。但20年之后，即1989年，正是这些宇航员透露，当他们刚到达月球，他们就发现有"光脚的、有五个脚趾头的人脚印"还清楚地印在那里。美国宇宙物理学家Can Mêlơn说：当1969年美国宇航员踏上月球发现有23个五趾脚印印在那里时，他们都非常惊讶，他们还把那些脚印拍摄下来了。这些宇航员还透露，那些脚印都还很新。由此，很显然的是，在美国宇航员登上月球之前几个星期就已经有人先登上了月球。难道他们就是来自其他星球的外星人？

TỪ MỚI 生词

thể thao 体育运动	bỏ lỡ 错过
trận đấu bóng đá 足球赛	thắng 胜利、赢
cúp 杯；冠军	thua 输
bảng A A组	đại hội thể thao 运动会
hiệp 1 上半场	giải nhất 第一名、一等奖
hễ 一旦	điền kinh 田径
cơ hội 机会	ném 扔
tấn công 进攻	vòng chung kết 决赛
tỷ số 比分	cố lên 加油
sở dĩ ... là vì... 之所以……是因为……	cung trăng 月球
hàng rào 栏杆、篱笆	con tàu vũ trụ 宇宙飞船
phòng ngự 防御	nhà du hành vũ trụ 宇航员
khoan đã 且慢	tiết lộ 泄露、透露
tình thế 情形、形势	mặt trăng 月亮
cải tiến 改进、改变	in 印；打印
huấn luyện viên 训练员、教练	ngạc nhiên 惊讶
quyết định 决定	ngón chân 脚趾
cầu thủ 球员	dấu chân 脚印
chà 哇（叹词）	rõ ràng 清楚
quyết liệt 激烈	hành tinh 行星

III. Ghi chú ngữ pháp   语法注释

1. Hẳn的用法。

(1) hẳn 有 "完全、根本" 的意思，如：

-Sang hiệp 2, tình thế thay đổi hẳn. 到了下半场，情况完全改变。

-Chắc là lần trước cháu bị cảm chữa chưa khỏi hẳn, bây giờ truyền nhiễm đến phổi rồi. 大概是上次你感冒治得还不彻底，现在感染到肺部了。

(2) hẳn 也可以表示不太肯定的测猜，如：

-Theo phân tích, hẳn là thế rồi. 照分析看来，肯定是这样的了。

-Cũng chưa hẳn là nó làm việc này. 也还不一定是他做这件事。

2. 语气词 chăng, phải chăng 的区别用法。

(1) chăng 放在陈述句或疑问句后面，表示半信半疑的语气。如：

-Anh ấy không đến nữa chăng? 难道他不来了吗?

-Hay là chúng ta nghe nhầm chăng? 或许是我们听错了?

-Anh còn có việc gì nữa chăng? 你还有什么事吗?

(2) phải chăng功能与chăng一样，也表示怀疑的语气，但它常常放在句首，如:

-Phải chăng đó chính là những người đến từ một hành tinh khác?
难道他们就是来自其他星球的外星人?

-Phải chăng đó là một ý nghĩ sai lầm? 难道这是个错误的想法?

此外，phải chăng还可以表示强烈的反诘语气，如:

-Phải chăng đó cũng gọi là hòa bình? 难道这也算是和平吗?

-Phải chăng đó chính là cái tự do mà chúng nó cho?
难道这就是他们给的所谓的自由?

3. Hễ… là…，vừa…đã…和vừa…là…，vừa…thì…的区别用法。

关联词结构hễ… là…和vừa…đã…都有表示"一……就……"的意思，其区别在于：

(1) hễ… là…偏向于指突发情况，指"一旦……就……"，如:

-Hiệp 1, đội Ba Lan chơi rất tuyệt, hễ có cơ hội là họ tấn công rất nhanh. 在上半场，波兰队踢得很好，一有机会他们就快速进攻。

-Hễ có loài sâu này bay ra nhiều là trời sẽ mưa to.
一旦这种虫子飞出来很多就表示天要下大雨。

(2) 而vừa…đã…则偏向于指某事情已经在行为之前发生了。如:

-Năm 1969, khi các nhà du hành vũ trụ Mỹ vừa tới mặt trăng họ đã phát hiện thấy "dấu chân người với năm đầu ngón chân đi đất" còn in rõ ở đó.
1969年，当宇航员他们刚到达月球，他们就发现有"光脚的、有五个脚趾头的人脚印"还清楚地印在那里。

-Chúng tôi vừa đến nơi đã thấy con chó nằm chết ở đó rồi.
我们刚到就发现那条狗已经躺在那里死掉了。

(3) 而vừa…là…和vừa…thì…则偏向指时间上的紧接关系，表示在某行为之后紧接着发生另一行为，如:

-Hôm qua tôi vừa đánh bóng xong là tắm nước lã ngay, nên bị cảm rồi.
昨天我刚打完球就洗冷水澡，所以感冒了。

-Tôi vừa đến lớp học thì chuông rồi. 我刚到教室铃就响了。

4. 扩充一些关联词结构的用法。

我们常见的一些关联词结构还有：

(1) giá … thì đã …相当于"假如……就已经……",如:
   -Giá tôi biết trước ngày mai được nghỉ thì tôi đã về nhà rồi.
   如果我早知道明天得休息的话,我就已经回家了。

(2) giá … thì …相当于"假如……就……",如:
   -Giá tôi có tiền thì tôi đi mua một cái máy tính xách tay.
   假如我有钱的话,我就去买一部手提电脑。

(3) chỉ cần…thì (sẽ)…相当于"只要……就……",如:
   -Cậu chỉ cần làm theo tớ nói thì sẽ thành công.
   你只要按照我说的做,就能够成功。

(4) (chỉ)có… mới…相当于"只有……才……",如:
   -Em chỉ có chịu khó học tập hơn mới theo kịp được người khác.
   你只有更加刻苦学习,才能跟得上别人。
   -Chúng ta có sát quần chúng, mới hiểu rõ được khó khăn thật sự của quần chúng.
   我们只有贴近群众才能明白群众的真正困难。

(5) chưa …đã…相当于"还没有……就已经……",如:
   -Anh ta chưa tìm hiểu rõ tình hình đã làm ngay, hỏng việc là phải thôi.
   他还没弄清楚状况就马上干了,事情搞砸了也是正常的/也没什么奇怪的。

(6) mới… đã…相当于"才……就已经……",如:
   -Cái đồng hồ này là hàng rởm, mới dùng được mấy tháng đã hỏng rồi.
   这个手表是假货,才用几个月就坏了。

(7) không …thì không…. 相当于"不……就不……",如:
   -Không điều tra thực tế thì không có quyền nói. 没有实际调查就没有发言权。

(8) không … thì …相当于"不……就……",如:
   -Anh không đi ngay thì sẽ sai hẹn đấy. 你不马上去的话就要失约了。

(9) dầu (dù)…cũng…相当于"尽管……仍然……、不管/无论……都……",如:
   -Dầu (dù) có tan xương nát thịt cũng không sợ. 就算粉身碎骨也不怕。
   -Dù chúng tôi nói thế nào anh ta cũng không chịu nghe.
   不管我们怎么说,他都不肯听。

(10) tuy… vẫn…相当于"虽然/尽管……仍然……",如:
   -Tuy gặp nhiều khó khăn anh ta vẫn kiên trì đến cùng.
   尽管遇到很多困难,他仍然坚持到最后。

(11) đã…lại…相当于"都已经……还……",如:
   -Nó đã học dốt lại còn lười biếng nữa. 他都已经学得很差了,还偷懒。

(12) đã…thì…相当于"既然……就……",如:

-Đã làm lớp trưởng rồi thì phải chịu trách nhiệm chứ.

既然做了班长，就要负责任啊。

(13) thà… chứ không… 相当于"宁可/宁愿……也不……"，如：

-Cuối tuần, ở trên phố đông người quá, tôi thà ngủ ở nhà chứ không đi phố chơi.

周末，街上人太多了，我宁愿在家睡觉也不愿上街玩。

(14) song song với…= bên cạnh…cùng với…, 相当于"在……的同时……"，如：

-Cùng với việc ra sức học tập, chị ấy còn tham gia nhiều hoạt động khác.

在抓紧学习的同时，她还参加许多其他的活动。

-Bên cạnh việc phát triển công nghiệp, chúng ta còn phải chú ý giữ gìn môi trường chung. 在发展工业的同时，我们还要注意保护公共环境。

-Song song với việc phát triển kinh tế, chúng ta còn phải chú trọng nâng cao trình độ dân trí của nhân dân mới được.

在发展经济的同时，我们还得注重提高人民的素质水平才行。

IV. Kiến thức mở rộng 扩充知识

Các Từ ngữ về thể dục thể thao 关于体育运动的词汇：

(1) Bóng đá 足球：

足球场 sân bóng đá	球门 cầu môn	球门网 lưới cầu môn
发球 phát bóng	罚球任意 phạt trực tiếp	罚点球 phạt 11 mét
传球 chuyền bóng	长传 chuyền dài	短传 chuyền ngắn
接球 đón bóng/ đỡ bóng	截球 cắt bóng	顶球 đánh đầu
勾球 móc bóng	撞人 va chạm	合法撞人 va chạm đúng luật
盯人 đeo bám	躲闪 né tránh	非法撞人 va chạm trái luật
警告 nhắc nhở	队友 đồng đội	肩膀撞人 dùng vai hích
替补队员 cầu thủ dự bị	业余队 đội nghiệp dư	专业队 đội chuyên nghiệp
左翼 cánh tả	右翼 cánh hữu	足球队员 cầu thủ
左前锋 tiền đạo cánh trái	右前锋 tiền đạo cánh phải	中锋 trung phong
前卫 tiền vệ	左前卫 tiền vệ trái	右前锋 tiền vệ phải
中卫 trung vệ	后卫 hậu vệ	守门员 thủ môn
上半场 hiệp 1	下半场 hiệp 2	中场休息 giải lao
教练 huấn luyện viên	队长 đội trưởng	领队 ông bầu / đội trưởng
裁判 trọng tài	巡边员 trọng tài biên	记分员 trọng tài bàn
预赛 đấu loại	半决赛 đấu bán kết	决赛 đấu chung kết

(2) **Bóng rổ** 篮球：

篮球场 sân bóng rổ	篮架 giá treo rổ	篮板 bảng rổ
罚球线 đường phạt bóng	踩线 giẫm vào vạch	三秒 3 giây
撞人 va chạm	拉人 kéo người	打手 lỗi đánh tay
碰人、触人 chạm người	易手 chuyền tay	两次传球 hai lần truyền bóng
罚球 phạt ném bóng	投球 ném bóng	技术犯规 phạm qui về kỹ thuật
投中 ném vào rổ bóng	投篮不中 ném rổ trượt	擦板入篮 sạt bảng lọt vào rổ
命中率 tỷ lệ ném trúng	跳投 nhảy ném	扣球 che rổ
近投 ném gần	定位投球 định vị ném rổ	跨步上篮 xoạc chân lên rổ
掩护 yểm trợ	盯人 nhìn người	上半场得分 hiệp đầu được điểm
假动作 động tác giả	快攻 tấn công nhanh	平局 trận thi đấu hòa nhau
拖延战术 chiến thuật kéo dài thời gian		

(3) **bóng chuyền** 排球：

排球场 sân bóng chuyền	死角 góc chết	换位 đổi vị trí
发球 phát bóng	发球权 quyền phát bóng	发高球 phát bóng bổng
拦网 chặn bóng	大力发球 phát bóng mạnh	助跑发球 chạy phát bóng
托球 đỡ bóng	大力扣球 đập bóng mạnh	连续扣杀 liên tục tấn công
吊球 treo bóng	轻吊 treo bóng nhẹ	重扣 đập mạnh
捞球 vớt bóng	推球 đẩy bóng	抛球 ném bóng
救球 cứu bóng	擦网球 bóng sát lưới	触网 chạm lưới
出界 ra ngoài	前排队员 cầu thủ hàng trước	后排队员 cầu thủ hàng sau
主攻手 cầu thủ chủ công	扣球手 cầu thủ đập bóng	二传手 cầu thủ chuyền hai

(4) **Các loại bóng khác** 其他球类：

羽毛球 cầu lông	乒乓球 bóng bàn	球拍 vợt bóng bàn
棒球 bóng gậy	垒球 bóng chày	保龄球 trò chơi bowling
橄榄球 bóng bầu dục	网球 bóng quần vợt	高尔夫球 golf
曲棍球 khúc côn cầu	台球 môn billiards	板球 môn crickê
水球 bóng nước	冰球 môn hockey	马球 bóng ngựa

(5) **Thể thao trên nước** 水上运动：

游泳 Bơi lội	游泳池 bể bơi	自由泳 bơi tự do
蛙泳 bơi ếch	仰泳 bơi ngửa	蝶泳 bơi bướm
侧泳 bơi nghiêng	海豚式 bơi cá heo	狗刨式 bơi chó
潜泳 bơi lặn	跳水 nhảy cầu	跳板 ván nhảy
十米跳台 bệ nhảy 10 mét	潜水 lặn xuống nước	潜水镜 kính lặn

换气 lấy hơi	吸气 hít	呼气 thở
抽筋 chuột rút	救生圈 phao	救生员 nhân viên cứu hộ
救生设备 thiết bị cứu hộ	人工呼吸 hô hấp nhân tạo	浅水区 khu vực lặn
深水区 khu vực nước sâu	浆 mái chèo	浆手 người bơi chèo
舵 bánh lái	舵手 người bẻ lái	冲浪运动 môn lướt sóng
冲浪板 ván lướt		

(6) **Thể thao mùa đông** 冬季运动:

滑冰 Trượt băng	冰鞋 Giày trượt băng	旱冰鞋 giày trượt băng khô
人造冰场 sân trượt băng nhân tạo	花样滑冰 trượt băng nghệ thuật	
滑雪 trượt tuyết	雪橇 ván trượt	滑雪板 ván trượt tuyết

(7) **Môn điền kinh** 田径运动:

田赛 Thi điền kinh	径赛 thi đấu điền kinh	预赛 vòng loại
决赛 vòng chung kết	运动会 đại hội thể dục thể thao	亚运会 Á vận hội
东亚运动会 Sea games	奥运会 thế vận hội Olympic	跳高 nhảy cao
撑杆跳高 nhảy sào	跳远 nhảy xa	标枪 ném lao
铁饼 ném đĩa	铅球 đẩy tạ	横杠 xà ngang
赛跑 thi chạy (chạy đua)	越野赛跑 chạy việt dã	短跑 chạy cư ly ngắn
长跑 chạy cự ly dài	接力赛 chạy tiếp sức	
马拉松赛 chạy maratông	障碍赛 thi chạy vượt	400米接力赛 chạy tiếp sức
中距离赛 chạy cự ly chướng ngại vật 400 mét trung bình		
接力棒 gậy tiếp sức	接棒 nhận gậy	跨栏赛 chạy vượt rào
高栏 rào cao	中栏 rào trung bình	低栏 rào thấp
竞走 thi đi bộ	各就各位 vào chỗ	预备, 跑 sẵn sàng, chạy
终点 đích	起跑线 đường xuất phát	起跑信号 tín hiệu xuất phát
终点带 dây đích	冲刺 bứt lên trước	抢跑 bứt phá
跑道 đường chạy	里圈 vòng trong	外圈 vòng ngoài
弯道 khúc ngoặt	秒表 đồng hồ bấm giây	发令员 người phát lệnh
记时员 người tính giờ		

(8) **Thể dục** 体操:

单杠 xà đơn	双杠 xà kép	
体操运动员 Vận động viên thể dục		高低杠 xà lệch
平衡木 cầu thăng bằng	吊环 vòng treo	跳马 nhảy ngựa
马鞍 yên ngựa	跳板 bàn đạp	自由体操 thể dục tự do
软体操 thể dục mềm dẻo	健美操 thể dục thẩm mỹ	劈叉 xoạc chân

引体向上 rướn người   俯卧撑 nằm sấp chống tay   满分 điểm tối đa
加分 thêm điểm

(9) Võ thuật 武术及其他：

猴拳 Hầu quyền   少林拳 võ thiếu lâm   螳螂拳 võ bọ ngựa
太极拳 thái cực quyền   九节鞭 gậy 9 đốt   三节棍 tam khúc côn
击剑 đấu kiếm   拳击 đấu quyền   拳击手 võ sĩ đấu quyền
自行车比赛 đua xe đạp   射击 bắn súng   射箭 bắn tên
滑翔 trượt bay   摔交 môn vật   自由式摔交 vật tự do
跳伞 nhảy dù   举重 cử tạ   汽车越野赛 thi ô-tô việt dã
棋赛 đấu cờ   象棋 cờ tướng   围棋 cờ vây
棋盘 bàn cờ   国际比赛 thi đấu quốc tế   登山运动 môn thể thao leo núi
锦标赛 giải vô địch   友谊赛 giải hữu nghị   公开赛 giải đấu công khai
邀请赛 giải đấu hữu nghị (mời)

V. Bài tập 练习

1. 对话练习：你喜欢什么运动？你曾经参加过什么体育比赛？获奖了吗？或者你有其他的什么兴趣爱好？

2. 熟练掌握越南中一些常见运动、比赛的名称，区别语法部分相关词汇的用法并进行翻译或造句。

3. 你有什么天赋或特长？请向大家介绍你感触最深的一次比赛经历。

BÀI 22   DỊCH VỤ
第二十二课   服务

I. Hội thoại   会话

Tình huống 1   Đặt may áo dài Việt Nam
情景1   订做越南国服——奥黛

A: Chào em. Em muốn may áo dài à? 你好。你要做奥黛吗?

B: Em xem đã. Nếu vừa thì em sẽ may một bộ. 我先看看。如果合适就做一套。

A: Vâng, em cứ xem đi. Ở đây có nhiều kiểu mới. 好的,随便看。这里有许多新款。

B: Vâng. Em thấy bộ áo mà ma-nơ-canh đang mặc rất đẹp.
好的。我觉得模特身上穿的那件很漂亮。

A: Có đây, kiểu này là kiểu mới đấy. Vải cũng rất tốt.
这有,这款是新款呢,面料也很好。

B: Vâng, em thích những kiểu là lạ, vải đẹp, thêu cũng đẹp. Em không thích những cái truyền thống quá, đơn giản quá hoặc sang trọng quá.
嗯,我喜欢那些款式新颖、面料好、刺绣也漂亮的。我不喜欢那些太过传统的、太简单的或太正式的。

A: Ừ, mấy kiểu này đều là kiểu mới. Này, kiểu này cũng được này.
嗯,这几款都是新款。瞧,这款也可以啊。

B: Dạ, em không thích lắm ạ. 哦,我不太喜欢。

A: Còn kiểu kia được không? 那款可以吗?

B: Hình như em vẫn thích kiểu này hơn. Kiểu này có hợp thời không ạ?
我好像还是比较喜欢这款,这款现在流行吗?

A: Có chứ! Kiểu này mới ra tháng này thôi, là kiểu thời trang mới nhất hiện nay. Con mắt thẩm mỹ của em được đấy, kiểu này được nhiều người thích lắm. Ngay cả những khách khó tính nhất cũng rất thích kiểu này đấy.
当然了。这款是这个月才出的呢,是现在最新的款式。你的审美眼光真是好,这款很多人喜欢呢。就连那些很挑剔的顾客也很喜欢。

B: Thế à? Nhưng em thích màu nâu vàng như mẫu ở bên ngoài. Sao ở đây không có ạ?

是吗？但我喜欢像外面模特的那件棕黄的颜色。为什么这里没有呢？

A: À, chúng tôi mỗi kiểu chỉ may một bộ để bày ở đây thôi.
哦，我们一款只做一套来展示在这里。

B: Vâng. Thế những áo này có bán không ạ? 哦。那这些奥黛要卖吗？

A: Người ta thường là chọn kiểu và vải rồi mới đo người và may lại bộ mới. Nhưng mà nếu vừa thì cũng bán ạ. Em mặc thử đi! Nếu không vừa thì may bộ mới.
人家常常是选好款式和面料了才量身材并重新做一套新的。不过合适的也可以卖。你试穿一下吧。如果不合适就做一套新的。

B: Vâng…Xong rồi. Được không chị? 好的……好了。可以吗？

A: Được chứ. Kiểu này vừa với em lắm. 可以啊。这款很合适你啊！

B: Nhưng hình như hơi chật, chắc là dạo này em lại béo lên rồi. Bao nhiêu tiền một bộ hả chị? 但好像有点窄，或许最近我又长胖了吧。多少一套呢？

A: Kiểu này bán 800 nghìn em ạ. 这款80万盾。

B: Ối, sao đắt thế? Có bớt được không chị? 啊？怎么这么贵？可以少点吗？

A: Không đắt đâu em ạ. Kiểu này là kiểu mới, người Việt Nam may cũng giá này đấy. Những cái đơn giản và vải bình thường của sinh viên thì mới rẻ, 2,3 trăm nghìn là được rồi. Em có lấy thì chị bớt cho em một chút.
不贵。这款是新款，就算越南人订做也要这个价呢。那些简单的、布料一般的学生装才便宜，二三十万盾就可以了。你要的话我可以给你少一点。

B: 600 nghìn được không chị? 60万盾可以吗？

A: Không bớt được nhiều thế đâu! Bán hàng ở Việt Nam không nói thách như ở Trung Quốc đâu. Chỉ bớt được 50 nghìn thôi em ạ.
少不了这么多的。在越南卖东西不像在中国那么叫高价的。只能减5万盾。

B: Em lần đầu tiên mua áo dài ở Việt Nam mà, chị bán khuyến mại một chút cho em đi. 700 nhé? Lần sau em dẫn bạn khác đến mua nhé? Nhé? 我是第一次在越南买奥黛嘛，你给我优惠一些吧。70万盾好吗？下次我带其他朋友过来买吧？好吗？

A: Ok, được rồi. Chị đo người cho em nhé…Ok, xong rồi.
好吧。那我帮你量身吧……Ok，好了。

B: Em phải đặt cọc bao nhiêu ạ? 我要交多少定金呢？

A: Em đặt cọc 200 nghìn nhé. 你先交20万盾定金吧。

B: Vâng, gửi tiền chị. Bao lâu mới may xong ạ? 好的，给你钱。多久才做好呢？

A: Khoảng hai tuần. Nhưng một tuần sau em ghé lại thử một lần nhé.
大约两周。但一周后你要过来试穿一次。

B: Vâng. Chào chị nhé. 好的。再见。

A: Cảm ơn em. Chào em. 谢谢你。再见。

212

Tình huống 2   Quảng cáo du lịch

情景2   旅游广告

TRUNG TÂM LỮ HÀNH QUỐC TẾ HÀ NỘI
HẠ LONG – TUẦN CHÂU

NGÀY 01: HÀ NỘI – HẠ LONG

08h00: Đón khách tại điểm hẹn khởi hành đi Hạ Long. Trên đường dừng lại tại Hải Dương cho quý khách nghỉ ngơi.

11h30: Đến Hạ Long, quý khách lên tàu, ăn trưa. Sau đó tham quan Vịnh Hạ Long 4 tiếng: động Thiên Cung, hang Đầu Gỗ, hòn Chó đá, hòn Gà Chọi. Tự do chụp ảnh và mua quà lưu niệm.

16h00: Quay về khách sạn nhận phòng, nghỉ ngơi, 5giờ ăn tối tại nhà ăn khách sạn.

17h30: Xe đón quý khách tại khách sạn và đưa sang đảo Tuần Châu. Quý khách tự do xem chương trình biểu diễn nhạc nước màu hoành tráng, xem các show biểu diễn của cá heo, khỉ, sư tử… Tối về khách sạn nghỉ ngơi.

NGÀY 02: HẠ LONG – HÀ NỘI

8h00: Ăn sáng. Sau khi ăn sáng, quý khách có thể tự do tắm biển, dạo chơi tại công viên Hoàng Gia hoặc đi chợ Hạ Long mua quà tặng cho người thân bạn bè. 12 giờ ăn trưa tại khách sạn.

11h30: Xe khởi hành về Hà Nội. Kết thúc hành trình.

Giá trọn gói cho 01 khách: 548.000đồng/khách

(áp dụng cho khách lẻ ghép đoàn)

Bao gồm:

- Xe ô-tô máy lạnh đưa đón theo hành trình.
- Các bữa ăn theo chương trình: 70,000 đồng /ngày/người.
- Phí thắng cảnh tại các điểm du lịch.
- Tàu thăm vịnh Hạ Long.
- 01 đêm ở khách sạn: Vườn Đào hoặc Ngọc Lan hoặc Atlantic.
- Hướng dẫn viên suốt tuyến.

Không bao gồm:

- Đồ uống, chi tiêu cá nhân.
- Hóa đơn VAT.

Địa chỉ: 63 Hàng Trống, Hoàn Kiếm, Hà Nội, Việt Nam.
Tel: (84-4)9285588   Fax: (84-4)9285779
Website: www.thegioidulich.org   www.vietnamholiday.com

河内国际旅游中心
下龙——浔洲

第一天：河内——下龙

08：00： 在预定地点上车并出发去下龙。路上在海阳停车休息。

11：30： 到下龙，上游船并在船上吃午饭。然后参观下龙湾4个小时：天宫洞、木头岛、石狗岛、斗鸡岛。可以自由拍照和购买纪念品。

16：00： 返回宾馆分配房间，休息一会儿，5点在宾馆餐厅吃饭。

17：30： 车到宾馆接游客并送往浔洲岛。游客可以自由观看各种表演如：海狮表演、耍猴、狮子表演等。晚上返回宾馆休息。

第二天：下龙——河内

8：00： 吃早餐。早餐过后，游客可以自由安排：游泳，游玩皇家公园或者去下龙市场购买纪念品送给亲朋好友。12点在宾馆吃饭。

12：30： 车起程返回河内。行程结束。个人全包价：548000越盾/客。

（散客组团的价格）

包括：

- 空调车按照行程接送游客。
- 旅程中的餐费：70000越盾/天/人。
- 各旅游景点的门票。
- 参观下龙湾的游船费用。
- 住宿宾馆一晚：桃园宾馆或玉兰宾馆或Atlantic宾馆。
- 全程导游。

不包括：

- 饮料，个人消费。
- VAT发票。

地址： 越南河内市还剑郡鼓街63号。
电话： (84-4)9285588   传真：(84-4)9285779
网站： www.thegioidulich.org   www.vietnamholiday.com

Tình huống 3   Quảng cáo khuyến mại của khách sạn
情景3   宾馆的促销广告

NOEL BẤT NGỜ

Noel bạn sẽ làm gì?

Nếu bạn muốn có một Noel vui vẻ, xin mời bạn đến khách sạn Hoa Hồng. Bạn sẽ có:

Phòng đẹp nhất!

Món ăn ngon nhất!

Phục vụ chu đáo nhất!

Chương trình hấp dẫn nhất!

Quà tặng bất ngờ nhất!

Nếu bạn đến từ 3 người trở lên thì khách sạn sẽ giảm giá 10%.

Nhanh lên!

意外的圣诞节

圣诞节您要做什么？

如果您想度过一个愉快的圣诞，那么请您到玫瑰花宾馆来，您将会有：

最豪华的房间！

最美味的饭菜！

最周到的服务！

最精彩的表演！

最意外的礼物！

如果您有三个人以上，我们将会给您优惠10%的房价。

您还犹豫什么？！

Tình huống 4   Thông báo tuyển nhân viên
情景4   招聘信息

TUYỂN GIÁO VIÊN

Cần 02 nữ giáo viên có bằng ĐH văn khoa Sư phạm hoặc ĐH Xã hội Nhân văn, thông thạo Anh ngữ để giảng dạy cho người nước ngoài học tiếng Việt tại Singapore, lương khởi điểm 1.000$/tháng, bao ăn, ở, vé máy bay. LH: Cty Hoàng Phúc, 65 Phạm Ngọc Thạch HN, Tel. 6120269, 0982003609

招聘教师

招聘两名女教师，要求有师范大学或人文社科大学的文科毕业证，英语熟练，派往新加坡教外国人学习越南语。起薪：1000美元/月，包吃住及往返机票。联系：黄福公司，河内范玉石街65号。电话：6120269，0982003609 。

II. Bài học   课文

XE DUYÊN QUỐC TẾ – MỘT DỊCH VỤ ĐANG PHÁT TRIỂN

Những năm gần đây, xe duyên quốc tế đã trở thành một nghề kinh doanh cực kỳ phát đạt.

Tại các nước phương Tây, các phòng dịch vụ xe duyên quốc tế đã cung cấp cho "khách hàng" rất nhiều cô gái từ Tháiland, Philippines, Ấn độ, Romania, Nga,…để họ cưới làm vợ. Khá nhiều đàn ông phương Tây nhằm vào đối tượng là các cô gái châu Á, và cũng không ít các cô gái châu Á, Nga, Đông Âu,… vì muốn nhanh chóng có một cuộc sống đầy đủ đã thử vận may bằng cách công khai quảng cáo tìm chồng trên báo.

Tại Los Angeles, ông Ronal Bénon cho biết, công ty của ông đã tác thành cho hàng trăm cặp. Hiện nay vẫn còn "hàng vạn cô gái châu Á, Đông Âu và Nga đang chờ đợi kiếm được một người chồng Mỹ". Ông còn cho biết, công ty của ông vừa tổ chức một cuộc gặp gỡ tại Nga, 350 cô gái đã tham dự và mỗi người đăng ký tìm chồng phải đóng 48 đô-la lệ phí.

国际婚介——一个发展中的行业

近几年来，国际婚介已经成为一个极其发展的经营行业。

在西方国家，各国际婚介所已经给顾客提供了来自泰国、菲律宾、印度、罗马尼亚、俄罗斯等国家的姑娘，让他们选来做媳妇。有相当多的欧洲男人们把目光瞄准向亚洲的姑娘们，同样，也不少亚洲、俄国、东欧等地的姑娘因为想要快速得到一种富足的生活，已经通过在报刊上公开刊登征婚广告，碰碰自己的运气。

在洛杉矶，Ronal Bénon先生曾透露，他的公司已经促成了成百上千对夫妇。现在还有"成千上万亚洲、东欧和俄国的姑娘正等着找到一个美国丈夫"。他还透露，他的公司刚刚在俄国组织了一次相亲会，350个姑娘参加了此次相亲会而且每个人要交48美金报名费呢。

TỪ MỚI   生词

may 缝制、缝纫   sư tử 狮子

ma-nơ-canh 模特
kiểu mới 新款
vải 布、布料
lạ lạ 新颖
thêu 刺绣
truyền thống 传统
sang trọng 庄重
hợp thời 时兴、流行
thời trang 时装
thẩm mỹ 审美
khó tính 性格乖戾
màu nâu 棕色
đo người 测量身材
dạo này 最近、近来
ghé lại 拐过来
lữ hành 旅行
dừng lại 停留、停下
quà tặng 赠品、礼物
hoành tráng 壮观
show biểu diễn 表演秀
cá heo 海狮

tắm biển（在海里）游泳
người thân bạn bè 亲朋好友
khách lẻ ghép đoàn 散客组团
đưa đón 接送
suốt tuyến 全程
chi tiêu 消费、支出
tuyển 招聘
giảng dạy 教学、讲解
thông thạo 熟练
lương khởi điểm 起薪
xe duyên 婚介
cực kỳ 极其
phát đạt 发达、发展
khách hàng 顾客
đàn ông 男人
đối tượng 对象
vận may 运气、命运
công khai 公开
tác thành 促成
chờ đợi 等待
gặp gỡ 见面、相亲会

III. Ghi chú ngữ pháp　语法注释

1. 趋向动词Lên, đi, ra的用法。

Lên, đi, ra除了作动词分别表示"上"、"去"、"出"以外，还可以作趋向动词，其区别如下：

(1) 趋向动词lên放在动词或形容词后，表示一种向上或增加的趋势，如：

-Chị Hồng chạy lên tầng ba rồi. 阿红跑上三楼了。

-Nhưng hình như hơi chật, chắc là dạo này em lại béo lên/ra rồi. 但好象有点窄，或许最近我又长胖了吧。

-Cháu lại cao lên nhiều rồi. 你又长高多了。

(2) 趋向动词ra放在动词或形容词后，表示一种向外或增加的趋势，如：

-Cháu bé chạy ra ngoài chơi rồi. 小孩跑到外面去玩了。

-Cháu lại béo ra rồi. 你又长胖了。

-Trời đã sáng ra nhiều rồi. 天已经亮多了。

(3) 趋向动词đi放在动词或形容词后，有三种意思：

表示移动的方向是背着说话的人，如：

-Cháu bé nó lại chạy đi đâu rồi? 孩子他又跑到哪儿去了？

-Hai quyển tiểu thuyết đó chị ấy đã mang đi rồi. 那两本小说她已经拿走了。

放在某些动词后，表示"失去、毁掉、减少"等意思，如：

-Màu sắc có khả năng rất quan trọng làm tăng thêm hoặc giảm đi vẻ đẹp.

颜色在增加或减少美感方面有着很重要的能力。

-Những chữ này viết xấu quá, em phải xóa đi và viết lại.

这些字写得太丑了，你得擦掉重写。

-Nó bị cưa đi một cánh tay trong một vụ tai nạn.

他在一次灾难中被截去了一只手。

放在某些形容词（多是贬义词）之后，表示向不好的方向发展，如：

-Anh ấy làm việc ở trên biển lâu ngày, đã gầy đi và đen đi rồi.

他在海上工作多日，已经变瘦变黑了。

-Tình hình ngày càng xấu đi rồi. 形势变得越来越坏了。

2. Đặt 的用法。

(1) Đặt 有"放置"的意思，如：

-Trước cửa sổ có đặt một chiếc bàn viết và trên bàn có đặt một lọ hoa. 在窗户前摆放着一张书桌，书桌上放着一瓶花。

-Đặt tủ sách này ở góc kia cho gọn. 把书柜放在那个墙角，让房间整洁些。

(2) Đặt有"命名、起名"的意思，如：

-Chợ đuổi là tên của một loại chợ không hợp pháp do người Hà Nội đặt cho. 追赶集市是河内人给一种不合法的集市起的名字。

-Tên này là do bố tôi đặt cho tôi. 这个名字是我父亲给我取的。

(3) Đặt还有"预订"的意思，如：đặt phòng预订房间，đặt mua订购，đặt cọc交定金，đặt tiền预先交钱。

-Em đặt cọc 200 nghìn nhé. 你先交20万盾定金吧。

-Để được ở khách sạn này, bạn phải đặt chỗ trước ít nhất một tháng.

为了住进这个宾馆，你必须得提前至少一个月预订。

3. 语气词ngay cả, này 的用法。

(1) 语气词ngay cả 表示"就连……也包括在内"，相当于语气词cả, 有时也可以用kể cả, 如：

-Ngay cả những khách khó tính nhất cũng rất thích kiểu này đấy.

就连那些很挑剔的顾客也很喜欢这一款呢。

-Ngay cả / cả / kể cả em Hùng cũng thi đỗ rồi đấy. 就连/包括小雄也考上了呢。

(2) 语气词này可以表示多种意思。

放在句首，表示呼唤或为了引起别人的注意，如：

-Này chị dê ơi, cầu sắp gãy rồi, chị chớ có qua cầu, nguy hiểm quá!

山羊姐姐啊，桥快断了，你别过桥，很危险的。

-Này, anh ấy đến rồi đây. 瞧，他到了。

-Này, kiểu này cũng được này. 看，这款也可以啊。

表示告知某事的语气，如：

-Kiểu này cũng đẹp lắm này. 这一款也很漂亮啊。

-Mời ông đi lối này này. 请你走这边。

放在一个词的前面或后面，表示气愤的态度，或表示列举事物的多样性，如：

-Cứng cổ này! Khó bảo này! 让你硬！让你不听话！

-Này kẹo, này bánh, này chè, đủ cả rồi. 糖呀，点心呀，茶呀，样样都有了。

-Xanh này, đỏ này, trắng này, đen này, đủ cả các màu.

绿的、红的、白的、黑的，各种颜色都有了。

叙述事物的多样性时，还可以用nào（常放在一个词的前面），如：

-Nào lợn, nào gà, nào vịt, có đủ cả. 猪呀，鸡呀，鸭呀，都齐了。

IV. Kiến thức mở rộng 扩充知识

Từ ngữ bổ sung 补充词汇：

Các loại nghề nghiệp 各种职业、职务：

部队 Bội đội	军官 sĩ quan	医生 bác sĩ
护士 y tá	护理、护工 hộ lý	门诊大夫 bác sĩ chẩn đoán
药剂师 dược sĩ	杂务工 tạp vụ	助手 trợ lí
歌星 ca sĩ	球手、球员 cầu thủ	球星 cầu thủ nổi tiếng
演员 diễn viên	影星 diễn viên nổi tiếng	导演 đạo diễn
画家 họa sĩ	艺术家 nghệ sĩ	警察 cảnh sát
公安 công an	保安 bảo vệ	保镖 vệ sĩ
保姆 ô sin	管理员、管家 người quản lý	厨师 đầu bếp
厨师长（đầu）bếp trưởng	主厨 bếp chính	厨师助手 bếp phụ
营养师 điều dưỡng viên	经理 giám đốc	厅长 giám đốc (sở, ty)
科（处）长 trưởng phòng	副科（处）长 phó phòng	班主任 Chủ nhiệm lớp

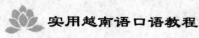

系主任 chủ nhiệm khoa	校长 hiệu trưởng	院长 viện trưởng
法院院长、法庭庭长 chánh án		教授 giáo sư
教师 giáo viên	学生 học sinh	翻译 người phiên dịch
教练 huấn luyện viên	导游 hướng dẫn viên du lịch	会计 kế toán
会计师 kế toán trưởng	出纳（员）thủ quỹ	建筑师 kiến trúc sư
工程师 kỹ sư	律师 luật sư	工人 công nhân
农民 nông dân	售票员 người bán vé	检票员 người soát vé
售货员 người bán hàng	服务员 nhân viên phục vụ	邮局职员 nhân viên bưu điện
银行职员 nhân viên ngân hàng	接线员 nhân viên tổng đài điện thoại	电梯服务员 nhân viên trực thang máy
商人、生意人 nhà buôn	商家 thương gia	企业家 nhà doanh nghiệp
学者、博学家 nhà bác học	记者 nhà báo(phóng viên)	地质学家 nhà địa chất
雕刻家、雕塑家 nhà điêu khắc		考古学家 nhà khảo cổ
科学家 nhà khoa học	经济学家 nhà kinh tế	历史学家 nhà sử học
剧作家 nhà soạn kịch	作曲家 nhà soạn nhạc	心理学家 nhà tâm lý
诗人 nhà thơ	哲学家 nhà triết học	思想家 nhà tư tưởng
作家 nhà văn	文学家 nhà văn học	客房服务员 phục vụ phòng
副经理 phó giám đốc	飞行员 phi công	飞行团长 trưởng phi hành đoàn
飞行团 phi hành đoàn	司机 tài xế	船长 thuyền trưởng
水手 thuỷ thủ	领航员 hoa tiêu	书记 bí thư
秘书 thư ký	接待员、总台小姐 tiếp tân	运动员 vận động viên
选手 tuyển thủ	干部 cán bộ	头儿、领导 sếp
主管 quản đốc	部长 bộ trưởng	副部长 thứ thưởng
国家元首 nguyên thủ quốc gia		首相、总理 thủ tướng
副总理 phó thủ tướng	国家主席 chủ tịch nước	总书记 tổng bí thư
总统 tổng thống	市长 chủ tịch thành phố	省长 chủ tịch tỉnh
县长 chủ tịch huyện	乡长 chủ tịch xã	村长 trưởng thôn
省委书记 bí thư tỉnh		

thợ工匠：

金银匠 thợ bạc	纺织工人 thợ dệt	电工 thợ điện
石匠 thợ đá	鞋匠 thợ giày	电焊工 thợ hàn
矿工 thợ mỏ	理发匠 thợ cắt tóc	木匠 thợ mộc
缝纫匠 thợ may	机械工 thợ máy	泥水匠 thợ nề
助手、临时工 thợ phụ	锻工、铁匠 thợ rèn	钳工、车工 thợ tiện
画匠 thợ vẽ		

V. Bài tập　练习

1. 熟练掌握越南中各种职业的名称，区别语法部分相关词汇的用法并进行翻译或造句。
2. 两年后你就要毕业了，毕业后你打算从事什么工作呢？为该工作你都作了哪些准备？你将打算在哪些方面继续努力？请你向大家介绍一下你的工作愿望。
3. 如果你做在某公司做一名翻译，如果你在学校做一名老师，如果你在国家机关做一名国家干部……你将会从哪些方面做好自己的工作？请谈谈你的想法。

主要参考书

1. 傅成劼，利国，《越南语教程》1-2册，北京大学出版社，2005年。
2. 岑新明选编教材《越南语口语初级教程》，未刊。